माझा संघर्ष

भाग-१

AA000641

संदिप भारत रामीणवार

notionpress.com

INDIA • SINGAPORE • MALAYSIA

ISBN 979-8-89133-640-7

प्रस्तावना

सर्वप्रथम मी माझ्या जन्मदात्या आईवडिलांना नमस्कार करून त्यांच्या चरणी आणि त्या विधात्याच्या चरणी माझं हे छोटसं लिखाण, जे पूर्ण सत्य आहे ते अर्पण करतो. माझे प्रेरणास्थान माझे वडील, माझी आई, माझी ताई व गुरु, माझा मित्र व सखा प्रकाश या सर्वांना वंदन करतो व माझ्या आयुष्यातल्या इथपर्यंतच्या प्रवासाबद्दल त्यांचे मनापासून धन्यवाद करतो. माझ्या आयुष्यातल्या ह्या प्रवासात जे जे व्यक्ती माझ्यासह व माझ्या विरोधात होते त्या सर्वांचे पण धन्यवाद करतो. माझं सर्वस्व असलेल्या माझ्या दोन्ही मुली कु. प्रतीती, कु. साराक्षी तसेच माझी पत्नी सौ. प्रतिमा ह्यांनी मला सतत प्रेरणा दिल्याबद्दल त्यांचेही मनापासून धन्यवाद करतो.

थोडंसं सांगायचं म्हटलं तर मी खूप छोटा प्रयत्न केला आहे व थोडक्यात अर्थपूर्ण गोष्टी मांडायचा प्रयत्न केला आहे. मी हे पुस्तक कुठलाही स्वार्थ मनात न ठेवता लिहिण्याचा प्रयत्न केला आहे. ह्या पुस्तकाद्वारे कुणाचही मन दुखावले जाऊ नये अशी ईश्वर चरणी प्रार्थना करतो. आयुष्य प्रत्येकाचच एक गोष्ट आहे त्यामुळे ही पण एक छोटीशी गोष्टच आहे ज्याला आपण पहिला भाग म्हणू व ईश्वराची इच्छा असेल तर तो मला भाग-२ पूर्ण करण्याचंही भाग्य देईल व त्याच्या चरणी प्रार्थना करतो त्यासाठी. कळत नकळत मी कुणाचा उल्लेख करण्यास विसरलो असेन तर त्यांची क्षमा मागतो. मी स्वतःला एक साधारण व्यक्ती मानतो- समजतो त्यामुळे माझ्या हातून काही लिखाणाच्या चुका झाल्या असतील तर त्याबद्दलही मनापासून क्षमा मागतो. माझ्या ह्या लिखाणात थोडंस इंग्रजी पण आलंय व मला वाटतंय २०-२१ व्या शतकात असं माझ्यासारख्या प्रत्येकालाच हे होत असेल कारण रोजच्या वापरात इंग्रजी शब्दांचा खूप वापर होतोय. त्याबद्दल सर्व मराठी वाचकांची क्षमा मागतो. हे पुस्तक पूर्ण करण्यात माझ्या प्रयत्नांपेक्षाही माझे मित्र, शुभचिंतक - श्री. माणिक नाडगौडा व त्यांची सहकारी तन्वी देसाई यांच्या प्रयत्नांना मी जास्त महत्व देतो कारण (त्याचं) पुस्तकी रूपांतर करण्यात त्यांनी खूप वेळ दिला व मराठी लिखाण पूर्ण करून त्याच्या प्रिंटींगचं पण कार्य त्यांनीच पूर्ण केलेलं आहे. पुनःश्च त्यांचे मनापासून आभार. माझ्यासारख्या नास्तिकाला ईश्वरी मार्ग दाखवण्याबाबत माझे अध्यात्मिक गुरु श्री. वैभव आफळे यांच्या चरणी नमस्कार व सच्चिदानंद परात्पर गुरु परमपूज्य आठवले यांच्या चरणी साष्टांग नमस्कार. माझे सर्वस्व व धर्मसंस्थेचे संस्थापक 'श्री कृष्ण' यांच्या चरणी कोटी कोटी साष्टांग नमस्कार व त्यांनीच मला हे बळ दिलं, त्यांनीच माझ्याकडून हे कार्य करवून घेतलं याबद्दल त्या विधात्याच्या चरणी नमन – जसं आपल्या सर्वांना माहिती आहे की कर्ता करविता तोच आहे.

माझी गोष्ट–बहुतेकांची गोष्ट–सर्वसामान्य व्यक्तीची गोष्ट–साधारण गोष्ट–माझा संघर्ष– कदाचित बहुतेकांचा संघर्ष–(भाग्य) म्हणजेच जीवन.

मी संदिप, वय ३७ वर्ष, आजच्या दिवशी. गाव–धामणगाव, जिल्हा–नांदेड, जन्मभूमी– गाव, कर्मभूमी–अहमदपूर, नांदेड, पुणे. शिक्षण, नोकरी व धंदा (व्यापार) ज्या ज्या ठिकाणी झाल्या त्या कर्मभूमीच म्हणाव्या लागतील. जसं वर दिसतं तसं तुम्हाला शीर्षक खूप दिसतात कारण कुठल्याही व्यक्तीचं जीवनात काही पण सांगणं, लिहिणं म्हणजे या व्यतिरिक्त इतर काही शीर्षक मला तरी नाही सुचत. पुढे कधीतरी आपण बदलू. सुरुवात अशी करूया कारण लहानपणापासून सर्वच पूर्णपणे व्यवस्थित आठवणं शक्य नाही. आपण करु तिथूनच सुरुवात, जन्मानंतर इयत्ता ४थी पर्यंतचं बोलायचे म्हटले तर माझे वडील साधारण परिवारातील, गावात काही वर्ष त्रास भोगून व इतरही १–२ गावं बदलून शेवटी नांदेडला ते स्थायिक झाले. त्यांच्या अर्धांगिनीसह व ४ मुलांसह (मला १ मोठी बहिण व २ लहान भाऊ) नांदेड शहरातल्या नवी आबादी या मुस्लीम समाजातील एका उपनगरात आम्ही होतो. छोटसं किराणा दुकान आणि त्यातच घर अशी सुरुवात. पण २–३ वर्षाचा असतानाच सर्वात लहान भाऊ वारला, त्यावेळी मृत्यूची व्याख्या पण समजत नसावी मला. त्यामुळे त्याचं प्रचंड दु:ख आई–दादा (माझे आई–वडिल) व ताई यांनाच असावं पण तेव्हापासूनच मी होळी शिमगा नाही साजरा केला व आईने पण नाही. तो दिवस त्याच्या आठवणीचाच. आमच्या त्यावेळेच्या परिस्थितीचा अंदाज लावायचा म्हटला तर माझा असा अंदाज आहे की, त्याच्या साधारण उपचारासाठी पण आमच्याकडे पुरेसा पैसा नव्हता. (कावीळ–आजार) आई–दादांकडून पूर्तता नाही केली मी याची व करावीशी पण वाटत नाही. असो, जवळच जिजामाता प्राथमिक शाळा जिथे आम्ही तिन्ही भावंडे शिकायला. पुढची आर्थिक प्रगती म्हटल तर घर व दुकान (दोन्ही भाड्यानेच) वेगळे होते. लहानपणापासून ताई एकदम गुणी व लक्ष देऊन अभ्यास करणारी पण मी कसा होतो मला आठवत नाही. लहान भाऊ आधीपासून अभ्यासात शून्यच व जेमतेम पास होण्याइतपत टक्केवारी तो मिळवू शकला. १० वी १२ वी व लॉचं पहिलं व शेवटचं वर्ष (१च वर्ष) ताईला वडिलांनी लाडाने वाढवलं. आई रागावयची घरकाम शिकण्याबद्दल, लवकर उठण्याबद्दल. दादा आधीच संशयीवृत्तीचे. (शिक्षणाचा अभाव) त्यामुळे तिला जेमतेम १२वी करता आली व आमच्या लाडक्या शांत व हुशार भाऊजी बरोबर लग्न करून संसार करावा लागला. तिचं लग्न खूप धुमधडाक्यात लावलं वडिलांनी. यश मिळवत (मिळवण्याची) त्यांच्याकडे ती ताकद होती. २००३ साली जवळच भोकर तालुक्यातले व्यावसायिक भाऊजी पण अत्यंत समजदार व आजही आम्ही त्यांना शिकला असता तर जिल्हाधिकारी झाला असता असे म्हणतो. माझं सांगतो. आता ४थीला दुसरा क्रमांक आला पण कसा तोच नाही कळला. पहिली–दुसरीपर्यंत काही नाही यायचं मला पण जवळच्याच भीमनगरमध्ये एका जागी आईने मला शिकवणी लावली व त्या गुरुमातेकडून मी खूप शिकलो. त्यानंतर ४थी च्या वर्गाच्या सुट्टीत मी

काटकळंब्याला गेलो माझ्या सर्वात छोट्या आत्यांकडे, त्यांना ३ सावत्र मुली व १ मुलगा होता. त्यातल्या मोठ्या ताईकडून मी खूप शिकलो. बाराखडी, इंग्रजी सर्वच. माझ्यात आवड निर्माण झाली अभ्यासाची. म्हणजे मी जन्मतः हुशार, बुद्धिवान मुलांमध्ये मोडत नव्हतो. पण कष्टाळू, आज्ञाधारी होतो, आहे. वयानुसार आकलन शक्ती वाढली व भरपूर ज्ञान मिळवलं मी. पुढे आमच्या परिवाराचं आर्थिक पाऊल म्हणजे आम्ही फुले नगरला आलो. जवळचंच दुसरं उपनगर. पण मानक (Standard) त्या गरीब व न शिकलेल्या मुस्लीम बांधवांपेक्षा पण याचा आमच्या आयुष्यावर कधीच फरक नाही पडला. किंबहुना माझ्या शिक्षणावरही. कारण आम्ही सर्वजण आई-वडिलांनी सांगितलं, शिकवलं तसं वागलो. प्राथमिक शिक्षण झालं व थोडंसं कळायला लागलं. शाळा बदलली. पिपल्स हायस्कूल, गोकूळ नगर पासून फुलेनगर पायी अंतर जाण्याइतकच पण त्याकाळात थोडं जास्तही अंतर असेल तर पायी चालायची लोक (१९९२-१९९५) किंबहुना २००० पर्यंतही नांदेडसारख्या शहरात पायी चालणं मोठी गोष्ट नाही. इयत्ता ५वीला सहामाही परिक्षेत लाल शिक्का आला, इतिहास या विषयात कमी गुण मिळाले. तेव्हा ते खूप उराशी लागलं. माझा अगदी जिवलग मित्र किरण. हळूहळू मित्र वाढले नंतर. मुळचाच त्यावेळी माझा स्वभाव खूप शांत जो शिक्षण पूर्ण होईपर्यंत तसाच होता. आता नाही, मी खूप बोलका, मोकळा आहे व मनात काही ठेवत नाही. त्याकाळात मराठी माध्यम मधील आमची शाळा नावाजलेलीच पण शिकवणी लावलीच. ५वी ते ८वी दन्नक गुरुमातेकडे व ८वी ते १०वी शौनक गुरुमातेकडे. त्यामुळे शाळा व शिकवणी दोन्ही करायचो. सुरुवातीला शाळा सकाळी सात पासून दुपारपर्यंत असायची व पुढे सकाळी १० पासून संध्याकाळी ५ पर्यंत. ताई नेहमीच पाठीराखणीला होती, आहे. आजपर्यंतही आमचं समीकरण साधं- ती माझ्यासाठी मित्र व मी तिच्यासाठी मैत्रिण जे आम्ही आजपर्यंत पाळलं. त्यामुळेच तिच्या मुलांसाठी (समिक्षा ११वीत सुचीर ६वी आता) मी आवडता लाडका मामा व ती दोघं नेहमीच माझ्याजवळ त्यांना माझं सान्निध्य, बोलणं, स्वभाव सर्वच आवडतं. मी कुठल्याही प्रवासात ताई, भाऊजी व मुलांना नेतोच व त्यांना सर्वांनापण आमच्याशिवाय करमत नाही. हो थोडा पुढे गेलोय येतो परत. शाळेच्या काळातलं सर्व सांगायचं म्हणजे माझा नित्यनियम ठरलेला. शाळा, शिकवणी करणे व घरी येऊन अभ्यास करणे, खूप अभ्यास. उन्हाळी सुट्टी लागली कि मग मात्र क्रिकेट खेळणे (कॅरम, चेस) भावंडांसह. मित्रांसह पण इयत्ता ५वी पासूनच मी अभ्यासात तल्लख झालो. किंबहुना जास्त अभ्यास करून चांगले गुण मिळवणे हे मला छान जमलं. ९वी पर्यंत २-४ वेळा माझा क्रमांक वर्गात १-५ मध्येच यायचा. प्रत्येक वर्षीच्या सहामाही, वार्षिक परिक्षा दिल्या की, मी घरी येऊन उत्तरे तपासायचो. त्याचदिवशी मग त्या प्रश्नपत्रिकेवर गुण लिहून ठेवायचो. आणि त्या गुणांच्या जवळपास गुण मला मिळायचे व माझ्या या गोष्टीचं मला आजही आश्चर्य वाटतं. माझ्यापेक्षा भरपूर हुशार मुलं होती, प्रत्येकवेळी पण मी माझ्या प्रयत्नांवर व त्यामुळे मिळणाऱ्या यशावर नेहमी खूष होतो. या

सर्वात माझा मित्र किरण मात्र मागे पडला व माझ्यापासून दूर गेला. आम्ही अजूनही मित्र आहोत. मध्ये ५-६ वर्ष एकमेकांपासून दूर गेलो. पण आता कोण काय करतं कुठे आहोत हे माहिती असतं व आत्ताचं आयुष्य पण खूप दगदगीचं हो २०२० चालू आहे. माझ्या मित्रांमध्ये भर पडली राहूल, अविनाश, विनोद, सुमित. मैत्रिण नाही कुठलीच मैत्रीण नव्हती. तेव्हा मुलींना बोलणं जणू गुन्हाच होता. माझी एक वर्गमैत्रीण श्वेता आम्ही गेल्या ५-७ वर्षात बोलतोय एकमेकांशी. (ती माझ्या बायकोची डॉक्टर झाल्यापासून) आमच्या मनात लहानपणापासून खूप मान आहे. कारण फुलेनगरमध्ये असताना आम्ही त्यांच्याच घरी भाडेकरू होतो त्यामुळे त्यांच्या परिवारातल्या सर्वांनाच माझ्याबद्दल मान-आदर आहे की इतक्या प्रतिकुल परिस्थितीतही मी उच्च शिक्षण घेऊन ज्ञानाचा भांडार जमा केला. जवळपास ५वी ते १०वी हा प्रवास खूप छान गेला. माझी शैक्षणिक प्रगती खूप छान झाली. मित्र खूपच कमी होते मला. त्याचं कारण माझा शांत स्वभाव व मला मुळीच मित्र ठेवायला आवडायचं नाही. माझा अभ्यास याशीच माझी मैत्री झाली. मी हुशार होणं यात माझ्या शाळेचा, गुरुजनांचा वा मोजक्याच काही इतरांचा, ताईचा, माझ्या आई-वडिलांचा सिंहाचा वाटा आहे. मी माझे मित्र गुरुमाता दन्नक व गुरुमाता शौनक यांची आठवण काढतो. त्यांनी शाळेत त्याचप्रमाणे शिकवणीत आम्हाला खूप छान शिकवलं. मी पुन्हा पुन्हा सांगतोय की माझा स्वभाव खूप शांत होता. मला आठवीतली एक गोष्ट आठवती आमच्या गुरुमाता-शिक्षिका-शौनक-सर्वांना सांगायच्या की मी पुढे जाणार खूप, यश मिळवणार. मला हसू यायचं म्हणजे चांगले गुण घेऊन, चांगला क्रमांक वर्गात मिळवणं आणि पुढे जाऊन यश मिळवणं याचं काय साम्य काय सान्निध्य असं मला वाटायचं. पण आज ते आठवलं कि अभिमान वाटतो. एका शिक्षकालाच विद्यार्थ्याची कला, गुण, अवगुण दिसणार व आठवीला आमची बुद्धी तितकी काय चालणार. माझ्या त्या सर्व शिक्षक-शिक्षिकांना मी माझा साष्टांग नमस्कार करतो. ज्यांनी वेळोवेळी माझ्यासारख्या कित्येक विद्यार्थ्यांचे गुण व ज्ञान ओळखले व त्यांना पुढे जाण्यासाठी प्रोत्साहन व मार्गदर्शन दिले. गणित, इंग्रजी, विज्ञान यासाठी गणेश नगरला आर. के सरांकडे शिकवणी होती व संस्कृतसाठी भालेराव शिक्षिकेकडे व चारही विषयात मला नेहमीच पैकीच्या पैकी गुण पडायचे. त्यामुळे त्यांच्या शिकवणीचे पण धन्यवाद व त्यांच्याही चरणी साष्टांग नमस्कार.

असंही नाही आमच्या शाळेतले शिक्षक-शिक्षिका छान शिकवायचे नाही त्यावेळी सर्वच शिक्षक मनापासून व छान शिकवत. पण घरी आई-वडिलांना वेळ देता येत नसायचा. म्हणून शिकवणी लावणं गरजेचं होतं कदाचित. ४थी नंतर १० वी बोर्ड परिक्षा त्यामुळे महत्त्व होतं त्याला. मला ८३.८६% गुण मिळाले. काही गुणांमुळे वर्तमानपत्रात नाव नाही आलं. निराशा झाली. १ली ते १०वी चा खडतर प्रवास आठवला. आई-वडिलांना आनंद झाला असता वर्तमानपत्रात नाव बघून. आंनद झाला असता अस वाटलं असो. मी मिळवलेलं यश कमी नव्हतं. अपेक्षा नेहमीच जास्त

असतात पण परिस्थिती, कष्ट, नशीब या सगळ्यांची जोड लागते यशाचा तुरा मिळवण्यासाठी. माझा आनंद होता की अहमदपूरला महात्मा गांधी विद्यालयात प्रवेश मिळावा व तेवढ्या टक्केवारीत मला प्रवेश मिळाला. मला आधीपासून अभियांत्रिकी शाळेत जायचं होतं. म्हणून मला महाविद्यालयात गणित-विज्ञान (रसायनशास्त्र) भौतिकशास्त्र हाच गट पाहिजे होता व तो मिळाला. (पीसीएम) आता बऱ्याचशा व्याख्या बदलल्यात. जसं मी अहमदपूरला गेलो महाविद्यालयीन शिक्षणाला तशी बरीचजण आली काही जण नांदेडला शिकले. माझ्यासह सुमित, अविनाश, विनोद ही होती. काही नविन पण मोजके मित्र झाले. २ वर्षात त्या पुढे त्या दोन वर्षाच्या प्रवासाबद्दल विश्लेषण करून सांगेन मी पण आता ५ वी ते १० वी याच काळातल्या इतर घडामोडी कशा झाल्या, अनुभव काय आले याबद्दल सांगतो. दादाचा पूर्ण वेळ किराणा दुकानात जायचा. त्यामागे खूप भानगडी रोजची गिऱ्हाईक माल जसा संपेल तसा आणणे, व आई त्याच्या खांद्याला खांदा लावून मदत करायची. त्यानां विशेष काही वेळ नाही भेटायचा. आमचा अभ्यास वगैरे घेण्यात उलट मी व ताई त्या दोघांना होईल ती मदत करायचो. घरची कामं उरकणं भांडी पालथं घालणं, चहा करून आईला दुकानात नेऊन देणे, घर झाडून काढणे छोटी छोटी कामंच आनंदाने केली आम्ही. लहान भाऊ नेहमीच आपल्या मित्रांसह गुंग असायचा. त्याचे सर्व मित्र आमच्यापेक्षा खूप श्रीमंत त्यामुळे दूचाकी, सायकल सर्वात आधी त्याने शिकले. ताईने मला सायकल शिकवली व शिकवताना खूप जोरात पाडलंही. पडल्याशिवाय शिकणं अवघडच असतं. तिची मला खूप मदत झाली. शाळेतसुद्धा मी तिच्यासह डबा खायचो. तिच्या मैत्रीणींसह. मुळात माझा शांत स्वभाव व कमी मित्र जणू मित्रच नव्हते अशी परिस्थिती होती. एकदा ताईच्या मैत्रीणीने आम्लेट आणलं होतं. मी डबाच नाही खाल्ला. उपाशीच राहिलो. माझ्याबद्दलची आणखीन एक गोष्ट मी पूर्ण शाकाहारी आहे आणि तसाच राहिन शेवटपर्यंत. मला कधीच मांसाहार खायला आवडणार नाही.

परत आई-वडिलांच्या भूमिकेत जाऊ. एकंदरीत सांगायचं म्हणजे खूप कष्ट करून त्यांनी आम्हाला शिकवलं. किराणा दुकानात तराजू असतो तो धरून त्यांच्या हाताला घट्टे पडले. पण मुलांचं भवितव्य घडावं यासाठी त्यांनी होईल ते प्रयत्न नेहमीच केले व दोघांचीही त्या कष्टातभागीदारी समानच होती असं म्हणायला काहीच हरकत नाही. घरचं काम करूनही आई-दादांना किराणा दुकान सांभाळायला मदत करायची. नवी आबादीच्या भाजी मंडईत भाड्यानं दुकान होतं आमचं. कितीपण अडचणीत कधी अन्नाची, कधी कपड्याची चुनचुन भासू दिली नाही त्यांनी आम्हाला. वेळ पडली कि सायकल मिळाली व विशेष असा हट्ट आम्हीपण त्यांच्याकडे कधी नाही करायचो. ताईच आज्ञाधारक व समजुतदार होती त्यामुळे आम्हीपण तसेच. लहान भाऊ-त्याचं एक वेगळं विश्व होतं त्याच्या मित्रांसह. फुले नगरमध्ये १-२ वर्षे आम्ही चुडावेकर यांच्या इथे भाड्याने राहिलो. त्यांनतर उमरेकर निवास येथे बाकी वर्षे व शेवटी आम्हाला स्वत:चं

घर लाभलं, साईबाबा नगर नांदेड-स्वत:चं टोलेजंग घर २ मजली व तितकच भव्य अंगण (आंब्याचं झाड) आणि तेच आमचं रहात घर आहे. आता त्यातल्या एकाच मजल्यावर आम्ही राहतो व बाकी गरजेप्रमाणे वापरले जाते. २००४-२००५ साली इथे रहायला आम्ही आलो व त्याकाळात मी पुण्यात उच्चशिक्षणासाठी होतो. ताईचं लग्न झालं होतं व तिला गोंडस समीक्षा पण झाली होती पहिली मुलगी. म्हणजे एकंदरीत ३ भाड्याची घरं, १ भाड्याचं किराणा दुकान व मग खूप मोठ स्वत:चं घर ही माझ्या वडिलांनी केलेली प्रगती. इ.स. १९९६ साली त्यांनी किराणा दुकानासह प्लॉटींगचा व्यवसाय चालू केला. पुर्णा रोडकडे म्हणजे ५-६ किलोमीटर दूर, मुख्य नांदेड आमचं राहत घर यापासून. त्याच अनुषंगाने हळूहळू जुना व्यवसाय बंद झाला किराणा दुकान व आईला फक्त घर सांभाळणं ही भूमिका मिळाली. मधल्या काळात माझा चुलत भाऊ अरुण दादा त्याचे कुटुंब यांनी दुकान चालवले. काही वर्षे फुले नगरला त्या ४ रुमच्या घरात ते होते आमच्यासह. त्यांची मदत कमी व त्रासच जास्त झाला मला व ताईला. माझं १०वी च वर्ष व ताईचं १२वी च वर्ष एकदाच व त्यावेळी त्यांची लहान मुलं, त्यांचं रडणं, ताई पास होण्याइतपत गुण घेऊ शकली १२वीत. मी मात्र मार्ग काढत पुढे गेलो. आमच्या त्या ४ रुम्सच्या घरात ६ दारच होती खूप जुने बांधकाम त्यामुळे व प्लॉटींगचा व्यवसायामुळे लोकांचं येणं-जाणं व त्याचा भयंकर त्रास मला व्हायचा. मी एका खोलीच्या कोपऱ्यात (म्हणजे तो हॉल असावा. सर्वच खोल्या सारख्या आकाराच्या) कुलरच्याच शेजारी खुर्ची व टेबल वापरून अभ्यास करायचो. तासन्तास तिथेच बसायचं.

गृहपाठ झाला कि पुढचे पाढे अभ्यास एके अभ्यास हेच माझे ध्येय होते. १०वी ला परिक्षेच्या काळात मी माझ्या मित्राच्या सुमितच्या घरी जाऊन अभ्यास करायचो. कधी कधी किरणच्या घरी व त्या दोघांचं खूप सहकार्य झालं. ताई मुलगी असल्याने असं कुठे जाता आलं नाही. भारतीय संस्कृती, दादांचा स्वभाव या सर्व बाबी जिम्मेदार आहेत त्यात व तिच्या कमी गुण मिळवण्यामागे या सर्वच गोष्टी सहभागी आहेत. ती खूप रडली १२वी च्या निकाला दिवशी. वाटलं आपण काही करावं पण शांत व जगातली काहीच माहिती नसलेल्या भावाला काय करता येईल. ती हुशार आहे पण परिस्थितीने हतबल व नंतर तिला पुढील शिक्षणही शिकता आलं नाही. २००३ ला लग्न झालं-बहुतांशी मुलींचं हेच होत असावं, झालं असेल. भारतात म्हणजे ते काही आश्चर्य नव्हतं. शिक्षण शिकताना व लग्नापूर्वी पर्यंत तिने दादांना व्यापारात लिखापडीसाठी मदत केली व कित्येकदा त्यांच्या भरपूर शिव्या खाल्ल्या. नवीन व्यापार त्याचं ज्ञान त्यांना कमी व त्यांना वाटायचं थोडं सांगितलं की आपोआप तिला बाकी समजावं-शिक्षणाचा अभाव पण तरी माझे वडील हुशार, चालाख , शुर- त्यांच्यासाठी एक वेगळे पुस्तक लिहावे लागेल. फक्त ४थी पर्यंत शिक्षण घेतलंय त्यांनी व आज त्यांचं नाव संपूर्ण जिल्ह्यात आहे. नांदेड शहरात आहे. जे त्यांनी मिळवलं ते अशक्यच आहे. असो विषयांतर नको. मी आजपर्यंत आयुष्यात कधी चुकीचं काम नाही केलं-चुकीच्या कामाच्या व्याख्या वेगळ्या असतील पण परिक्षेत प्रत करणे (कॉपी) माझ्या दृष्टीने चुक व १ली पासून

आतापर्यंत मी जे काही शिक्षण घेतलं त्यात मी हे कधीच नाही केलं. तसं १ली ते ९वी शाळेत हे घडणं अवघडच पण त्यातल्या त्यात मुलं एकमेकांना उत्तर दाखवणं हा प्रकार करायचे. पण मी हे कधीच केलं नाही. मला परिक्षेत मुलं आवाज द्यायची, हे दाखव ते दाखव, याचं उत्तर काय, मी आपलं मुक आणि स्तब्ध रहायचो. परिक्षेची उत्तरपत्रिका १०-२० मिनिटे अगोदर पूर्ण व्हायचीच व्हायची व मला फेरतपासणी करायला वेळ भेटायचा. अजून सांगू का कित्येकदा मी अतिरीक्त प्रश्न असतात ना त्याची पण उत्तरे लिहून बसायचो. हो अभिमान वाटायचा. नुसता अभिमान, गर्वाने छाती फुगायची. मुलं परिक्षा आली की घाबरायची व मी परिक्षेची १ महिना आतुरतेने वाट पहायचो. १०वीच्या बोर्डाच्या परिक्षेला पण तीच आतुरता होती बरे व का नसावी. कॉपी (प्रत) यावरचाच एक विषय सांगतो माझा व राहूलचा १०वीला एकाच शाळेत क्रमांक आला (नेहरु विद्यालय) व आमच्या त्या परिक्षागृहात कॉपी (प्रत) चालू झाले पण मी त्याच्या कडक विरोधात त्यामुळे मी बंड केला, ओरडलो व शिक्षकांना दमदाटी केली पण कुणी नाही ऐकलं. मला त्या गोंधळामुळे त्रास झाला माझी उत्तरपत्रिका लिहिण्यात. मला मिळालेले ८३% सहजच ९०-९५-९८% करता आले असते मला. पण मी माझी तत्त्व, सत्य नाही मोडलं. ठामपणे उभा राहिलो. राहूल माझा मित्र अत्यंत हुशार, त्याने तसं का केलं असावं मला माहित नाही व मी कधी विचारलं पण नाही. पण आता तो जिल्हाधिकारी आहे. व आम्ही एकमेकांना भेटतो, बोलतो. त्याला माझा अभिमान वाटतो व मला त्याचा. जसं मी सांगितलं ती टक्केवारी वाढवण्यासाठी त्याने ते केलं असावं. तो १०वी, १२वी बोर्डात आलाय पण युपीएससी परिक्षेत महाराष्ट्रात प्रथम व भारतात पंधरावा आला. पण मी त्याला नेहमीच एका विषयात-इतिहासात जास्त गुण मिळू दिले नाहीत आणि माझा मित्र म्हणून त्याने मला नेहमीच साथ दिली. ८वी ते १०वी तो नेहमी म्हणायचा नुसतं अभ्यास करून कसं चालेल थोडं खेळ रे, पण तो मुळातच हुशार, तल्लख, त्याचे वडील मोठे शिक्षक. घरातनं पण त्याला मार्गदर्शन मिळालं. यालाच आपण भाग्य म्हणतो ना व मग त्या भाग्याचं मोल केलं त्याने त्याच्या कष्टाने. पण माझं एकंदरीत सर्वच उलटं, घरी मार्गदर्शन नव्हतं, अभ्यास करायला जागा, स्वतंत्र खोली नव्हती किंवा घरातल्यांना शिक्षणाचं महत्त्वही नाही कळायचं. म्हणूनच याला नशिब म्हटलं जात. पण मी नशिबाला बदललं, कष्टाने खूप कष्ट करून गुण मिळवले. प्रत्येक जागी व तत्त्वांशी कधीपण तडजोड नाही केली. त्याचा मला अभिमान, हट्टीपणा पण मला तो आनंद देतो. मला तो जगणं साध्य आहे हे सांगतो. कदाचित मी तडजोड नाही केली म्हणून कमी यश मिळालं, मी मोठा अधिकारी नाही झालो पण मला त्याचं दु:ख होत नाही. हे कलीयुग आहे. पण सत्ययुगातल्या तत्त्वांनी मी जगलो, ज्याचा मला गर्वच आहे व माझ्या शिक्षकांना पण माझ्यावर आहे. मी नेहमीच शिक्षकांची थाप मिळवली पाठीवर, माझ्या इतिहासाच्या शिक्षिका-मोरे मॅडम सर्वांना सांगायच्या याच्यासारखं लिहायला शिका उत्तरे. मी इतिहासात ६० पैकी ५६-५८ गुण घ्यायचो

नेहमी राहुलपेक्षा जास्त पण भुगोल मात्र थोडं गोल होतं माझं. तिकडे कमी गुण पडायचे व चित्रकला पण मला कधीच जमली नाही. त्या शिक्षकांचा खुपदा मारही खाल्ला मी. हो सत्य आहे हे. जेमतेम काही चित्र जमायची मला पण माझ्या मित्राने अविनाशने नेहमीच जमेल रे असे म्हणून प्रोत्साहीत केलं मला. मराठीच्या देशपांडे मॅडम, हिंदीच्या मॅडम, विज्ञानाचे कडक आसेगावकर सर, इंग्रजीचे कुंभार सर, बैनवाड सर (उपाध्यापक) सर्वांचीच कधी ना कधी मी शाबासकी मिळवलीच. एकदा विज्ञानमध्ये पैकीच्या पैकी गुण पडले. सरांनी समोर बोलावून पाठ थोपटली (आसेगावकर सर–फारच कडक) हिंदीच्या मॅडमने मला सर्वांसमोर मी लिहलेलं पत्र वाचून दाखवायला सांगितलं व पाठ थोपटली. मी घरी आईला, ताईला सांगितलं, त्यांना पण आनंद झाला. माझा दुसरा, तिसरा गुण म्हणजे मी भावनिक आहे. त्यामुळे पत्र, निबंध यामध्ये चांगलाच पारंगत आहे मी. ४थी ५वी पासून रोज दैनंदिनी पण लिहतो ती आजपर्यंत. भूमितीसाठी येवतीकर सर होते. त्यांचा पण मी लाडका होतो. अजून आहे. ते माझ्या संपर्कात आहेत व बोलणं होतं त्यांच्याशी.

आर.के. सरांकडे शिकवणी २–३ वर्षे असताना एक पद्धत होती. रोज इंग्रजीचे १०–२० शब्दार्थ पाठ करायचे व तिथला माझा पराक्रम सांगू, मी कधीच उत्तरे चुकलो नाही व एकदापण छडी नाही खाल्ली. आम्हीच एकमेकांना छडी मारायचो. कष्टासह भाग्य वा प्रारब्ध पण म्हणा त्याला पण मला अभिमान वाटतो त्या पण गोष्टीचा. माझ्या शैक्षणिक काळातल्या अशा सर्वच गोष्टींचा मला खूप अभिमान वाटतो, वाटत राहिलं. मी मिळवलेल्या प्रत्येक गुणाचा अभिमान वाटतो कारण खूप अभ्यास करून कष्ट करून गुण मिळाले. (प्रत)कॉपी कधीच नाही केली. जेवढी गुणवत्ता तेवढे गुण मिळवले. १०वीत जो प्रसंग झाला त्यामुळे पण माझे गुण कमी झाले असं दादांना वाटतं व ते खरं असावंही. कॉपी करण्यात पियुष पण होता. त्याच विद्यालयाच्या उपाध्यापकाचा मुलगा व जेव्हा मी बंड केला त्यावेळी त्याने जी शिक्षिका होती तिच्याद्वारे माझ्या उत्तरपत्रिकेवर चुक करून सही पण केली असावी (करायला लावली) याची दाट शक्यता होती व आजही ते झालं असेलच असं वाटलं मला व दादांना. पण ११ वी १२वी चा पुढचा खडतर प्रवास त्यामुळे याला फेरतपासणीला पाठवणं याच्या नादी आम्ही नाही लागलो व आमची परिस्थितीपण नव्हती विनाकारण पैसे घालण्यामध्ये आणि मी त्या वर्गात कॉपी न करू दिल्याने त्यांनी माझे गुण कमी करायचे म्हणून असं केलेलं असू शकतं. जो शिक्षक वर्गात असतो त्याची सही घेऊन चुक आलेल्या उत्तरावर रेषा मारता येत होत्या त्यावेळी व मी खूप तांडव केल्याने त्या बाईंनी माझा क्रमांक (परिक्षा) नोंदही करून घेतला होता. असो. इतिहासात जमा आहे ते– त्यालाच भाग्य म्हणू नाहीतर काही गुणांनी बोर्डात माझं नाव नाही आलं ते आलं असतं म्हणजेच माझ्या कष्टाला भाग्याने साथ दिली नाही व दुसरा मार्ग मी तडजोड केली नाही, भ्रष्टाचार केला नाही– भाग्य कसं बदलेल– तडजोड (भ्रष्टाचाराने) किंवा मग त्या परमेश्वराने म्हणजे भाग्याने ती गोष्ट घडू न देणे असो. इतिहास जमा गोष्ट विजय–पराजय, पहिला क्रमांक–दुसरा क्रमांक सर्व भाग्य

बरोबर ना?आपण स्पर्धेत धावताना ही रेष-धागा ओलांडावाच लागतो व ते ओलांडणं न ओलांडणं हाच फरक असतो विजय-पराजयात. बरोबर ना व आयुष्यही तसंच आहे. खेळ पण तसेच आहेत. त्याचे परिणाम (results) तसेच आहेत. मग आहे ना भाग्य, म्हणजे सध्यापुरत आपलं शीर्षक योग्य दिशेने आहे व पुढे पण होईलच. १० वीच्या बोर्ड परिक्षेचा अजून एक अंगावर ओढवलेला प्रसंग, दादा मला गाडीवर सोडायचे, शेवटच्या क्षणापर्यंत मी अभ्यास करायचो पण एका पेपरच्या वेळी हॉल तिकिट घरी विसरून राहीले खूप घाई गडबडीने दादा आणायला परत गेले. त्यावेळी मोबाईल सुविधा नव्हती. आमच्याकडे तर लँडलाईन पण नसावा. दादांनी वेगाने गाडी पळवली व वेळेत मला परिक्षागृहात प्रवेश घेता आला.

शालेय सुट्ट्यांमध्ये मी घरगुती खेळात खूप परिपूर्ण झालो. (बुद्धीबळ, कॅरम इत्यादी) मावस भाऊ सोमेश, गीता, बेबी मावशी हे यायचे सुट्ट्यात रहायला. कधी मी, ताई किंवा मीच त्यांच्याकडे जायचो रहायला. मला ५ मावश्या व १ मामा (राजू) १० वीत जरी माझं वर्तमानपत्रात नाव नाही आलं, मी बोर्डात क्रमांक नाही मिळवला तरी गंगाखेड हून कलम आणून वाटली आई-दादांनी. (१०-१२ किलो) व मी १२वीत तरी बोर्डात येईल अशी अपेक्षा केली. त्यावेळी निर्णय प्रेसमध्ये लागायचा. नवी आबादीत आमची किराणा दुकान तिथूनच मागे चालत गेलं की जयभीम नगर, तिथल्या प्रेसला निकाल पाहिला. हात-पाय थांबले. ९० च्या वर अपेक्षा होती. ८३.८४% बघून मृत्यूचा विचार आला. जवळच विहीर होती व मनात काहीही न ठरवता मी सरळ उडी मारायला निघालो पण माझा मित्र किरण, राजू मामा माझ्या मागे आले त्यांनी थांबवलं मला. बाहेरच्या जगाचं काहीही ज्ञान नसलेला मी असं करू लागलो. मलाच विश्वास बसत नाही आज. डोक्यात एकच ध्येय असताना दुसरं काय सुचणार. आजूबाजूचा विचार कधी येणार. भाग्य परमेश्वराने वेळीच वाचवलं व नाहीतर ९८-९९ पासून इ.स.२०२० कसं बघता आलं असतं मला व त्यापुढील आयुष्यातले क्षण पण नसले असते. जे काही असतील सुख-दुःखाचे व माझं पृथ्वीलोकावरचं काम संपलही नसेल ते संपल्याशिवाय देव कसा निर्णय घेईल. तेवढे श्वास मोजूनच दिलेले असतात त्या विधात्याने प्रत्येक माणसाला (मनुष्याला).

दादांच्या व्यापाराबद्दल सांगायचं म्हटलं तर त्यांनी दुसरा व्यवसाय चालू केला त्यांच्या एका नातेवाईकासह भागीदारीमध्ये. 'कृष्णा नगर' म्हणून त्यांचा पहिला प्रकल्प पुर्णा रोड वर व त्यांनी आतोनात प्रयत्न चालू केले. पुढे त्यांच्या भागीदाराने त्यांना धोका दिला. त्याचं सत्य व कारणे माहीत नाहीत. पण त्यात खूप नुकसान झालं व त्यांची भागीदारी तुटली, नातं तुटलं. पण दादांनी कधीच हार न मानता इतर प्लॉटींग प्रकल्प एकट्याने हातात घेतले. खिशात १रु. पण नसताना मोठे मोठे प्रकल्प चालू केले व यश गाठायला लागले. प्लॉट विक्रीसाठी लागणारं कौशल्य त्यांच्यात होतं, आहे. त्यांचं डोकं संगणकासारखं चालायचं व धैर्य, शौर्य याला तर शब्दच नाहीत. इतक्या धाडसाने त्या व्यापारात कुणीच निर्णय घेतले नसतील. त्यांचा जो स्वर्णकाळ होता २०१०-२०१२

पर्यंत. त्यात लोक त्यांना दोन काळजाचा धाडसी व्यापारी म्हणायचे ते सत्यच होते. त्यांच्या धाडसासाठी शब्द कमीच आहेत. सायकलद्वारे सामान आणून किराणा चालवणं व महागड्या जमिनी घेऊन त्याचे प्लॉटस् विकणे यात खूप फरक होता. ते स्वप्न बघणं हेच सर्वात मोठं धाडस. पैसे नसताना जमीन खरेदी करणं मोठं धाडस. गिऱ्हाईक शोधणं त्यांना पटवून सांगणं, शहरापासून इतक्या दूर जमिनी घ्यायच्या, प्लॉटस् घ्यायला लोकांना पटवणं हे पण धाडस त्यांच्यापेक्षा कित्येक जुने लोक या व्यापारात होते त्यांच्या विरुद्ध उभे राहणं- किती धाडसी निर्णय होते ते. हे एकत्रित पाहता दादा माझे वडील एक धाडसी व्यापारी व त्यांच्या यशाचं रहस्य हे धाडस, चातुर्य व जन्मत: असलेली हुशारी हे आहेत. शिक्षण नसतानाही यशाचं शिखर गाठणं, किर्ती, पैसा, नाव मिळवणं प्रत्येकाला जमत नाही. भाग्यच न मग हे जमणं योगायोग जुळून येणं व ते करण्यासाठी लढणं, आयुष्यात संघर्ष करणं, काहीतरी गमावणं व त्यांनी गमावलं. त्यांना १० वर्षांपासून साखरेचा आजार आहे आणि याच एकमेव कारण त्यांचे कष्ट, डोक्याचा ताण, धाडसीपणाने आलेली समस्या सोडवणं हे सगळं आहे. काही मिळवण्यासाठी काही गमवावं लागतच- आहे ना प्रत्येकाचीच गोष्ट आयुष्याची. जीजामाता शाळा जिथे आम्ही ४थी पर्यंत शिकलो व नंतर पिपल्स महाविद्यालय. आम्हाला घरी जाऊन जेवण जमायचं नाही त्यामुळे डबा देण्याची पुर्ण जिम्मेदारी आईचीच. डब्यात भाजी खराब होणार म्हणून बहुतांशीवेळा पोळी-चटणी (शिळी पोळी शाळा लवकर असताना) कारण आईला पुढे दिवसभर दादांना पण सहकार्य करावं लागायचं किराणा दुकान. आज पण आईच्या हातची शेंगदाणा चटणी-पोळी याची चव जगातल्या कुठल्याच अन्नाला येत नाही. प्रवासाला जाताना नेहमी रात्री उशीर झाला तरी आणि काहीच खावं वाटलं नाही तरी तेच खायचं, मन भरून जात. जिभेला चव छान लागते व ताकदही मिळते. मध्ये मध्ये १-२ रूपये मिळायचे आई-दादा कुणीपण देत. आमच्या महाविद्यालयात ७५ पैश्याला १ ईडली-चटणी मिळायची व खूप छान. आम्हाला आजपण त्याची चव आठवते, बाहेर भेळ इत्यादी (फाटकाच्या) पण नाही खाल्लं ते कधी किंवा खूप क्वचित खाल्लं. मला तर परिक्षा असली की जेवण जायचं नाही. पुर्ण शिक्षण होईपर्यंत, आईजवळ असेपर्यंत ती काही ना काही खायला द्यायची पण पुढील शिक्षणासाठी उपाशीच जाणं, प्रश्नपत्रिका छान सोडवण्यात आली की मग जाम भूक लागायची व पोटभर खायचं. लहानपणापासून मला गोड आवडत नाही पण पोहे खूप आवडतात आजही. सकाळी ७.३० ला शाळा असताना बऱ्याचदा आईने पोहे केले व मी डबा भरण्याच्या आधीच ते खाऊन टाकायचो. मग काय रागवायचीच आई. खूपदा आईचा मार खाल्ला. नवी आबादीत एकदम लहान असताना, त्यानंतर ताई, लहान भाऊ भांडताना, मी एकटाच मार खायचो. सर्व राग आई माझ्यावरच काढायची. लहान भाऊ पळून जायचा. सर्वच भावंडांमध्ये भांडणं होतातच. लहानपणी मारामारी आमच्याताही व्हायची. माझं फार मस्त व्हायचं. ताई मोठी असल्याने मी तिला उलट मारायचो नाही. त्यामुळे तिचा व लहान भावाचा मार खाणं हेच माझं प्रारब्ध. पण

भावंडांच्या लहानपणीच्या मारामारीला काय विशेष अर्थ व महत्त्व असो. पण असं काही शाळा, विद्यालय, महाविद्यालय या ठिकाणी झालं नाही.

मी कधी कुणाचा मार, शिव्या नाही खाल्ल्या वा कधी कुणाला शिव्या दिल्या पण नाहीत. मी शांत स्वभावाचा. शाळा, विद्यालय संपेपर्यंत व त्यात हुशार त्यामुळे मला कुणी मुद्दामहुन भांडायचं नाही व मला तर फक्त अभ्यास आवडायचा. त्यामुळे मी कुणाच्या फाटक्यात पाय घालायला कधी गेलो नाही. शाळा-घर, शिकवणी-घर असंच माझं शालेय जीवन व महाविद्यालयात सुद्धा. पण तरी ८वी चा एक प्रसंग आठवतो. ताईने मला जोरात ढकललं व मी दुसऱ्या दिशेने येणाऱ्या सर्व विद्यार्थ्यांवर पडलो. मी ८वीत व ती १०वीत. तिची शाळा संपायचं वर्ष व इयत्ता ४थी मध्ये माझं नाव मी काहीच न करता एका विद्यार्थ्याने शिक्षिकेला सांगितले. विनाकारण मार खावा लागला. खेळाच्या तासात मी व किरण (मी कधीच भाग नाही घ्यायचो, पण घेतला) व आम्ही छान नियोजन करून त्या विद्यार्थ्याला (अमोल हो) जोरात चेंडू मारला व किरण मला म्हटला असं असतं जगायचं. किरण १०वी पर्यंत सोबत होताच. मी मुळीच चित्रपट नाही पाहायचो. दूरदर्शन वर पाहतानाही (टी.व्ही.) सुरुवातीला आमच्याकडे ब्लॅक अॅन्ड व्हाईट व मग कलर काळाच्या अनुषंगाने किंवा आर्थिक प्रगती मुळे. बहुतेक चुडावेकरच्या इथे भाड्याने असताना कलर टी.व्ही. घेतला होता. आता तर खूप प्रकार (एलईडी, एलसीडी) प्रत्येक खोलीत टी.व्ही. (एलईडी)

माझं अक्षर थोडं घाणंच. राहूलचं त्याहूनही घाण. पण अविनाश, विनोद, किरण यांची अक्षरे वळणदार. श्वेताचं पण. मग मी काही वर्ष (एकदाच वाटतं) अक्षर लिखाणाची शिकवणी लावली त्यामुळे बरं झालं. राहूल त्याच्या समस्येचं निराकारण तोच करायचा. दोन ओळीत लिहायचं इतकं मोठं अक्षर. सध्या माझ्या अक्षराच्या चार पाच पटीने मोठं अक्षर होतं. १०वी नंतर त्याने काही बदल केले असतील त्याचा मला अंदाज नाही. आम्ही त्या विषयावर कधी बोललो पण नाही. अशात कधी आता जिल्हाधिकाऱ्याला त्याचं अक्षर कसं आहे रे बाबा कसं विचारू? व मिळवलेल्या यशानंतर व वयाच्या ३६-३८ व्या वर्षी या गोष्टीला महत्त्व नाही. मी व्यापारी तो जिल्हाधिकारी. कदाचित शिक्षक लेखक असतो तर काहीसं महत्त्व आलं असतं. पण आपण २१व्या शतकात (डिजीटल-अत्याधुनिक काळात) जिथे काही सेकंदातच लिखाण होईल तिथे लेखणीचा वापर आजकाल सध्या बँकांमध्ये स्लिप भरतानाच होतो याउपर काही नाही. मी खेळाच्या तासात किंवा मध्यांतरात पण शांतच बसायचो व राहूल मला नेहमी म्हणायचा नुसता अभ्यास नको, शरीराकडे पण बघ, पण मी नाही ऐकलं व आजही मला ते आठवतं. एकदा प्रयत्न केला खो-खो खेळायचा. पण जोरात पडल्याने खरचटलं. पण दिवाळी व उन्हाळ्याच्या सुट्ट्यांत मात्र माझं सर्व उलट होतं. आबादीतल्या मित्रांसह फुलेनगरच्या मैदानात किंवा नांदेडच्या (गुरुगोविंद सिंग मैदानात) क्रिकेट खेळायचो. जमा करून पैसे आम्ही चेंडू फळी विकत घेतली होती. हिशेब माझा आधीपासून पक्का, सरळ. कुणाचे उपकार घेतले नाहीत व कुणावर केले

पण नाहीत. माझा छंद वाचन व क्रिकेट पाहणे. आपल्या देशाच्या सामन्यांना सतत समर्थन करणे. ४थी पासून मला हा खेळ कळतो व आजपर्यंत मी सर्व सामने पाहायचा प्रयत्न केला. शिक्षणामुळे नोकरी, व्यवसायामुळे सामने नाही पाहिले. पण निकाल सर्व सामन्यांचा माहीत आहे. महत्त्वाचे सामने पाठ आहेत. जे विश्वविक्रम होतात ते माहीत आहेत. फक्त हा एकच खेळ आहे ज्याची माहिती मी खूप जवळून ठेवतो. माझ्यासाठी असंख्य भारतीयांप्रमाणे सचिन तेंडूलकर देव आहे व राहील. त्याचा २४ वर्षांचा खेळ मी पाहू शकलो हे माझं भाग्यच कि या काळात जन्म घेतला. सौरभ गांगुली आवडता क्रिकेट कर्णधार कारण त्यानेच जिंकायला शिकवलं. राहूल द्रविडला जगातले सर्वच खेळाडू भिंत म्हणतात. आजपर्यंतचा तांत्रिकरित्या सर्वात कुशल फलंदाज आहे तो. बाहेरच्या देशातले कुठलेच खेळाडू मला आवडत नाहीत. २०११ पासून २०२० पर्यंत भारतीय संघांच्या उच्चांकाचा वेळ तोपण मी पाहू शकलो. पुन्हा परमेश्वराचे आभार मानतो की या काळाचा साक्षीदार आहे मी. हे सर्व बघण्याचं सौभाग्य मला मिळालं. १९८३ ला आपण विश्वविजयी आहोत व सुनिल गावसकर, रवि शास्त्री, वेंगसरकर, पतौडी अशी खूप जुने छान खेळाडू होऊन गेले भारतात. पण आपण पूर्णपणे मजबूत असा संघच नव्हतो तेव्हा. मोहम्मद अझरुद्दीन पण छान कर्णधार होता. पण भाग्य पुन्हा एकदा आलं त्यापेक्षा जास्त यश गांगुलीने मिळवलं, आहे ना भाग्य. तेंडूलकरपेक्षा खूप छान खेळाडू भारतात असतील पण जागतिक स्तरावर संधी नाही मिळाली त्यांना किंवा त्यांनी संधीचं सोनं नाही केलं. म्हणजे भाग्य सदैव सचिन तेंडूलकरसोबत होते. म्हणजे त्याच्या संघर्षाला यश आलं. मग जो जिता वोही सिकंदर. तत्त्व, सत्य याचा काय भाग, त्यात आणि आमिर खानचा हाच माझा आवडता चित्रपट. नंतर दुसरा तिसरा छंद चित्रपट ही झाला. त्यावर अनुषंगाने बोलेन. १०वी पर्यंत वाचन मला खूप आवडायचं. प्रत्येक सुट्ट्यांमध्ये पुस्तके गोळा करून वाचायचो पण विकत नवीन घेता येत नव्हती भंगारच्या दुकानात किलोवर मोजून निवडून घ्यायचो. मी चित्रपटाला नाही जायचो. पण किरणसह जा. चित्रपट पहा असं दादा म्हणायचे. १० वी पर्यंत क्वचित चित्रपट पाहिली पण तेही माझ्या दादांमुळेच. नाहीतर पुस्तकी ज्ञान एवढंच आपलं काम होतं. पुढे आहे गम्मत त्याची ही. जग पुस्तकी ज्ञानाने नाही चालत फक्त. हं त्याचा सिंहाचा वाटा आहे कारण ज्ञानाइतकं मोठं भांडार काहीच नाही व ज्ञान कोण चोरणार ते आपल्या डोक्यातच असणारच. हे माझ्या दादांनी मला नेहमीच सांगितलं. त्यांचे उपदेश मी सतत पाळले. मी त्यांनाच माझा गुरु व देव मानले होते. कधी एके काळी त्यांनी मला सांगितलं की देव सगळीकडे असतो. पण श्रद्धा आपल्या मनात हवी. जी माझ्या मनात कधीच तयार नाही झाली. एका नास्तिकासारखाच मी. त्यांनी सांगितलं एका कोपऱ्यात एक काडेपेटीची काडी ठेव व तिची श्रद्धेने पूजा कर व त्यालाच देव माना पण त्यासाठी तो दृढविश्वास व श्रद्धा मनात हवी कि ज्यामुळे ती हाक तितक्या आर्ततेने ईश्वराकडे पोहोचावी व आजही मला तेच पटतं व खरं दाखवण्यासाठी, करण्यासाठी नसती पुजा ती मनातून हवी व मला वाटलं की मनातून ईश्वराला हाक देवू किंवा भांडू तेव्हाच

ते मी करतो. देह देवाऱ्यात चित्त पायताणात म्हणतात ना तो प्रकार मला नाही आवडत. उगीच देवाच्या चरणी माथा टेकायचा व लक्ष सगळं चपला चोरी जातील का यात किंवा इतर काही विचारात मन असणं चूक आहे. मनाने, शरीराने त्याचे स्मरण करू तरच ते साध्य होईल. सर्व गुरू, महात्मे, संत हाच संदेश देत असतील. माझ्या मनात कुठल्याच देवाबद्दल मनातून श्रद्धा किंवा भाव नाही पण माझ्या आयुष्यात वेगवेगळ्या पद्धतीने वेळोवेळी मला मदत केलेल्यांना मी देवच मानलं. माझ्या आई-वडिलांना देव मानलं, ताईला देव मानलं. मी ज्या ज्या गुरूंकडून- शिक्षिकांकडून शिकलो त्यांना देव मानलं. पुढील आयुष्यातही असंच माझ्या आयुष्यात बदल आणणाऱ्यांना मी देव मानलं. खेळासाठी २४ वर्ष देणारा खेळाडू (सचिन) माझ्यासाठी देव, सिमेवरती जीव देणारे, रक्षा करणारे सैनिक माझे देव, प्रत्येक पदावर मन लावून सर्वांसाठी न्यायासाठी लढणारेलोक (कर्मचारी) माझे देव, एक लहान मुल माझा देव, शाळेत शिकणारे, अभ्यास करणारे विद्यार्थी माझे देव. माझ्यासाठी तर याच व्याख्या आहेत. प्रत्येक गृहिणी तिचं काम तत्परतेने करते ती देवी. मग तेव्हाच देव सर्व जागी असतो, सर्वांमध्ये असतो, कणाकणांत असतो हे सत्य ठरेल. मध्येच छोट्या-मोठ्या कविता केल्या पण नाही जमल्या. त्यामुळे छंद तसाच राहिला तो. पण प्रयत्न केले. चांगल्या कामासाठी प्रयत्न केलेले बरे वाईटापेक्षा. मी सुट्ट्यांमध्ये हे सर्व छंद पूर्ण करण्याचा प्रयत्न केला. दैनंदिनी सोडून एक वही केली त्यात बरचं काही लिहित राहिलो. माझे वडिलांकडचे आजी-आजोबा आमच्या लहानपणीच आम्हाला कळत नसताना वारले. त्यामुळे त्यांचं प्रेम, माया काय असती कधी कळलंच नाही. हो पण आई चे आई-वडिल होते. आजी तर आजही माझ्यासहच राहते. आजोबा वारले २००८ ला नांदेडलाच व त्याआधी अहमदपूर पुणे इथे शिकताना ते दोघेही माझ्यासोबत होतेच.

दादा खूप रागीष्ट व तापट आणि आम्ही खूप लहान त्यामुळे ५-६ वर्ष ह्या आजी-आजोबांच्यापासूनही आम्ही दूर होतो. एक दोनदा लग्न कार्यात मावशीच्या ते आठवतं व सुट्ट्यांत. इथे विष्णुनगरला नांदेडलाच होते आजोबा नोकरीमुळे व मामा परभणीच्या मावशीकडे पण त्यांना (आजी आजोबांना) आम्हाला भेटायची मुभा नव्हती. आमच्या घरी यायची मुभा नव्हती याचं कारण काय याचा अभ्यास मी जास्त खोलात जाऊन करण्याचा प्रयत्न केला नाही. पण आमच्या दादांनी सांगितलं त्यांच्यासह आमचा संबंध बंद होतो. संपर्क शून्य होतो (नाहीसा होतो) व त्यांची लक्ष्मणरेषा मी अजूनपर्यंत कधी ओलांडली मला नाही आठवत. व कधी ओलांडणार पण नाही. मीच नाहीतर आई, ताईपण कधी हे करू शकले नाहीत. करणार नाहीत. व आजही आम्ही करू शकत नाही. याचं कारण दादांची भिती त्यांचा राग त्यांचा स्वभाव, त्यांच्याबद्दल प्रेम, आदर किंवा त्यांच्याशिवाय आम्ही राहू शकत नाही यापैकी सर्व किंवा एखादं असू शकतं याचं उत्तर त्या परमेश्वराला माहीत. कारण आम्ही तर साधारण मनुष्य तर आमच्या तुलनेत दादा (माझे वडील) ही व्यक्ती संत किंवा देवच. असो पण ५-६ वर्ष आम्ही आजी आजोंबापासून दूर होतो. आई इतकी धाडसी कधीच नव्हती, नाही कि तिच्या पती

परमेश्वराचा विरोध करेल. ती जगातली सर्वोत्तम पत्नी आहे एवढी गोष्ट खरी व अटळ आहे. मी पाहिलं तिला ३६-३८ वर्षे तिचं कर्तव्यपालन करताना. तिच्या सहनशक्तीला मी शतश: प्रणाम करतो व तिचे धन्यवाद मानतो की ती माझ्या वडिलांची अर्धांगिनी फक्त नात्यानेच नाही पण कर्तव्याने झाली. त्यांच्या खांद्याला खांदा लावून त्यांच्या अडचणींना सामोरे गेली. त्यांच्या चूक-अचूक सर्व निर्णयांना सोबत दिली. पडेल ते कष्ट, मानसिक त्रास सहन केला. कधीच त्यांच्या विरोधात नाही गेली. सोबतच तिने आम्हा सर्वांची खूप छान पद्धतीने काळजी घेतली. आमच्यात कधी गैरसमज वाढू दिले नाहीत. आमच्यातला दुवा बनून राहिली नेहमी व आजही आहे. दादांच्या रागाला बऱ्याचदा शांत केलं व काही अनर्थ होऊ दिले नाहीत. जे काही छोटे मोठे ती थांबवू शकली ते. त्यांच्या तब्येतीकडे लक्ष दिलं व आजही देतेय. आहे प्रत्येकाची गोष्ट जगातल्या सर्व आयांनी हेच केलं. व त्या सर्वांनाच मनापासून नमन. १ ली ते १० वी कधी आजारी झाल्याचं मला आठवत नाही. गोळ्या औषधे घेतलेले आठवत नाही. साधा सर्दी, खोकला ताप पण नाही. एकदमच लहान असतानाच नाही आठवत. डॉक्टरांकडे शाळेच्या कागदांवर सही घ्यायला गेलो एक-दोनदा (ईबीसी) किंवा एखाद्या अधिकाऱ्याची पण चालायची. शिकवणीला शाळेला पायी किंवा सायकलने जायचो. म्हणून शरीर तंदुरुस्त राहिलं असावं पण ही गोष्ट छान होती. १९व्या २०व्या शतकातली व वातावरणही प्रदूषणविरहीत होतं. व दादांबद्दल आदरयुक्त भिती असल्याने त्यांनी आमच्याकडे नुसती नजर केली तरी आम्ही भ्यायचो. मी तर खूपच. त्यामुळे त्यांच्याकडून रागवून घ्यायचा किंवा मार खायचा कधी प्रसंग ओढवला नाही. व अजूनही खूप क्वचित एकंदरपणे मला त्यांचा राग सहनच होत नाही. पण लहानपणी एकदा चेपून मार बसला. ज्यामुळे माझी तब्येत बरी राहू शकली. मी जेवणात न भाज्या, कोशिंबीर, जिरे सर्व काढून टाकायचो. त्यांनी १-२दा रागवलं नंतर मस्त मार व मी हळूहळू खायला शिकलो. नाहीतर आज मी एखादा रूग्ण राहिलो असतो. दादांचे धन्यवाद. त्यांनी मार देऊन का होत नाही मला एखादीच असलेली वाईट सवय बदलली. बारावीच्या सुट्ट्यांत मी जवळच ओरॅकलचा क्लास लावला. पुढे जाऊन संगणक शाखेत जाता येईल म्हणून (अभियांत्रिकी कॉलेजमध्ये) व तिथे शिकताना माझी दिप्ती ताईशी ओळख झाली. माझी ताई आहेच पण दिप्ती ताईला मी बहिण मानलं आजपर्यंत. आमचं नात तसंच आहे.

ती माझी मानलेली बहिण तिला पण एकच बहिण शिल्पा ताई व माझ्यापण ताईचं नाव शिल्पा ताई. त्यानंतर मी प्रत्येक रक्षाबंधन व भाऊबीजेला दिप्ती ताईकडून ओवाळून घेतलं, राखी बांधून घेतली. गीता, शिल्पा ताई, दिप्ती ताई तिघींच्या राख्या वर्षाला बांधून घेणं व्हायच्या. काका बँकेत होते. ताई स्नेहनगरला रहायला होती, ओरॅकल व सी++ छान शिकलो आम्ही. दिप्ती ताई खूप धाडसी व मलाही तिने पुण्याला जाऊन धाडसी हो, व्यवहार, जग जाणून घे असाच सल्ला दिला. ती माझी नवीन गुरू झाली. दादा, ताई, बेबी मावशी, आई हे तर नेहमीच शिकवायचे पण दिप्ती

ताईने पण आजपर्यंत आयुष्यात खूप मार्गदर्शन दिलं मला व ते पण महत्त्वाचं कारण तिचं शिक्षण माझ्यापेक्षा जास्त. नांदेडहुनच तिने नंतर एम.बी.ए. केलं. माझ्या हुशारीचं त्यांच्या घरी सर्वांनाच नवल व अभिमान वाटायचं व आजही वाटतं. खूप अभिमान वाटतो त्यांना माझा. ही नाती माझ्या आयुष्यात भर पाडणारी. आमच्या घरून ताईचं थोडं शिक्षण झालं म्हणून तिने होईल ते मार्गदर्शन मला केलं. पण दिप्ती ताईचा अनुभव, शिक्षण जास्त असल्याने मला आजपर्यंत तिचं मार्गदर्शन लाभतं. आयुष्यातल्या पण बऱ्याच गोष्टींवर तिचं, शिल्पा ताईचं, काका-काकुंचं नेहमीच मार्गदर्शन मिळतं अशी बरीच मानलेली नाती सर्वांच्याच आयुष्यात असतात की जी रक्तांच्या नात्यापेक्षाही दृढ असतात. अपेक्षा नसती व अशा नात्यांमध्ये फक्त निस्वार्थ प्रेम असतं. त्याउलट रक्ताच्या नात्यात आपण एकमेकांना जास्त गृहित धरतो व खूप खूप जास्त अपेक्षा करतो. म्हणूनच की काय त्यात दुरावे, गैरसमज निर्माण होतात. प्रत्येकाच्या घरी 'घरोघरी मातीच्या चुली' म्हणताातच ना त्यात काही वावगं नाही. प्रत्येकाच्या घरी अडचणी सारख्याच. सुख-दु:खे आलटून पालटून सारखीच. मेला मनुष्यजन्म सारखाच. ज्याच्या त्याच्या आयुष्यातल्या अडचणी त्याला मोठ्या व कठिण वाटतात. ज्याला हात नाही त्याला वाटतं पाय नसला असता तर बरं व एकदम उलट दुसऱ्या व्यक्तीच- सायकल वाल्याला दुचाकी, दुचाकी वाल्याला चार चाकी, चार चाकी वाल्याला विमान-विमान वाल्याला स्वत:चं विमान असं आमीष वाढतच जातं व तेच इतर गोष्टीतही लागू. लहान घर असेल तर मोठ्याची लालसा-मोठं असेल तर-स्वत:चं घर असावं याची लालसा आणि सर्व भेटलं न मग नशा वगैरे अशी सवय मग आजार आणि मग मनुष्य परत म्हणतो गरीब असलेलंच बरं म्हणजे एक चक्र फिरवलंय परमेश्वराने. त्यात जन्म-मृत्यू आहेच. ज्याला पर्याय नाही. एकंदरीत काहीच शाश्वत नाही. पृथ्वीतलावर फक्त मायाजालच. मृत्यूनंतर काय होतं याचा तर कुठल्या शास्त्रज्ञाने शोध लावलाच नाही अजूनतरी. मनुष्याला अमर रहायचं पण काही औषध नाही. असं म्हणतात की जीव जन्माला येणं ही सगळ्यात अवघड व अप्रतिम देणं आहे देवाने दिलेली. पण ते कसं कृत्रिमरित्या करता येईल अजून मनुष्याला जमलं नाही. न जमताच इतका माज आहे, जमलं तर काय होईल-राक्षसयुग होईल हे कलयुग व नरभक्षी होतील सगळे प्राणी-मनुष्य. असो अध्यात्माचा खूप भेदक व मोठा विषय आहे व त्याबद्दल बोलण्याइतकं ज्ञानही नाही मला.

माझ्या इतर भावंडांसह माझ्या देगलुरच्या चुलत बहिणीचे मुल पण सुट्ट्यांत आमच्या घरी यायचे व कधीतरी १-२ दा आम्ही त्यांच्याकडे गेलो. सुबोध, प्रमोद, विनोद. आता पण घरी येणं-जाणं होतं त्यांचं. सुरेखा ताई-भाऊजींचं. तिघंपण मोठी आहेत व नोकरीला आहेत. प्रमोद-मुंबई, सुबोध-पुणे व विनोद-देगलुर आई-वडिलांसोबत राहतो. मामा म्हणून मला खूप मानतात मुलं. तिघंही हुशार, तल्लख आहेत. १ली ते १०वीच्या या काळातला सारांश म्हटलं तर-काही काळ गरिबी व मग नंतर मध्यमवर्गीय असं जीवन पहायला, जगायला मिळालं. आई-वडिलांनी आतोनात

कष्ट केले. एका खेडेगावातून शहरात आल्यावर त्यांच्या प्रगतीसाठी त्यांच्या मुलांच्या भवितव्यासाठी हे पाहिलं. आईचा काटकसरपणा पाहिला, मुलांना शिक्षणाला काही कमी पडू नये यासाठी. दादांची तळमळ पाहिली-इतके रागीष्ट असूनही त्यांनी मला न रागवता १० वीला हॉल तिकिट आणून दिल्यावर. वेगवेगळे गुरू आयुष्यात आले- आई-वडिल पहिले गुरु, दन्नक मॅडम, शौनक मॅडम, मोरे मॅडम, इतरही शाळेतले शिक्षक, चांगले मित्र- अविनाश, राहूल, विनोद, किरण, श्रीनिधी इत्यादि आयुष्यात आले. बेबी मावशी ताई या पण नात्यापेक्षा गुरु झाल्या. त्यांच्याकडून पण आयुष्य शिकता आलं. नवी आबादीत गरीब लोक कसे राहतात व फुले नगरमध्ये मध्यम, उच्च मध्यमवर्गीय व श्रीमंत लोक त्यांचं राहणीमान पाहिलं. स्वत: व आपल कुटुंब (फॅमिली) यांचं राहणीमान वाढताना पाहणं. शाळेत शाबासकी मिळवून जो आनंद मिळतो त्याचा लाभ घेणं तो आनंद किती छान आहे याची अनुभुती उपभोगणं. बरीचशी पुस्तकं वाचून संत, महात्म्यांची होईल तितकं पुस्तकी ज्ञान मिळवणं. दहावीला ८३% मिळवणं, ५वी ते ९वी पहिल्या १-५ क्रमांकात वर्गात येणे, सर्वात महत्त्वाचं म्हणजे दैनंदिनी लिहायला शिकणं. जे आजपर्यंत मी अविरत चालू ठेवलं. सायकल शिकणे, संस्कृत भाषेत वाचन शिकणे- ३ वर्षे संस्कृत होतं आम्हाला व मला छान गुण मिळायचे व त्याचा उपयोग बऱ्याचशा वाचनात होतो. आयुष्यामध्ये खूप खेळही शिकलो. इनडोअर- आऊटडोअर (कॅरम, बुद्धिबळ, क्रिकेट, शेटल कॉक, खो खो इत्यादि) मी फक्त अभ्यास एके अभ्यास एवढंच करत असल्याने बाहेरील ज्ञान काही वाढलं नसावं. माझं म्हणा. इंग्रजीचे पुस्तकातले सोडूनही खूप शब्द पाठ करणे ज्याचा मला आत्तापर्यंत खूप फायदा झाला व होतोय. १० वी पर्यंत म्हणावं तितकं इंग्रजीत बोलणं येत नव्हतं. पण शब्दकोश, व्याकरण, वाक्यरचना याचं खूप छान ज्ञान होतं. इंग्रजी लिखाण खूप छान होतं १०वी पर्यंत. हे म्हणायला काहीच हरकत नाही. त्यानंतर मी पुढील आयुष्यात प्रभावी बोलणं ते शिकलो. इंग्रजी चित्रपट ती भाषा कानावर पडावी व श्रवणाद्वारे ज्ञान वाढावं म्हणूनही पाहिले. शाळा व १२ वी पर्यंतही यासाठी जास्त वेळ देता आला नाही पण पुढे जाऊन कॉलेजच्या (डिग्रीच्या) काळात खूप वेळ देऊन इंग्रजी भाषेत प्रभुत्व मिळवलं. वाचन, लिखाण व बोलणं या सर्वांसाठीच. पुस्तकाच्या वाचनाचा छंदही मला याच काळात लागला. आयुष्यात पुढे पुस्तकेच खूप वेळासाठी मित्रही झाले. क्रिकेट सारखा खेळ मी पहायला शिकलो. ज्याचा छंद मला आजही तितक्याच तीव्रतेचा आहे. १० वीच्या परिक्षा चालू असताना अनिल कुंबळे माझा आवडता स्पीनर गोलंदाज याने पाकिस्तान विरुद्ध ५ दिवसीय आंतरराष्ट्रीय खेळात १०च्या १० फलंदाजांना बाद केलं हे आम्हाला (मला) पहायला भेटलं नाही-सुमितच्या घरी आम्ही अभ्यास करू लागलो. दुसऱ्या दिवशी परिक्षा होती व त्याच्या वडिलांनी आम्हाला बाहेरून लॉक करून ठेवलं होतं. कुंबळे जगातला २रा असा गोलंदाज ठरला ज्याने५ दिवसीय आंतरराष्ट्रीय खेळाच्या एकाच बारीत (२ दा फलंदाजी असते) १०च्या १० फलंदाजांना बाद केलं- खरंच खूप मोठा विश्वविक्रम होता तो. अजूनही अबाधितच आहे. इतक्या जणांना बाद करणारा

तिसरा गोलंदाज झालाच नाही व कदाचित पुढे होणार नाही. मला आजही कधी वेळ भेटला व त्या सामन्याचे पुन: प्रसारण चालत असेल तर ते परत परत पहायला आवडतं. आपल्या देशाने जिंकलेल्या प्रत्येक सामन्याच पुन:प्रसारण मी मन लावून पाहतो. मग तो कुठला का आंतरराष्ट्रीय सामना असेना म्हणूनच हा छंद मला लागला याचा खूप आनंद आहे मला. कुठलेच छंद नसले व फक्त पुस्तक व अभ्यास एवढंच शिकलो असतो तर आयुष्य काढणं कठिण होतं. कुठला तरी खेळ पहाण्याचा, खेळण्याचा छंद असावाच प्रत्येक मनुष्याला.

पुढचा प्रवास थोडा खडतर होता. पुढे अहमदपूरला प्रवेश मिळाला पण मी असा शांत, पुस्तकी कीडा पण पुन्हा एकदा मला माझ्या देवाने दादांनी मला तारलं. माझे आजोबा (आईचे वडिल) तिथेच होते. मला आजी आजोबांकडे ठेवायचा निर्णय घेतला. त्यांची नोकरी गावाबाहेर एका टायरच्या कारखान्यात कामाला होते. छोटासा २-४ किलोमीटर माझ्या महाविद्यालयापासून हो सायकल दिली त्यांनी मला. पण महाविद्यालयात ५ नंतर वर्ग व्हायचे त्यामुळे ६ ला निघालं कि अंधारात तितकं अंतर पार करणं सोपं नव्हतं व काळजीचा विषय होता. आजी-आजोबांचा स्वभाव मायाळू त्यामुळे काळजीचं कारण नव्हतं हं लहानपणानंतर खूप वर्षानंतर त्यांच्या सान्निध्यात आलो हा भाग वेगळा होता. पण मला एकट रहाणं, मित्रांसह खोलीवर रहाणं यातलं काही आवडायचं नाही. माझा शांत स्वभाव व त्यात बाहेरचं मेसचं जेवण मला जेवणं सहन होणं, आवडणं शक्यच नव्हतं. जे दादांनी आधीच ओळखलं होतं व ११वी १२वीत १०वीच्या यशानंतर खूप अपेक्षा वाढतात जे माझ्याही बाबतीत झालं व त्यात काहीच वावगं नाही. अहमदपूरला ५-६ महिने त्या जंगलात रहावं लागल आजोबांच्या नोकरीने. पण त्यानंतर त्यांनी ते सोडलं व आम्हाला दादांनीच पैसे पुरवले व आम्ही भाड्याची खोली घेऊन अहमदपूरला राहिलो. १२वी होईपर्यंत दोनदा खोली बदलणं झालं तिथे. पण महाविद्यालय आता जवळ होतं. ४-५ ऐवजी १-२ कि.मी. सायकल होतीच. मी अहमदपूरच्या महाविद्यालयीन पद्धतीने अभ्यास केला. मला सर्वच विषय आवडायचे व माझी शाखा संगणक शास्त्र होती. त्यामुळे तुकडी 'ब' मध्ये होतो. सुमित 'अ' मध्ये मेडिकल शाखेमुळे. पण अविनाश होता. विनोदही मेडिकल शाखेतच होता. तसं मला मित्रांची गरज लागलीच नाही. हं त्यांना माझी गरज लागायची वह्या घेताना. पण आजोबा इतके कडक की त्यांनी मला कुणालाच काही देऊ दिलं नाही. बाहेर काठी घेऊन बसायचे. एखादा मित्र काही मागायला आला तर मी घरी नाही असं सांगायचे. ११वी चा अर्धा वेळ १२वीच्या अभ्यासात गेला. अहमदपूर पॅटर्न जे काही होतं ते, तरी मला ११वीला ८३% गुण मिळाले. त्या २ वर्षात घरी नांदेडला २-४दा गेलो असेल मी सुट्ट्या असतील तर हो बसने प्रवास. १२ वी पर्यंत महामंडळाच्या बसने प्रवास केला मी. १२वीचं वर्ष महत्त्वाचं म्हणून आई-दादा पण घरी ये म्हणायचे नाही. ताईला, मावशीला मी पत्र पाठवायचो. त्यांचे कधीतरीच पत्र यायचे. पण जमेल तसं दादा भेटायला यायचे. काही कमी जास्त आहे का, काही लागतं का हे बघून जायचे. आमची आणखी थोडी

प्रगती झाली. दादांनी वॅन घेतली. (४ चाकी) व त्यांना प्लॉटिंगमध्ये त्याची मदत पडायची. ५-६ लोकांना बसून येता यायचं. त्यांनी कधी ४ चाकी गाडी चालवली नाही त्यामुळे चालक असायचाच. आईला नाही जमायचं यायला पण दादा, ताई, मावशी वारंवार आले. ताई, मावशी परिक्षेनुसार मला मानसिक आधार म्हणून बऱ्याचदा सोबत राहिले १-२ महिने तिथे. मी अभ्यासाच्या ओघात तब्येतीकडे दुर्लक्ष करायचो. खूप जागरण, अभ्यास संपेपर्यंत न जेवता रहाणं, फक्त पोळी-चटणी खाणं व आजी आजोबा किंवा ताई, मावशी यांचं हेच काम होतं की अभ्यास करताना माझ्या तब्येतीची हेळसांड होऊ नये. खायला तर काहीच कमी नव्हतं. इतकं आणून ठेवायचे दादा. धान्य ते सर्व होतं. दादांनी आयुष्यात कधीच अन्नासाठी फळ-भाज्यांसाठी ओ द्यायची गरज येऊ दिली नाही. आधीच सर्व आणून द्यायचे व आजही तसंच. त्यांच्या नातवांना, मुलांना किंवा घरातल्या कुणालाही हे कमी पडलंय असं म्हणायची गरजच नाही. ते इतकं जास्त आणून ठेवतात. अशी लोकं बदलत नाहीत. आमच्या घरी आजही टाकून देण्यात येईल पण कधीच कमी पडत नाही. ११वी १२वी चा माझा पूर्ण वेळ अभ्यासातच जायचा. झोपणं, उठणं, खाणं, अभ्यास, पोहे मनापासून आवडायचे व आजी रोज छान करून पण द्यायची. मग आपलं महाविद्यालयाला जाणे. तिथं सर्व शिकवणी वर्ग करणे व घरी येऊन जेवण व परत अभ्यास. अहमदपूरला २ वर्षे राहूनही मला तिथलं काहीच माहित नाही. आज्ञाधारक, शांत व अभ्यासू विद्यार्थी हा शिक्का माझ्यावर पूर्णपणे लागू व्हायचा. बाहेरून काही लागलं तर आजोबाच आणायचे. आजी घरकाम करायची. आजोबा इकडे तिकडे फिरणं व पोथी-पुजा पाठ यात वेळ घालवायचे. मी रोज जवळच असलेल्या मारुती मंदिरात पाया मात्र पडायचो न विसरता. माझ्या कुंडलीत पण मारुतीच माझे आराध्यदैवत. म्हणजे अभ्यास सोडून इतर काही सांगण्यासारखं काहीच नाही त्या काळातलं. मला भौतिकशास्त्र, रसायनशास्त्र, गणित, संगणक शास्त्र हे चारही विषय खूप आवडायचे व तोच गट मला भेटला ११वी मध्ये. त्यासाठी थोडी मेहनत करावी लागली. २-४ महिने मी रोज आमचे उपप्राचार्य यांच्याकडे विनंती अर्ज घेऊन जायचो मला संगणक शाखा मिळावी म्हणून व त्यांचं उत्तर रोज नाही असायचं. पण मी शेवटी काय केलं का त्यांना माझी आवड बघून किव आली देव जाणे पण मला ती शाखा मिळाली व मी आनंदाने पुढील अभ्यासाला लागलो. असेच आमचे एक शिक्षक होते 'वाकडे' रसायनशास्त्र. आम्हाला समीकरणे शिकवताना ते १०-२० चुकीचे समीकरण लिहायचे व मग बरोबर उत्तर लिहून म्हणायचे की या आधीचे सर्व उत्तरे चूक होती. सर्वच नवीन विद्यार्थ्यांना याचा आधी थोडा त्रास झाला पण नंतर आम्हाला सवय पडली वाकडे सरांच्या वाकड्या स्वभावाची व त्यांनी शिकवलेलं कुठलं उत्तर सरळ आहे हे ओळखायची. मला कुठेच बाहेर शिकवणी लावायची गरज नाही पडली व मला वाटतं आमच्या सोबतच्या बहुतांशी मुला-मुलींना गरज पडली नसावी कारण ८-१० तास महाविद्यालयातच छान शिकवलं जायचं.

आमची तयारी खूप छान करून घेण्यात आली परिक्षेच्या १२वीच्या ५-६ महिने आधी आमच्या सराव परीक्षा चालू झाल्या. प्रत्येक सराव परिक्षेत आधीपेक्षा चांगले व छान गुण मिळायचे मला. त्यानंतर गुणवंत विद्यार्थ्यांची यादी आली. ५-५० निवडक विद्यार्थी काढले गेले. सराव परिक्षातल्या गुणांनुसार व एवढी मुलं नक्कीच महाराष्ट्राच्या १२वी बोर्डाच्या यादीत येणार असा अंदाज होता व मी पण या यादीत होतो. म्हणजे कष्टांना फळ आलं होतं-भाग्याचा काही भाग नव्हता, येतात. शेवटी मी इथे तरी यशस्वी झालो कष्टाने व खूप खूप खूष झालो. दहावीला नाहीतर बारावीला तरी वर्तमानपत्रात नाव येईल व माझे आई-वडील खूष होतील याची आशा मनात जागी झाली. पत्र लिहून हे आईला कळवलं म्हटलं निकाल लागल्यावर कळेलच व त्या दोघांचे आनंदाश्रू बघण्यात मजा येईल. कारण त्यांना शिक्षणातलं काही कळत नव्हतं. त्याचं महत्त्व पण नाही. मग वर्तमानपत्रात नाव येत का नाही हेच त्यांच्यासाठी महत्त्वाचं. १-१.५ वर्षाच्या प्रयत्नांना यश येणार याचा आत्मविश्वास आला त्या विशेष यादीत मी होतो. आम्हाला १ महिना 'वाकडे' सरांच्या घरी तासन्तास शिकवणी दिली जायची आमच्यातले छोटेसे अवगुण चुका असतील तर त्या दूर करण्यासाठी नवनवीन प्रश्न देऊन आमची गुणवत्ता तपासली जायची व मी वेळोवेळी खरा उतरलो. 'वाकडे' सरांनी सर्वांसमोर सांगितलं पण की हा नक्की येणार बघा-अभिमानाने छाती फुगली. आजोबांना पण आनंद झाला ते ऐकून. शेवटपर्यंत माझे प्रयत्न मी चालूच ठेवले. किती पण कंटाळा आला तरी आपली खूर्ची टेबल सोडली नाही व पुन्हा पुन्हा वाचन करायचा कंटाळाही केला नाही. छ. शिवाजी महाराजांच्या मावळ्यासारखं लढत रहाणं हेच ठरवलं. इतरत्र मन भटकूच दिलं नाही. सोमेश पण ११वीला आला तिकडे. पण दुसरं महाविद्यालय. परिक्षेच्या शेवटच्या २ महिन्यात बेबी मावशी आली व आमच्याकडे विशेष लक्ष देऊन अभ्यास करवून घेतला. अभ्यास करताना डोळा लागला की उठवणं, ४-५ दा थोडं थोडं खायला देणं, आजीला काही दिवसांसाठी वांजरवाड्याला सवी मावशीकडे जावं लागलं होतं. मी जाऊच देणार नव्हतो पण आई-दादा म्हटले तसे ऐकलं. मी ११-१२ वीत असतानाच माझी चुलत बहिण 'ज्योती ताई' हिने गावाकडेच विष पिऊन आत्महत्या केली. काही वर्षे आमच्याकडे नांदेडला होती ती. खूप वाईट वाटलं ऐकून. शेजाऱ्यांच्या इथे दूरध्वनी क्रमांकावर दादांनी कळवलं होतं. इतर काही मार्गच नव्हता. पीसीओचा काळ. मी खूप रडलो त्यादिवशी जेवण पण नाही केलं. तिकडे गावाकडे ३ चुलत भाऊ व ही बहिण. मोठा दादा याचं लग्न असताना काही दिवस आम्ही गावाकडे राहिलो होतो. कधीतरी मंदिरात व पिरबाबा यांच्या दर्शनासाठी दादा न्यायचे आम्हाला गावाकडे पण मुक्काम नाही आवडायचा. खेडेगावात शौचालयाला बाहेर जावं लागायचं. तसं पाहिलं तर इतका संबंध नव्हता व आता पण नाही गावाशी. दादांची खूप श्रद्धा आहे पिरबाबांवरती. त्यामुळे दर्गाला जाऊन पाया पडून येणं व मारुती मंदिरातही पाया पडणं यासाठी जाणं होत असे कधी कधी. अरुण दादा त्याच्या परिवारासह काही वर्षे नांदेडलाच होता. आधी सांगितल्याप्रमाणे त्याचंपण लग्न

तिकडे जवळच झालं. बाबुदादाच्या लग्नाला गोंधळ व ते झालं बासरला. अण्णापेक्षा दादांनीच ही कर्तव्ये पार पाडली. माझ्या काकू तर आमच्या लहानपणीच वारल्या व आई-दादांनीच या भावंडांना सांभाळलं, वाढवलं. बरीच वर्षे माझी मोठी आत्या उन्द्रीला असायची, आहेत. त्यांचीपण भेट असंच सणाला वगैरे, गावी व्हायची. दोन्ही आत्या घरी यायच्या आताही येतात. १२ वी च्या परिक्षा देताना खूप गुण मिळवायचे याची जिद्द होती. जमलंच तर प्रत्येक विषयात पैकीच्या पैकी असा पण होता त्यामुळे अजूनच ताण आला व ऐन परिक्षेच्या दिवसात मी आजारी पडलो. एका पेपर आधी मी खूपच अशक्त झालो. दादांना कळवण्यात आलं. त्यांनी आमचे घरमालकच (त्यांची मुलगी) डॉक्टर होती मला इंजेक्शन दिलं व मी कसेबसे २ पेपर दिले नाहीतर वर्षाच्या मेहनतीवर पाणी पडलं असतं. वेळेतच माझे दादा धावून आले. मार्गदर्शन दिलं व होणारा मोठा अनर्थ टळला. आमच्याकडे व्हॅन होती. परिक्षेचे काही दिवस जाणं-येणं करायला व हा जो पेपर होता भौतिकशास्त्राचा संपला व बाहेर आलं की मी व्हॅनमध्ये बेशुद्ध पडलो. त्यामुळे त्या विषयांचे सर्व गुण दादांचेच आहेत असं म्हणायला हरकत नाही. माझा देव माझे वडील, माझं सर्वस्व. सर्वच विषयांचे पेपर्स छान गेले व १२ वी प्रकरणाला पूर्णविराम लागला. सुट्ट्या लागल्या व मी नांदेडला परतलो व २ वर्षांच्या प्रयत्नानंतर वेगळ्याच जगात आल्यासारखं वाटत होतं. गुण छान पडतील याची आशा होतीच. मी काही मोठं स्वप्न बघितलं नव्हतं. मला पुण्यात शासकीय कॉलेजला किंवा ३-४ उच्च संस्थांमध्ये अभियांत्रिकी शाखेला प्रवेश मिळावा एवढीच इच्छा होती. सुट्ट्यांमध्ये मित्रांच्या, बंटी दादाच्या मदतीने होईल तेवढ्या कॉलेजांची माहिती काढली. सर्वांना वाटलं मी यावेळी महाराष्ट्राच्या गुणवंत विद्यार्थ्यांमध्ये नाव मिळवणारच पण कुठेतरी धाकधुक होती. आजारी पडलेल्या पेपरमध्ये काय झालं असेल त्याची. शेवटी तो दिवस आला. मला ५४१ गुण पडले ६०० पैकी म्हणजे ९०.१६% व (भौतिकशास्त्र, रसायनशास्त्र आणि गणित) या गटात अनुक्रमे ९२,९४ आण ९५ गुण म्हणजे ९३.६६%. आमच्यावेळी इतर कुठली प्रवेश प्रक्रिया नव्हती (सीईटी परिक्षा इत्यादि) त्यामुळे गुण वाईट नव्हते. पुण्यात चांगलं कॉलेज भेटणारच होतं. पण स्वप्न तुटलं, गुणवत्ता यादीत नाव नाही आलं. ४-६ गुणांमुळे- भाग्य का हे दुर्भाग्य पण आपण त्याला भाग्यच म्हणायचं न व त्या पद्धतीने पुढे जगायचं हेच शिकलं मनुष्याने न किंवा हेच शिकवतो न आपणही पुढच्या पिढीला, स्वतःला. माझ्यासाठी ही पुन्हा निराशा होती. मी प्रत्येक पेपरमध्ये अतिरिक्तचे प्रश्न असतात न त्याची पण उत्तरे लिहिली होती. पण चांगले गुण असले कि त्या उत्तरांना बघितलं जात नाही. जे नापास किंवा कमी गुण घेतात त्यांच्यासाठी याचा उपयोग. पण ते विद्यार्थी इतर प्रश्न सोडवूच शकत नाहीत. ९२ हा आकडा बोचू लागला. तो ९६-९८ हवा होता. ९४-९५ हे पण नाही पटलं. ९८-१०० अपेक्षित होतं. हो माझा अंदाज ५वी पासून जसा होता तसाच होता. पण नेमकं दुर्दैवीपण आजारी पडणं एका पेपरला. इंग्रजीत ७३ व संगणक शास्त्रात २००/१८६ पण या सगळ्या गुणांची मला कवडीमात्र किंमत नव्हती.

मी नाही न आणू शकलो वर्तमानपत्रात माझं नाव. आई-वडिलांना नाही न मिळाले ते आनंदाश्रू. पण जग कुठे थांबतं. आता पुढील शिक्षण त्याची घाई. दादांना हळूहळू व्यवसायात यश मिळू लागलं. त्यांनी नाराजगी नाही व्यक्त केली. पुण्याला जाण्यासाठी काय लागतं, पैसे देऊ मनासारखं कॉलेज व शाखा मिळव हेच ते बोलले- अशा देव माणसांचे बोल हेच राहणार पण मला कुणीतरी शिक्षा द्यायला हवी होती. मारायला हवं होतं हो माझे प्रयत्न कमी झाले होते का? मी ऐनवेळी आजारी का पडलो? ५-६ वेळेस सराव होऊन परिक्षेत का कमी गुण पडले या सर्वांची शिक्षा हवी होती मला. मी स्वत:वर खूप रागवलो होतो. पण १०वी पेक्षा जास्त बुद्धी वाढली आत्महत्येचा प्रयत्न नाही केला. तो पण गुन्हाच आहे व परमेश्वराने पण देह नष्ट करण्याचा हक्क आपल्याला दिलेला नाही. इतर मित्र कोण कुठे गेले काहीच माहिती नव्हतं पण मार्गदर्शनाला खूप कमी लोक भेटले. कॉलेज निवडण्यासाठी मी व दादाच पुण्याला गेलो. शासकीय कॉलेजला तर भेटणं अशक्य होतं मग व्ही.आय.टी., एम.आ.टी. पी.आय.सी.टी. यापैकी काही मला एम आय टी मध्येच प्रवेश घ्यायचा होता. इतकी टक्केवारी घेऊन मला त्या संस्थेत प्रवेश घेण्यासाठी व पेट्रोकेमिकल ही शाखा घेण्यासाठी पैसे द्यावे लागत होते ४० हजार फिस. दादांनी एका सेकंदात हो म्हटलं पण माझं मन मला परवानगी देत नव्हतं. मी त्यांचं ऐकून पाऊल उचललं पण मनातून झुरत होतो. रोज रडत होतो. आम्ही तिथली प्रवेश प्रक्रिया पूर्ण करून नांदेडला परतलो. मला आठवतं ट्रॅव्हल्स ने गेलो होतो व पुण्यात ३ ते ६ काही भेटत नाही जेवायला हे पहिल्यांदा कळलं. मी तर पहिल्यांदाच गेलो होतो पुण्याला आयुष्यात. दादांची फार तारंबळ झाली. तिथे ४ वाजले आम्हाला व फक्त दाक्षिणात्य अन्न (इडली, वडा) भेटत होतं. भूक तर खूप लागली होती. मी कसंबसं खाल्लं पण दादांना तिखट जेवायला हवं होतं. पण पुण्यात सर्व नियमबद्ध. परत आल्यावर काही दिवसांनी फि भरायचा दिवस आला. व्यापार म्हटलं की पैसे कमी जास्त अशी अडचण येणारच व योगायोगाने फि पुरते पैसे जमतच नव्हते. शेवटच्या दिवशी बँक ४ वाजेपर्यंतच चालू, दिवस आठवला की अंगावर शहारे येतात. दादांना व मला शेवटच्या त्या क्षणापर्यंत धडधड झालं. एका वडिलांची मुलाच्या शिक्षणासाठीची धडपड मी पाहिली. १०वी ला जसं माझं हॉल तिकिट त्यांनी धावत पळत आणून दिलं, १२ वी ला जसं एका इंजेक्शनने मला पेपरसाठी तयार केलं. तसे हे पैसे भरून माझं अभियांत्रिकी शाखेत प्रवेश पूर्ण केलं व माझं आयुष्य मार्गी लावलं त्यांनी पण व्यवसाय चालू करून ५-६ वर्षेच झाली होती व पूर्णा रोड साईबाबा नगरला घर बांधणंही चालू होतं. प्लॉटिंगच्या व्यवसायात कधी पैसे असतात, कधी नसतात त्यात त्यांच्या भागीदाराने त्यांना दिलेला धोका. त्यामुळे बऱ्याच अडचणी चालू होत्या. ते काहीपण असो पण ते ४० हजार फि भरण्यासाठी खूप त्रास झाला एवढं मात्र खरं. संघर्ष न आयुष्यात सर्वच जण करतात आम्ही पण केला. १० सप्टेंबर २०११ रोजी रात्री आम्ही सर्वजण (मी, आई, दादा, आजी-आजोबा, ताई) ट्रॅव्हल्सने पुण्याला निघालो. त्याआधीच मध्ये ४ दिवस पुण्याला जाऊन दादांनी प्लॅट भाड्याने घेऊन ठेवला होता व

जवळची सर्व माहिती काढून ठेवली होती. कॉलेजपासून जवळच होता प्लॅट २-३ किमी अंतर पण मला दुचाकी येत नसतानाही त्यांनी घेऊन दिली. बहुदा बाहेरचं जग जे आत्तापर्यंतच्या आयुष्यापेक्षा वेगळं होतं. त्यासाठी मला तयार करत होते. मी आजी-आजोबा असल्याने स्वतंत्र रहाणार होतो. कॉलेज वसतीगृहात रहाणं शक्यच नव्हतं कारण इतका शांत व भोळा होतो. बाहेरच्या जगाचं शून्य ज्ञान होतं मला. खूप मोठा शून्य. ११ सप्टेंबर २००१ ला आम्ही पुण्यात पोहोचलो. रिक्षाने चैतन्य नगरजवळ जिथे १ बेडरूम किचन हॉलचा फ्लॅट घेतला होता दादांनी. बाहेर एका नाष्टागृहात चहा पिऊन पायी आम्ही तिथे जाणार होतो. मी इंग्रजी वर्तमानपत्र वाचायला घेतलं व WTC (World Trade Centre) वर झालेल्या भयानक आतंकी हमल्याची बातमी ऐकली. लादेन या आतंकवाद्याने हा हल्ला घडवून आणला. ३००० हून जास्त लोक मेली व २५०० लोक जखमी झाले. ११० मजली इमारत. मी बाहेरचं जग एकदमच पाहायला शिकलो. डोळ्यांसमोर काजवे चमकले. आपण आयुष्याची नवी सुरुवात करायला आलो व हे असं ऐकण्यात आलं तेपण जगातल्या महासत्तेवर हा हल्ला (USA) आम्ही फ्लॅटवर पोहोचलो की लगेच दादांना कळलं त्यांच्याकडे मोबाईल फोन होता आता की लहान भावाचा दुचाकीवर भीषण अपघात झालाय व इतर दोघेजण सोबत. धक्के सहनच होत नव्हते. मी आजी आजोबा थांबलो व हे सर्वजण आहे त्या परिस्थितीत परत निघाले. मजल दरमजल करत सरकारी महामंडळाच्या बसने नांदेडला गेले. आम्ही पण इकडे काळजीत काय करावं काहीच सुचत नव्हतं. एकदम नैराश्य आलं होतं मला तर अशी काही सुरुवात व मी माझ्या उच्च शिक्षणासाठी पुण्यात पाऊल ठेवलं एक हल्ला भावंडांवर - भाग्याचा व दुसरा जगावर आतंकवाद्याचा होता तो दिवस न विसरण्यासारखा. भाग्य (destiny) सर्वकाही आलं त्यात. सकाळपासून त्या २-३ तासात गाडी घेऊन देणं, सामान आणून देणं (किराणा) हे सर्व केलं होतं दादांनी. त्यांनी सर्वांचीच काळजी अशीच घेतात व आम्ही तर एकदम नवीन जागी. मी असा वेंधळा. आजोबांचं वय झालेलं व फ्लॅट तिसऱ्या मजल्यावर. पायी जाणं पायऱ्या चढून. भाडं ८-१० हजार. माझ्या मनाची अवस्थाच वेगळी झाली होती. नैराश्य दिसतं होतं फक्त. खाली नवीन दुचाकी दिली वडिलांनी त्याचा आनंद कुठे गेला देवाला माहीत. पण या नकारार्थक झालेल्या गोष्टीच डोक्यातून जात नव्हत्या. कशाबशा प्रकारे आवराआवर झाली. आजोबांसह २-४ दिवसात रिक्षाने अप्पा बळवंत चौकात जाऊन पुस्तके, वह्या आणली. सर्व गोष्टी विचारून विचारूनच. कारण पुण्यातलं आम्हाला काहीच माहित नव्हतं. दादांना ज्या दलालाने (सावंत काका) फ्लॅट भाड्याने घेऊन दिला होता त्यांची खालीच इस्त्रीची दुकानं व १ वर्ष त्यांनी आम्हाला खूप मदत केली. मी हळूहळू जेव्हा गाडी शिकली तेव्हा पण मदत केली त्यांनी. दुसऱ्या दिवशी आई-ते नांदेडला पोहोचले तेव्हा लहान भाऊ सुखरूप आहे हे कळलं. त्याला गुडघ्याला मार लागला व दात पडले. त्यातून सर्व बरं व्हायला १-२ महिने लागले पण काही वाईट नाही झालं ते बरं झालं. सोबत असलेले दुधवाले सदामामा त्यांना मांडीत रॉड टाकून ऑपरेशन करावं लागलं.

देव आमच्या सोबत होता म्हणून लहान भावाला काही लागलं नाही. माझा पहिला दिवस व त्यानंतरही खूप महिने निराशेतच गेले. टी.व्ही. घ्यायचाच नव्हता. नंतर संगणक घेतला अभ्यासासाठी. इकडून कुणी पटकन तिकडे येऊ शकलं नाही. कॉलेजचा पहिला दिवस, दिव्य भव्य कॉलेज (गाडी न शिकल्याने रिक्षानेच गेलो होतो बरेच दिवस) एकदम छान इंग्रजी बोलणारे मुलं, मुली, मोठे मोठे वर्ग कारण पहिल्या वर्षी सर्वच शाखेची मुलं एकत्र होती. दुसऱ्या वर्षीपासून वेगवेगळ्या शाखा व विभाग. आजी-आजोबा डबा घेऊन यायचे कॉलेजमध्ये. मित्र कुणीच नव्हता मला. महेश साखरे म्हणून एक जण पुण्यातलाच मित्र झाला पण तो डोक्याने थोडं सरकलेलाच होता आणि आपल्याला मित्र करायची कुठे सवय. मग काय एकलकोंडी वाढत गेली. नैराश्य वाढत गेलं. इतके छान गुण घेऊन १०वी १२वीत इथे आलं की एकदमच शून्य झालो. किंवा बाहेरचं जगच माहित नव्हतं म्हणून घाबरलो. मोठे शहर व तिथली संस्कृती म्हणून घाबरलो.

नवीन जागी मन लागत नव्हतं म्हणून घाबरलो. मोठी मोठी पुस्तकं व उच्च दर्जाची इंग्रजी व तसंच शिक्षकांचं (प्रोफेसर) शिकवणं म्हणून घाबरलो. का माझी सुरुवात नकारार्थक पद्धतीने झाली म्हणून घाबरलो काय नेमकं झालं होतं. कॉलेज चालू झालं न झालं २-४ महिन्यात लगेच पहिल्या टर्मची परिक्षा आली व तोपर्यंत अभ्यास काय, विषयांची नावं पण माहित नव्हती म्हणून घाबरलो. पास-नापास होण्याला घाबरलो. संघर्ष न नेमका कशाचा होता संघर्ष मग? त्या फ्लॅट सिस्टीममध्ये कोणी कुणाला बोलत नव्हतं. शेजारी आहेत नाहीत काहीच कळत नव्हतं व आम्ही तिघेच एकमेकांचा आधार. आजोबांना त्यात एकदा पॅरिलिसिसचा अ‍ॅटक आला. सावंत काकांच्या मदतीने के.ई.एम दवाखान्यात अ‍ॅडमीट केलं. कॉलेज करता करता ५ दिवस दवाखान्यात जाणं-येणं ते पण फर्स्ट टर्म परिक्षेच्या आधी. मी दादांना विनवण्या केल्या कुणाला पाठवा पण त्यांनी मला सांगितलं मजबूत व्हायला. कारण आता मला जग शिकवायचं होतं त्यांना, व्यवहार शिकवायचे होते. राजू मामा, मावशी, ताई कुणीच नाही आलं. मी व आजीच त्याला सामोरे गेलो. रिक्षाने येण-जाणं, स्वयंपाक करून परत दवाखान्यात जाणं खूप तारंबळ झाली. उद्या परिक्षा म्हणजे आज डिस्चार्ज भेटलं विनंती करून डॉक्टरांना व कसा बसा मी महेशसह परिक्षेला गेलो. हो दुचाकी शिकलो होतो आपोआपच. धन्यवाद दादांना त्यांनी बळंच आणून दिली व त्यांना वाटलं आयुष्य पण असंच आहे. असंच गाडीसारखं शिकेल मनुष्य पण तसं नव्हतं. इतकं सोपं नव्हतं. पहिले २-४ महिने सेट होण्यात गेले. खूप नैराश्यात गेले. जवळच डॉ. थट्टे म्हणून होते. त्यांच्याकडे २०११-२०१२पर्यंत मी जायचो. माझे पुण्यातले फॅमिली डॉक्टर झाले ते व पूर्ण पुण्याच्या प्रवासात त्यांच मार्गदर्शन भेटलं मला. तब्येत बिघडली की, गोळ्या, औषधे, मानसिक आधार. सुरुवातीच्या काळात त्या नवीन जागी सेट होताना १ वर्ष जवळपास निराशेत गेलं कारण गोष्टी तशा घडत गेल्या. खूप रडलो एकटा, खोलीमध्ये, आजीजवळ, कॉलेजमध्ये महेशजवळ-दुर्भाग्य न की एकदम हुशार आपण आणि मोठ्या

शहरात येऊन एकदम उंदरासारखे घाबरुन जाणं, कुणाचं मार्गदर्शन पण नव्हतं. कॉलेजमध्ये काही कळत नव्हतं, शिक्षकांनी शिकवलेलं डोक्याच्या वरून जात होतं.

इतर हुशार मुलं-मुली बघून अजूनच वाईट वाटत होतं स्वत:बद्दल. एकंदरीत बरीच मुलं माझ्यासारखी घाबरट, नैराश्यजनक अशा एका जगात जगत होते व इतर पुण्यातली व काही हुशार मुलं एका दुसऱ्या जगात जगत होती. दिवस-रात्र पटापट जातच नव्हते. उदास, नैराश्याचा काळ पटकन कसा जाईल? जितकं मी आयुष्यात रडलो नव्हतो तितकं मी त्या ६ महिन्यात रडलो असेन. कुठेच मन लागत नव्हतं. जेवणही जायचं नाही कित्येक दिवस. डॉक्टरांच्या मार्गदर्शनाने आजोबांना घरी एक थेरेपीस्ट लावले हात-पाय हलवण्यासाठी, काही घेऊन चालण्यासाठी व त्यांच्यात सुधारणा झाली पण त्यांचं सहकार्य आम्हाला होत नव्हतं. किराणा इत्यादिसाठी मला व आजीलाच बाहेर पडावं लागायचं. ती म्हातारी व मी घाबरलेला. संघर्ष उच्च दर्जेवर चालू लागला. मध्ये एकदा २-३ महिन्यांसाठी ताई आली. तिचा आधार भेटला. तिने संगणक क्लास लावला जवळच. मीच गाडीने न्यायचो-आणायचो. संगणक पण आपोआपच शिकलो म्हणता येईल माझ्याबाबतीत. २००१ चे चारही महिने खूप खराब गेले असं म्हणायला काहीच हरकत नाही. नंतर २००२ मध्ये 'राम' दादांच्या मित्राचे जावई बीएड शिक्षणासाठी पुण्याला आले व ५-६ महिने होते आमच्या सोबत. महेशला सर्व माहिती असल्याने आम्ही मुंबईचा एकदिवसीय सामना (भारत VS इंग्लड) पहायला जायचं ठरवलं. पुणे-मुंबई लोकल ट्रेनने गेलो. सकाळी १०-१२ पर्यंत तिथे पोहोचलो. असंच चबरचबर खाल्लं. ब्लॅकमध्ये तिकेटस घेतले. ५०० रुपयेवाले ३००० रुपयाला व दुपारच्या त्या सामन्याला आत गेलो पण माझं तिकिट डुप्लीकेट निघालं. आता तो आमचा पहिलाच अनुभव. माझा पहिलाच पराक्रमी अनुभव असा गेला. राम व महेशला मी माझ्यासाठी आणलं व ते दोघं एकीकडे व मी दुसरीकडे असं झालं. २५-२६ हजार लोक एकत्र मी पहिल्यांदा पाहिले. माझ्या आयुष्यातला पहिला लाईव्ह क्रिकेट सामना. आता तो आकडा ७०च्या वर आहे. कारण क्रिकेट पहाणे म्हणजे माझ्यासाठी जीव की प्राण असं आहे. मला एका पोलीस व्हॅनमध्ये बसवलं मी वेळ साधून पळून मैदानाच्या स्टॅंडला गेलो व जागा शोधून बसलो तिकिटप्रमाणे. पण मोठं धाडस केलं मी. हं दुसरा प्रश्न एकटे असण्याचा. मी म्हटलं आधी सामना पाहू मग ठरवू ते भेटतात का व कसं परत जायचं ते. ३ फेब्रुवारी २००२ चा सामना हा. खूप छान झाला. सामना ५ धावांनी हारलो आपण (२५५ इंग्लंड व २५०-१० आपण)११ ला बाहेर पडलो. त्यांना शोधणं अशक्य होतं. मग परत एक धाडस केलं पोलिसांची मदत घेऊन स्टेशन गाठलं. मुंबईत काय कळणार ढेकळं व शेवटच्या ट्रेनने २-४ वाजता पुण्यात आलो व रिक्षा करून घरी परतलो. आजी-आजोबांना खूप आनंद झाला. कारण फक्त महेशकडे फोन व मी असा हरवलो हे त्याने कळवलं व ते खूप घाबरले होते. मला बघून त्यांच्या जीवात जीव आला. ही लोक पण सकाळपर्यंत आली. प्रसंग-संघर्ष-भीती-जग पहाणं-अनुभव सगळंच आलं त्यात.

साधनं कमी होती त्यावेळी आजसारख सगळ्यांकडे मोबाईल फोन नव्हता व क्रमांक पाठ असणे गरजेचे होते. या प्रसंगानंतर मी ५०-६० क्रमांक पाठ करायचे ठरवले व पाठही केले. (दूरध्वनी क्रमांक) (कॉलेज, मित्र, घरचे व इतरही महत्त्वाचे) म्हणजे १२वी पर्यंत अभ्यास झाल्यानंतर उच्च शिक्षणाला जग बघणं व अनुभव घेणं, लढणं असंच चालू होतं. (म्हणजे प्रत्यक्षपणे मी जन्मभर काही फिरत नव्हतो पण जग पहाणे- बाहेरचं जग काय आहे माहिती नाही तुला असे मोठेजण म्हणतात न ते घडत होतं माझ्या आयुष्यात.) कदाचित थोडा व्यवहार, थोडं जग आधीच अभ्यास व पुस्तकांसह पाहिलं असतं. पण कुणास ठाऊक दोन्ही महत्त्वाचं असतं. गरजेच असतं. मग जास्त टक्केवारी घेऊन चांगलं कॉलेज शाखा मिळवणारे विद्यार्थी बरे का ६०-८०% घेऊन बाहेरचं ज्ञान मिळवणारे विद्यार्थी बरे. मी गोंधळलोय. माझ्याकडे नाही या प्रश्नाचे उत्तर. मी १ली ते १२वी पर्यंत जे जगलो ते खरं जग का २००१ पासून पुण्यात पहात, जगत अनुभवत होतो ते जग खरं का पूर्ण जग मनुष्याचं आयुष्य हे मायाजाळ आहे. टर्म-१ मध्ये या सर्वांचा निकाल लागला. माझे सहापण पेपर निघाले नाही म्हणजे येणाऱ्या ५-६ महिन्यात १०-१२ पेपर्समध्ये पास होणे आणि अभियांत्रिकी-वैद्यकिय उच्च शिक्षणात मोठी गोष्ट नाही ही बॅकलॉग म्हणतात, त्याला मग काय परत नैराश्य डॉक्टरांना भेटून प्रोत्साहन मिळवायचं, आजोबांमुळे ते आमच्या घरच्यासारखे झाले होते. १०-१२ वी पर्यंत चित्रपटात पाहून असं वाटायचं की कॉलेज करताना नोकरी करून स्वावलंबी होऊन आपल्या शिक्षणाचा खर्च आपणच करू शकतो पण इथे तर शिक्षणालाच वेळ पुरत नाही. बघेबघे पर्यंत महिने-वर्षे जातात. असाच साहसी व संघर्षाचा होता २००१-२००६ चा काळ. जिथे मी शेवटी अभियंता झालो पेट्रोकेमिकल शाखेतून. हो पहिल्या वर्षानंतर ठरवायचं होतं मला (आय.टी. संगणक मिळत होते) पण त्याच ज्ञान बाहेरच मिळवता येईल असं वाटलं व खूप गर्दी झाली होती त्या शाखांना. मग ठरवलं ही दुर्मीळ शाखा निवडायची. वर्ष संपताना अजून एक आनंदाची गोष्ट झाली. आमचे उपप्राचार्य (भिसे सर) यांनी मला बोलवलं व कळवलं की कॉलेजने इतकी छान टक्केवारी असणाऱ्या विद्यार्थ्याला फ्रिमध्ये शिक्षण देण्याचं ठरवलंय व पहिल्या वर्षीची ४० हजार फि परतही केली जाईल- हे इतिहासात पहिल्यांदा घडलं व घडणारही नाही. मी खूप आनंदी झालो. घरी कळवलं. दादांना कळवलं पण त्यांना याचा काही आनंद झाला असं वाटलं नाही. त्यांचा व्यवसाय छान चालू होता वाटत पण मला स्वत:वर अभिमान वाटला. प्रवेश घेतानाच पैसे भरतानाच सर्व दु:ख दूर झालं. उंच मानेने, ताठ मानेने चालता येईल असं वाटलं. टर्म-२ मध्ये परत ४ बॅकलॉग राहिले. खूप अभ्यास, खूप प्रयत्न करून पण. तरी ६ महिने मी दुसऱ्या वर्षाच्या शिकवणीला जात राहिलो. माझा जीवलग मित्र प्रकाश दुसऱ्याच वर्षी भेटला पेट्रोलियम पण आजही माझा सर्वोत्तम मित्र व गुरू आहे. त्याच्या भावाच्या ओळखीने ४ही पेपर्स परत तपासणीला दिले व थोडेसे पैसे देऊन त्याचा बंधू काम होईल म्हटला. मी नाहीच म्हटलं पण दादांनी माझं नाही ऐकलं. मी आपलं वाट बघत कर्तव्य करत राहिलो. पण त्याने फसवलं. काम

झालं नाही व माझं वर्ष (६ महिने ज्ञानच मिळालं) वाया गेलं–अनुभव मिळाला. लोक कशी वागतात, जग कसं फसवतं हे कळालं. माझ्या व प्रकाशच्या चप्पला झिजून गेल्या पण त्याच्या चुलत भावाने आमचं शिक्षण होईपर्यंत ६०–८०% पैसेच परत दिले. आम्हा दोघांना पण चांगला धडा मिळाला. एक–दिड वर्षाने आम्ही तो फ्लॅट पण सोडला. वास्तूच नव्हती चांगली. नुसती निगेटीव्हीटी आल्यापासून वाईटच अनुभवलं मग शिवतीर्थ नगर–मॉर्डन कॉलनी इथे १ रूम किचनचं घर घेतलं आम्ही हो भाड्यानेच व त्या जुन्या फ्लॅटमध्ये नुसती दार बंद त्यामुळे आम्हा तिघांना तिथे करमत नव्हतं. पण इथे शिंदे म्हणून ६–८ भावंडांचा परिवार होता. त्यात भाडं दहापासून चार हजारांवर आलं. पहिल्याच मजल्यावर खिडकी उघडली की प्रसन्न वाटायचं व समोरच गणपतीचे मंदिर (सोसायटीचेच) लोक पण सर्व मध्यमवर्गीय. जेमतेम ६–८ महिने आजी–आजोबा माझ्यासोबत होते. तिथे एकदा आजोबांना दुसरा अॅटक आला. संध्याकाळची उशिराची वेळ होती. मी त्यांना पाठीवर खालीपर्यंत नेलं. मला कसं बळ आलं देव जाणे. रिक्षा स्टॅन्डपर्यंत मी माझं वजन (६३ कि.ग्रॅम) असून ९० कि.ग्रॅमच्या आजोबांना उचलू शकलो. ते त्यातूनही बरे झाले. पण नंतर मी मन घट्ट करून २००३ ला त्यांना व आजीला नांदेडला परत पाठवलं. एकटं रहाणं माझ्यासाठी सोपं नव्हतं. कदाचित शक्य पण होतं का नाही माहिती नाही. मी असा भित्रा पण त्यांच्या तब्येतीमुळे मला अभ्यासात व्यत्यय येऊ लागला व डॉक्टरांचा सल्ला त्यांनी आप्तजनांजवळ रहावं हा होता म्हणून मला भाग पडलं ते करायला. नांदेडला नंतर ४–५ वर्षे छान राहिले ते. २००८ ला (८ ऑगस्टला) मृत्यू झाला त्यांचा. आजी आजही आहे आमच्या पाठीशी. माझ्या आजी–आजोबांनी १० वी ते१२ वी व पुढे पुण्यात १–२ वर्षे माझी खूप काळजी घेतली. जावयाचं मुल म्हणून तळहाताच्या फोडासारखं सांभाळलं. कधीच काही कमी पडू दिलं नाही. आजी तर आजोबा आजारी असल्याने त्यांची व मी अभ्यासात त्यामुळे घरची पण काम करायची. एखाद्या देवीसारखी अटळ होती ती. आणि कधीच वादावादी नाही, ओरडणं नाही. मी परमेश्वराला प्रार्थना करेन की पुढच्या जन्मी पण मला हेच आजी–आजोबा भेटावेत. पैशाने नाही–दादांनीच अर्थसहाय्य केलं, त्यांच्या आजाराचा खर्च पण. पण कष्टाने त्यांनी मला पूर्ण सहाय्य केलं, ४–५ जी काही वर्षे ते दोघं माझ्यासोबत होते. त्यांनी नेहमी प्रेमाने वागवलं व मला कुठल्याच अडचणीचा भासही होऊ दिला नाही. त्यांच्या म्हातारपणाची काठी म्हणून मी पण सदैव तसाच वागलो. पण थोडं व्यावहारिक होऊन, मनावर दगड ठेवून मी त्यांना पाठवलं. त्यामागे एकच हेतू होता की आजोबांना होतील तितके आयुष्य अजून लाभावे व त्यांना दुसरा अॅटॅक आल्यावर त्यांनी आप्तजनांसह नांदेडला रहावं. तिथे माणसं पण आहेत सांभाळायला. दुर्भाग्याने मला २००८ ला त्यांच्या अंत्यविधीला जाता आलं नाही. लहान भाऊ, सोमेश, मी आम्ही तिघं पुण्यातच होतो व मध्यरात्रीनंतर काही वाहन पण नव्हते किंवा प्रायव्हेट वाहन पण आम्हाला वेळेत पोहोचू शकले नसते– भाग्याचा खेळ पण माझ्या मनात आजोबांची आठवण सदैव आहे व राहिल. मला प्रकाशसह आणखी एक मित्र भेटला–

दादासाहेब कुंभार हो त्याला आम्ही म्हणायचो बायकोने दादा म्हटल्यावर कसं होईल- म्हणजे अभियांत्रिकी कॉलेजमध्ये अभियंता होताना मला फक्त २ मित्र व १२ वी पर्यंत ५-६ एकंदरीत बोटावर मोजण्याइतकेच मित्र. कारण माझा स्वभाव. मी अशा कुठल्याही व्यक्तीचा मित्र नाही होऊ शकलो जो मला काही वाईट शिकवेल- दारू, गुटखा, सिगार इत्यादि. हो माझ्या दृष्टीकोनातून हे सर्व वाईट होतं, आहे, राहिल व मी पूर्णपणे शाकाहारी आहे. त्यामुळे मांसाहारी लोकपण मला आवडत नाहीत. १०वी पर्यंत व नंतर १२वी पर्यंत मला बोलायला तरसायची विद्यार्थी व मी माझ्या अभ्यासाचा मित्र व त्यानंतरही. माझ्या शुद्ध व सरळ राहणीमानामुळे मला प्रचंड अशे मित्र नाहीत व नव्हते. त्यामुळे मी कुणाला बोलायचो नाही असं नव्हतं. सर्वांना कामापुरतं बोलायचो पण जवळचे असे खूप कमी- त्या वर्षी १२ पैकी ८ विषय काढणारे पण खूप कमी विद्यार्थी पण मी माझ्या मेहनतीने ते केलं व मला खूप अभिमान आहे त्याचा. माझी वार्षिक फि माफ झाली त्याचा अभिमान. १२वी नंतर १३वीत पण मी एकही मित्र नाही बनवला. त्याचा अभिमान-दुर्भाग्याने ८ चे ९ नाही झाले परत तपासणी मध्ये पण व त्यानंतर मला ५-६ महिने रिकामे उरले. ज्याचा मी खूप उपयोग केला. संगणक, हार्डवेअर, इतर काही भाषा (संगणकाच्या) व बरच काही शिकलो. आजी-आजोबा गेल्यावर आईकडून फोनने स्वयंपाक पण शिकलो.

माझ्या प्राचार्यांनी मला मदत केली. शेवटच्या वर्षीचा प्रकल्प मी ६ महिन्यातच केला वर्षाऐवजी व २००६ ला अभियंता म्हणून चांगल्या गुणांनी बाहेर पडलो. दोनच खोल्या (खोली व स्वयंपाक घर) होत्या. त्यामुळे मी कधी भागीदार नाही ठेवला पण ६-७ महिने प्रकाश राहिला व २-३ महिने माझा वर्गमित्र ईश्वर पवार हे होते. काही काळ माझ्या या प्रवासाच्या काळात बंटी दादा होता पण त्याचा स्वतंत्र फ्लॅट होता. असंच आम्ही भेटायचो. त्याने त्याचे शिक्षण पूर्ण केले नाही (करू शकला नाही) व नांदेडला परतून डिग्री मिळवली. म्हणजे असे खूप विद्यार्थी असतील. मी दटून होतो व मी व्यावहारिक ज्ञान मिळवलं, शिक्षण पूर्ण केलं. प्रत्येक वर्षी गुण जास्त मिळवले. त्याचं पूर्ण श्रेय मी माझ्या देवाला-माझ्या वडिलांना देतो. मी पुण्यात आल्यावर जे पहिले ६ महिने मानसिक आजारी व नैराश्याने भारून गेलो होतो. त्यावेळी दादा म्हटले- तू फक्त तिथे ४-५ वर्षे रहा आणि मी डोळे मिटून त्यांच्या आदेशावर चाललो. प्रगती आपोआपच झाली. मानसिक, व्यावहारिक, शैक्षणिक तर उच्च दर्जाची झाली. प्रत्येक वर्षी व शेवटच्या २ वर्षात मी पूर्ण पेट्रोकेमिकल्स विभागाच्या प्राचार्यांचा आवडता विद्यार्थी होतो. माझा स्वभाव, अभ्यास तत्परता व सर्व काही गुण- आजही मी तयार केलेल्या नोटस विद्यार्थी वापरतात व माझ्या तिसऱ्या व चौथ्या वर्षाच्या यशाचा मला खूप अभिमान व गर्वही आहे. जे पहिल्या वर्षी झाल त्यानंतर ज्याप्रकारे मी गर्जना करून पुढे आलो. स्वत:ला त्या ढाच्यात टाकलं तसं करणारे खूप कमी विद्यार्थी- ४ वर्षांच्या त्या शिक्षणात मी खूपजण पाहिले. ज्यांनी आत्महत्या केली, पळून गेले, क्षेत्र सोडलं, इतर क्षेत्र निवडलं, वाईट संगतीला लागले व आयुष्यच वाया घालवलं. पण मी त्यात

नव्हतो. मी जिंकलो, लढलो, संघर्ष केला. आमच्या कानावर अशा बातम्या नेहमी यायच्या पण त्या ऐकून दुर्लक्ष करायचो. प्रकाश होताच मार्गदर्शनाला व तो नेहमीच जीवनाला वेगळ्या दृष्टिकोनाने बघायचा. मी २००३ ते २००५ हा काळ खूप छान घालवला. पुण्यात नेमकं अभियंता होण्यासाठी काय करायचं, अभ्यासाची तयारी कशी करायची व नोटस स्वत:च्या कशा तयार करायच्या या सर्वांची कल्पना आली होती व आजी-आजोबा नसल्याने सोबत रोजच्या दैनंदिनीला कसं लढायचं याचा पण अंदाज दुसऱ्या दिशेने येत होता. १-२-३ नाही अख्ख्या १०-२० जागी (खानावळ) मी जेवलो पण कुठलंच अन्न मला आवडत नव्हतं व मग निर्णय झाला भाजी करायची, पोळ्या विकत आणायच्या व रात्रीचं जेवण तरी आपल्या हातचंच खायचं. स्वयंपाकघर व साहित्य होतच. नांदेडला आलो तेव्हा इथूनच न्यायचो (तांदूळ-डाळ-चटणी आईने बनवलेली) भाजी आणून चिरणे, बनवणे, कुकरच्या उपयोगाने खिचडी व पोळ्या विकत. दादासाहेब कुंभार जरी तो माझ्या पुढच्या बॅचचा-जेवायला, अभ्यासाला यायचा खोलीवर. बंटी दादा, प्रकाश सर्वांनाच माझ्या हातच्या भाज्या व खिचडी आवडायची. सकाळी नाश्ता कॉलेजला जाताना कुठेही व्हायचा. पुण्यात नाश्ता मला सगळ्याच टपरींवरचा आवडायचा. पोहे, उपमा, साबुदाणा खिचडी त्यामुळे त्यात कधी वेळ वाया गेला नाही. वेळच खूप कमी असायचा कॉलेजला जाताना. त्यामुळे मिळेल ते खाऊन पोटाची आग विझवायची. फक्त ३०-४५ मिनिटांचाच दुपारचा ब्रेक असायचा व त्यावेळी कॉलेज, नाश्तागृह, कधी खानावळ, कधी परत नाष्टाच किंवा कधी उपाशीच हा क्रम चालायचा. त्यामुळे तब्येतीची हेळसांड झाली ज्याचा मला पुढे खूप त्रास झाला. काही वर्षांनीच मला थायरॉइड झाला. आजही आजार व रोज गोळी चालूच आहे. १२ वी पर्यंत आयुष्यात एकही गोळी घेतली नाही व १२वी नंतर आजपर्यंत रोजच गोळी किंवा औषधे लागली तशी. अभ्यासाला वेळ पुरायचाच नाही. मग काय सर्दी-खोकला काहीपण झालं की डॉ. थट्टेंना भेटायचं, गोळ्या औषधांचा कोर्स घेऊन पटकन बरं व्हायचं. ज्याचा भविष्यात तब्येतीवर फरक होणारच होता व झालाच पण त्यालाच संघर्ष म्हणायचं न. प्रकृती वर्षानुवर्षे सारखी कशी राहिल. व्यायाम नव्हताच. ९ किंवा ९.३० ला शिकवणी चालू व्हायची मग व्यायाम कधी, संध्याकाळी छान अभ्यास करायचो. कुठही जायचं म्हटलं की गाडी. मग काय पण वर्ष-२ वर्ष मी लॉन टेनिस शिकलो, खेळलो. सकाळी ६.३० ते ८.३० वेळ. कॉलेजकडे जातानाच होतं कोर्ट व कोच आमच्याच वयाचा पण खूप छान होता तो. परत कॉलेज संपल्यावर जोग सरांकडे २-४ वर्षे खेळलो मी (नोकरीच्या काळात) हो पुण्यातच होतो. मला मुळात चित्रकला यायचीच नाही. त्यामुळे ग्राफीक्स हा विषय मला खूप अवघड गेला. बिबवेवाडीत (१५-२० कि.मी.) दूर मी शिकवणी पण लावली होती. पण शेवटपर्यंत चौथ्या प्रयत्नामध्ये मी पास झालो आणि गंमत अशी की मी त्या वेळी अभ्यास न करताच परिक्षा दिली. चांगले ६९ (एकोणसत्तर) गुण पडले मला पण दुसऱ्या ते चौथ्या (S.E. to B.E.) मला कुठल्याच विषयाला दुसऱ्यांदा परिक्षा द्यायची आवश्यकताच नाही पडली. म्हणजे अभियांत्रिकी

शिक्षणात पहिला वर्ष हा एक पडाव व उर्वरित ३ वर्षे हा एक पडाव असा गेला. घरी निकाल सांगितले की मजा यायची. १२ वी पर्यंत ८०-९० व आता ५०-५५ -६२-७०% असं ऐकून त्यांना खूप दु:ख व्हायचं. कुणीच उच्च शिक्षण घेतलेलं नाही घरी. माझ्या बॅचला ६५-६८% मध्ये युनिव्हर्सिटी टॉपरस रहायचे आणि त्यात पेट्रोलियम (प्रकाश) पेट्रोकेमिकल (मी) दोन्ही शाखा खूप अवघड- मला सोलापूरचा अजून एक मित्र झाला. 'स्वयंराज काळे' कोथरुड मध्येच त्याचा फ्लॅट होता. मग त्याच्याकडे पण रात्र रात्र अभ्यासाला जायचो मी किंवा तो कधी माझ्याकडे अभ्यासाला येत असे. अभियंता होताना अभ्यासच असा असतो की जास्तवेळ एकटं राहिलं न डोकं भलतीकडेच चरायला जात. नाहीतर पागल तरी झाल्यासारखं वाटतं. पहिल्या वर्षीच्या जेमतेम (द्वितीय श्रेणीत) गुण मिळवल्या नंतर द्वितीय वर्षी उच्च द्वितीय श्रेणीने पास झालो व तिसऱ्या वर्षी उच्चांक गाठून पहिल्या श्रेणीत व चौथ्या वर्षातही उच्चतम ६८-७०% मग त्यामुळे मी माझ्या प्रगतीने खूश होतो. वर सांगितल्याप्रमाणे पहिलं वर्ष वेगळं करू. द्वितीय वर्षी पण प्रथम श्रेणी काही गुणांनीच हुकली पण त्याकाळात आजी-आजोबांना परत पाठवून जग पहायचं, इतर मुलांसारखा संघर्ष करायचा व व्यवहार शिकायचे याचं खूळ होत न व पहिल्या वर्षीच भूत पाठलाग करतच होतं त्यामुळे जो आत्मविश्वास तिसऱ्या व चौथ्या वर्षी होता तो द्वितीय वर्षी थोडासा कमी होता पण २००५-२००६ ला शिक्षण संपवून तो तुरा मिळवतानाचा आनंद शब्दात सांगूच शकत नाही. ६५% पुढे जाऊन प्रथम श्रेणी व डिस्टींक्शन असं होईल याची खूप अपेक्षा होती व मी वर्गातल्या पहिल्या ४-५ विद्यार्थ्यांमध्ये होतोच पण त्यावर्षी शनी मागे लागला होता असं म्हणायला हरकत नाही. वर्षभरात मी खूप संघर्ष केला. काहीपण घडायचं. एक अडचण संपली की दुसरी लगेच तयार असायची. त्या वर्षातल्या सर्वच गोष्टी मी सांगेन नाहीतर त्या वर्षातला पुण्यातला टॉपर मीच असतो. भाग्य- जो जिता वही सिकंदर पण तक्रार नाही. कुठलीच तक्रार नाही. नाहीतर माझ्या संघर्षाचा अपमान होईल-व्यक्तीने निकालाला नावं ठेवलं न की संघर्षाचा अपमान होतो. हो आमच्या कॉलेजच्या एका प्राचार्याने सांगितलं होतं मला व सत्य आहे ते 'प्रयत्नांना शाबासकी निकालच देऊ शकतो किंवा देतो हे पूर्ण सत्य नाही.' नाहीतर तेंडूलकर एकटाच खेळला असता. इतरांनी जीव दिला असता- संघर्ष, प्रयत्न शब्दच काढून टाकायला लागले असते शब्दकोशातून. असो हे प्रत्येक व्यक्तीच्या सतयुगातून-कलयुगापर्यंत लागू होत. नाहीतर त्या विधात्याची पण आठवण कुणी काढली नसती. भाग्य-दुर्भाग्य या पण शब्दांची गरज नसती.

बराचसा माझा वेळ द्वितीय व तृतीय वर्षी स्वयंपाक इत्यादित पण गेला असावा. पण ते करतानाही पुस्तक सोबत असायची. त्यामुळे त्याबद्दलही नाही करता येणार तक्रार- उलट खानावळीत जाणं-येणं यात वेळ गेला असता त्याहून अधिक आमच्या फ्लॅटच्या तिथलं वातावरण छान होतं. (शिंदेची फ्लॅट योजना) व काही अडचण पण नाही आली. पाणी वगैरे किंवा कुणाचा त्रास. उलट शेजारच्या संगीता काकुंची मदतच

व्हायची. कधी कधी त्यांनी डबा द्यायचे शेजारधर्म म्हणून व घरचं जेवल्यासारखं वाटायचं. त्यांच्या ३ मुली व १ मुलगा वेळ भेटलाच तर त्यांना अभ्यासाला मदत करायचो मी. मोठ्या दिदीला L&T मध्ये नोकरी पण लावून दिली मी नंतर. साई खूप लहान त्यामुळे त्याच्या खोड्याच जास्त होत्या. मी काकुंना ते बोलायला पण जेमतेम १-२ वर्षे राहिल्यावर शिकलो. नाहीतरी वेळ नव्हताच- त्या ४-५ वर्षात मी कधीच गणपती मिरवणुक, दुर्गा-देवी उत्सव यात सामील नव्हतो. वर्गणी मात्र द्यायचो व प्रसाद खायला आरती संपायच्या आधी तर पोहचायचोच- घरच्या जेवणाला पर्याय नाही पण असे प्रयत्न चालू रहायचे जिथे चवदार मिळेल तिथलं खाण्याचा प्रयत्न करणे. हो काकू पण कधी डबा देतात का याची वाट पहाणं- काही चांगलं चुंगलं केलं की द्यायच्या त्या. नांदेडला २-४ दिवस सलग सुट्ट्या. सण काही असलं की जायचो ट्रॅव्हल्सने.

ताईची प्रतिबद्धता (engagement) २००३ ला झाली. त्यावेळी धावती भेट १ दिवसाची द्यावी लागली. मी खूप रागात होतो. १० लाख हुंडा मग मला वाटलं मुलगा चांगला आहे की नाही, तसं घरी येण्याआधी मी ताईला पीसीओहून खुपदा विचारलं होतं. मुलगा आवडला न तुला पण जेव्हा मी जीजुंना पाहिलं, बोललो मी खूप खूश झालो. आम्ही उमरेकर निवास मध्येच होतो. १२ मे २००३ ला लग्न ठरलं व त्याच वर्षी जानेवारी-फेब्रुवारीत प्रतिबद्धताचा कार्यक्रम झाला. माझा ऐन परिक्षेचा काळ होता तो. पण मला त्यांनी लग्नाला नाही आलं तरी चालेल असा निरोप दिला पण योगायोग रविवार होता तो दिवस त्यामुळे मी माझ्या आयुष्यातला सुखद क्षण गमावला नाही. मी ताईच्या लग्नाला हजर न रहाणं शक्यच नव्हतं. १-२ दिवस मला आधी जाताही आलं पण त्याच दिवशी रात्री निघावं लागलं परत पुण्याला ताईचं लग्न धुमधडाक्यात झालं. 'वामनराव पावडे' मंगलकार्यात भाऊजी भोकरचे त्यांची पूर्ण लोक बस करून आली होती. त्याकाळात इतक्या छान पद्धतीने लग्न क्वचितच झाले असावेत व दादांना एकुलती एक मुलगी मग त्यांनी लोकांना लक्षात येईल असं दमदार लग्न लावलं. मी कुठल्याच व्यवहारात नव्हतो त्यामुळे मला खर्चाचा अंदाज नाही पण १० लाख हुंडा याच्या खूप विरोधात होतो मी. शिक्षण शिकत होतो. असा सत्यवादी स्वभाव व नियमाने चालणारा मनुष्य मनात विचार आला होता की या सर्वांना तुरुंगात टाकावं, हुंडा देणं-घेणं या गुन्ह्याबद्दल पण भाऊजींचा स्वभाव व त्यांची शरीरयष्टी बघून असे विचार कधीचेच पळून गेले मनातून पण दादांनी त्यांच एक स्वप्न पूर्ण केलं. १९७८ ला १५० रुपये घेऊन आलेली साधारण चौथी पर्यंतच शिक्षण घेतलेली व्यक्ती नांदेड सारख्या शहरात मोठा व्यावसायिक झाला व त्याने एकुलत्या एका मुलीच इतकं मोठं लग्न लावलं व त्यांनी बऱ्याच लोकांना गावाकडून शहरात येताना आवाहन दिलं होतं की मोठा व्यक्ती होणार व त्या लग्नात संपूर्ण धामनगावाला आमंत्रण होतं. नवी आबादीतले पण गरिब लोक, मोठेमोठे व्यावसायिक-इतकं मोठं लग्न व छान व्यवस्था व सर्वांना आहेर व त्यानंतर १०-१५ वर्षे लोकांकडून ऐकायचो की काय लग्नसमारंभ झाला होता तो. संध्याकाळी ५-६ ला पाठवणी होताना मात्र खूप रडलो. (आई, मी, लहान भाऊ, दादा)

ती आमच्या परिवाराचा एक खूप महत्त्वाचा स्तंभ होती. आजही आहे. आमच्या सर्वांना जोडायचं काम तिने केलं. नेहमी करते, आजही. आता ते नांदेडलाच आहेत. मुलांच्या शिक्षणामुळे. ताई सर्वात समजदार घरात असंही म्हणता येईल. प्रत्येक परिवाराला २०-२५ वर्षे वाढवलेल्या आपल्या मुलीला दुसऱ्या घरी पाठवताना दु:ख होणारच. त्यामुळे आम्ही रडलो. आम्हाला दु:ख झालं. यात काही नवल नाही, पण जगाची रित अजूनही पुरुषप्रधान देशच आहे आपला. असं नाही की नवरदेव त्याचा परिवार चांगला नसेल, काही जागी तर मुलींना त्यांच्या घरापेक्षा सासरचं छान मिळतं- मानण्यावर आहे. सुख,समाधान-मायाजाळ आणि शेवटी आलंच न भाग्य जे चाललंय आपलं ते. मला त्याच दिवशी परतीच्या प्रवासाला जावं लागलं. अजूनही उमरेकर निवासमध्येच होतो आम्ही. पूर्णा रोडचं घर पूर्णपणे तयार झालं नव्हतं. आमच्या त्या नवीन घराजवळच होतं मंगल कार्यालय-वामनराव पावडे पूर्णा रोड, हो थोडं सामान ते ठेवायला मदत झाली घराची पण तिथून २ वर्षानंतर आम्ही त्या घरी रहायला आलो. २००५ च्या सुमारास, जसं दादांचं एक स्वप्न मुलीचं लग्न लावणं होतं तसंच घराचं होतं. २००५ ला आसारामबापू आले. आमच्या वास्तूच-विश्वनिवास मीच नाव ठेवलं घराचं. आजोबांच्या नावावरून. बाकी सर्व व्यवसाय आजीच्या नावाने आहेत. 'विश्वनिवास' १२००० स्क्वेअर फिटचा प्लॉट आहे व २ बेडरूम, हॉल, किचन वर खाली असं २०००-२५०० स्क्वेअर फिटचं बांधकाम आहे. बाकी ८०% जागा मोकळी आहे. अंगण मोकळं-गाड्या ठेवायला जागा. बाग व मोठं आंब्याचं झाड खूप वर्षे जुन असेल ते आहे- आम्ही कधीच नाही तोडलं. २-३ दा वर्षात फक्त कैरी येती झाडाला. पूर्ण आंबा पिकत नाही. तसेच याच साईबाबा नगरमध्ये एका जागी शेवटच्या प्लॉटवर साईबाबा मंदिरही बांधलं त्यांनी २६ सप्टेंबर २००४ रोजी आसाराम बापू यांच्या हस्ते मंदिराचं उद्घाटन झालं. आता आसारामबापू तुरुंगात आहेत. संत म्हणून त्यांनी लोकांची फसवणूक केली पण भारतात हे काही नवीन नाही असे ढोंगी बाबा खूप झालेत, आहेत. आणि होतील. जोपर्यंत लोक अंधश्रद्धा नाही सोडणार, देव आहे, संतही आहेत पण त्या नावाखाली फसवणूक, शोषण होत असेल तर माणसाने वेळीच जागं व्हायला हवं. नाहीतर अशा लोकांना वाईट कर्म करण्यासाठी प्रोत्साहन मिळत जाईल नेहमीच. दादांनी प्लॉटिंग व्यवसायाद्वारे मुलीचं लग्न, मोठ्या घराचं बांधकाम, आमची शिक्षणे हे सर्व खर्च पूर्ण केले. त्यांचच नाही तर जगातल्या बहुतांशी व्यावसायिक, नोकरी वर्ग 'या लोकांची मोठी स्वप्नं म्हणजे हीच असणार आहेत. किंबहुना मध्यमवर्गीय उच्च मध्यमवर्गीय व गरिब लोकांची तर हीच स्वप्न असणार व माझे वडिल एका गरिब कुटुंबात जन्म घेऊन एवढं करू शकले. कुठलं पण आर्थिक सहाय्य नसताना म्हणजे खूप मोठी व अभिमानाची गोष्ट आहे त्यांच्यासाठी पण व आमच्यासाठी पण. त्यांच्या कर्तबगारीला नाव ठेवायला जागा नाही. २००३-२००६ या काळात निलेश जीजु शिल्पा ताई' पुण्यात होते हो दिप्ती ताईची मोठी बहिण योगायोगाने माझ्या ताईचं व दिप्ती ताईच्या मोठ्या ताईचं नाव शिल्पाच त्यामुळे मी माझ्या ताईला फक्त ताई असं म्हणतो व शिल्पा

ताईला-शिल्पा ताई आणि दिप्ती ताईला दिप्ती ताई. हो एकत्र आले किंवा एकत्र काही लिहलं, बोललो त्यानंतर बाकी प्रत्येकाला वेगवेगळं बोललो, भेटलो तर फक्त ताई असं म्हणतो. त्या २-३ वर्षात मी बऱ्याचशा रविवारी किंवा सुट्टीच्या वा काही सणाच्या दिवशी शिल्पा ताईकडे जायचो. मस्त जेवण करायला त्यामुळे घरचं जेवणंही भेटायचं व नांदेडला जाऊन आल्यासारखं वाटायचं, शिल्पा ताई-निलेश जीजुंना भेटलं की गप्पा झाल्या की. शिल्पा ताई स्वयंपाकात सुगरण त्यामुळे जेवणाचा आनंद भरपूर घ्यायचो व रोजच्या जेवणाबद्दल तुम्हाला माहितीच आहे. मग घरचं जेवण कोण सोडणार? शिल्पा ताईला स्वरा झाली व छोट्याशा स्वराला बघायला पण जायचो मी. लहान लेकरांसह खेळायला मला आधीच आवडत. इकडे ताईला पण 'समीक्षा' झाली ११ मे २००४ ला व मी परिक्षा झाल्या की एक-दिड महिना घरीच होतो व त्या पूर्ण काळात (सुट्ट्यांमध्ये) समीक्षाचे खूप फोटोस काढायचो व व्हिडीओ शुटिंग पण. उमरेकर निवासमध्येच होतो आम्ही तेव्हापण. ताईला मुलगी झाल्याने लगतचाच एक फ्लॅट अजून घेतला होता भाड्याने तिकडे पूर्णा रोडला घराचं बांधकाम चालूच होतं.

समीक्षाचा जन्म झाला त्यादिवशी मी १२ पर्यंत दुपारी नांदेडला पोहोचलो होतो. रात्री ताईला दवाखान्यात नेलं हे कळलं की मी पुण्याहून निघालो व ट्रॅव्हल्स उशिरा पोहोचली-समीक्षाचा जन्म राचेवाड दवाखान्यात दुपारी २-२.३० च्या दरम्यान झाला. मला मुलीच आवडतात मुलांपेक्षा. त्यामुळे समीक्षाचे मी खूप लाड केले. जन्मानंतर एक दिड महिना- ती दिवसभर झोपायची व रात्री खेळायची, होईल तेवढे क्षण मी माझ्या हॅन्डी कॅमेरात साठवून ठेवले. तिच्यासाठीच मी तो हॅन्डी कॅमेरा घेतला होता. त्यानंतर तिच्या पहिल्या वाढदिवसाच्या वेळीपण ११ मे २००५ ला मी वेळ काढून गेलो होतो व आमच्या नवीन घरी खूप छान व मोठा वाढदिवस केला तिचा. ती इतकी शांत होती आजही तशीच आहे की कुठलीपण गोष्ट न विचारता घ्यायची नाही. भोकरला २-४ महिन्यांची असतानाच भाऊजींनी मोठा नामकरण सोहळा ठेवला होता. एकंदरीत आम्ही तिनही भावडांपैकी ती पहिली मुलगी (मुल) त्यामुळे तिच्या इतके लाड कुणाचेच पुरवले गेले नसतील व सर्वात जास्त प्रेमही तिलाच भेटलं. बाकी लेकरांच्या तुलनेत व सर्वात शांत तिच आहे. नवीन पिढीत आम्हा भावंडांच्या मुला-मुलींपैकी.

मला दादांनी तिसऱ्या वर्षी मोबाईल फोन घेऊन दिला. इतकं पक्क आठवत नाहीय पण अभियंता होताना शेवटी १-२ वर्षे माझ्याकडे मोबाईल फोन असावा. माझ्या चौथ्या वर्षी झालेल्या शनी प्रकोपाबद्दल बोलायचं म्हटलं तर मला पहिल्या वर्षी सुरुवातीला जसं नैराश्य आलं तसं काहीतरी मला झालं. त्यामागे कारण म्हणजे कॉलेजातून लागणाऱ्या कंपनीद्वारे मिळालेली नोकरी स्वीकारावी, का उच्च शिक्षण घ्यावं-घ्यावं तर काय-एम.एस. का एम.बी.ए. का बी.टेक. मग त्या गोंधळात (एम.एस) तयारीसाठी क्लासेस लावले व त्यात वेळ वाया गेला. मला आधीपासून व्यवसायाची आवड मग एम.बी.ए. करावं का मग गुंतागुंत वाढत गेली. त्यात पहिल्या टर्मला माझी मुलाखत झाली रशियाच्या एका मोठ्या कंपनीमध्ये निवड झाली. पगार २५ हजार

दरमहा व रहाणं–खाणं–प्रवास सर्व त्यांच्याकडे. मग मी हे घरी कळवलं. भाऊ लहान असून त्याला, भाऊजींचं शिक्षण नसताना त्यांना आई आणि दादांना विचारलं, सर्वांना वाटलं एवढाच पगार मग त्यांनी विचारलं पुढे काय पर्याय. मग मी उच्च शिक्षणाबद्दल सांगितलं त्यासाठी लागणारा वेळ, नशीब हे सर्व सांगितलं व त्यांनी उच्च शिक्षण घे असं सांगितलं. मी फार गोंधळलो काय करावं काहीच सुचत नव्हतं. पण आज मला वाटतंय मी गेलो असतो रशियाला, तिथे मी ज्या जागी काम करणार होतो तिथे (–४ ते १० डिग्री) तापमान होतं व त्यासाठी मला दारू प्यायला शिकणं व मांसाहारी खायला शिकणं गरजेचं होतं. केली असती तडजोड– मोडले असते तत्त्व व आज खूप मोठ्या उच्च पदावर राहिलो असतो. मग ती संधी सोडून मी चांगलं केलं का वाईट मला आजही त्याचं उत्तर आत्मविश्वासाने देता येत नाही. मी माझ्या वैयक्तिक कारणामुळे तर त्याला नाकारलच पण या सर्वांच्या मतामुळे पण नाकारल व ते करून मी वाईट केलं का छान किंवा चुक का अचूक असं म्हणता येईल. पण एकदा निर्णय झाला व मी ती संधी इतर विद्यार्थ्याला दिली की झालं. मी किंवा माझ्या घरच्यांना त्याचा पश्चात्ताप त्यावर चीडचीड कधीच करायला नकोय बरोबर ना. पण आज किंवा गेल्या काही वर्षात हे होतं व मला ते अजिबातच आवडत नाही. कारण त्याला भाग्य–दुर्भाग्य म्हणून स्वीकारणं हेच सत्य आहे. शेवटच्या वर्षी १५–३० दिवसांसाठी मी माझ्या मित्रांसह अलिबागला पण गेलो होतो प्रकल्प करण्यासाठी. आम्ही छान प्रशिक्षण घेतलं. तिथे गेल इंडिया प्रायव्हेट लिमिटेड कंपनीत हो आपल्या घरी सिलिंडर्स येतात न तिच कंपनी. आमचा वार्षिक प्रकल्प छान झाला व आम्हाला एक मोठं घरंही देण्यात आलं होतं रहायला. कंपनी बसने जाणं–येणं व तिथे दुपारचं जेवण भेटायचं पण नंतर रात्रीचं जेवण–नाश्ता आम्हालाच कसंबसं व्यवस्था करून घ्यावी लागायची. पण आमच्या गटातल्या एका विद्यार्थ्याने मला खूप त्रास दिला. (नाव मला आठवत नाही आता) गेल्यावर त्याने ऑम्लेट बनवलं. मला त्याचा वास सहन नाही झाला. मग मी बाहेर बसलो. त्यावरून मी सोडलेल्या संधीबद्दल मस्करी करणे, मला हिनवणे असं तो करायचा. अरे हा मुलगा बघा शुद्ध शाकाहारी असं म्हणून चिडवायचा. हो मी भांडण नाही करायचो. माझा स्वभाव नव्हता तसा. मग मी एकटा पडल्यासारखं झालो म्हणजे शाकाहारी असणं इतका मोठा गुन्हा आहे की काय असं मला वाटायचं. एका सुट्टीला ती सर्वजण माशी–भात खायला गेली. मी त्या भुत–बंगला पद्धतीच्या वाड्यात एकटा राहिलो व अजूनच निराशेत गेलो. मला पहिल्या वर्षी रॅगिंग नाही झाली पण या चौथ्या वर्षी रॅगिंगच झाली की काय असं वाटू लागलं. दादासाहेब कुंभार, प्रकाश सर्वांची खूप आठवण आली. माझ्याइतकेच हुशार २–३ जण होते सोबत सोंजे, शितोळे पण कुणास ठाऊक त्यांनी पण मला सोबत नाही दिली. काळ मोठा नव्हता. त्यामुळे सहन झालं व पुण्याला परतलो पण मनात एक न्यूनगंड होता (Inferior complex) की आपण इतरांपेक्षा वेगळे आहोत का– मांसाहारी नसणं, दारु न पिणं इतका मोठा गुन्हा आहे का. कामात अभ्यासात तत्पर रहाणं चुकीचं आहे का? शांत स्वभाव म्हणजे खराब का असे भयंकर प्रश्न व त्यामुळे येणारा न्यूनगंड

याचा त्रास झाला खूप जास्त. परिक्षेच्या १ महिना आधी मी मानसिक आधार म्हणून आईला व गीताला पुण्यात बोलवलं विनवण्या करून व आई आल्याने खूप छान वाटलं. त्यांना माझं दु:ख, अडचण मी सांगू शकणार नव्हतो पण त्यांनी असल्याचाच आधार मला पुरे होता. एकंदरीत प्रथम श्रेणी डिस्टींक्शनसह मिळवणं अवघड नव्हतं. पण संघर्ष झाला व वेगवेगळ्या समस्या सामोऱ्या आल्या. मी काही दिवस आजारी पण पडलो त्यावर्षी मला युनिर्व्हसीटी टॉपर व्हायची खूप इच्छा होती व कदाचित आलोही असतो. पण भाग्याचा खेळ काही वेगळाच आणि काय करणार होतो टॉपर येऊन. जर त्या शाखेतून मला नोकरीच करायची नव्हती व उच्च शिक्षणच घ्यायचं होतं तर मग काय त्या गुणांचा उपयोग. आमचे प्रॅक्टीकल्स होते, एकमेकांना फाईल देऊन मदत करणे ४ ही वर्षात व्हायचं व यावर्षी पण मी माझी फाईल दिली व बाहेरून प्राचार्य आले जसं प्रत्येक प्रॅक्टिकल्स परिक्षेला येतात. माझा तो आवडता विषय (पेट्रोकेमिकल प्रोसेस) व त्याची माझी फाईल २ महिने आधीच तयार होती व मग सर्वच मुलांनी ती नेली. मला वाटलं परिक्षेच्या आधी माझ्याकडे येईल फाईल पण नाही. मला तर वाटलं हरवलीच. मग काय मी वणवण भटकलो व शोधायचा प्रयत्न केला. घर ते कॉलेज रस्ता न रस्ता शोधला व प्रत्येकाच्या बॅग्स पण तपासल्या. लाइब्ररी, मैदान सगळीकडे गेलो. १० ते ४ अन्नाचा एक कण, पाणी न पिता ही शोधाशोध केली. पण नाही सापडली. निराश होऊन बसलो. माझा क्रमांक सरांनी त्यांना सत्य माहिती असल्याने शेवटी लिहला. माझे गुण कमी होऊ नयेत म्हणून माझे आवडते प्राचार्य पण आता शेवटची घटिका ४० गुण गेले तर माझं वर्ष, टक्केवारी सर्वकाही धोक्यात. मी तर कुठल्याच देवाच्या पाया पडत नव्हतो. मग कुठल्या देवाकडे धाव करू. सर बाहेर आले त्यांनी माझा केविलवाणा चेहरा पाहिला व मला म्हटले, 'तुमच्यासारख्या विद्यार्थ्याने असा हलगर्जीपणा करावा?' अश्रू नव्हते माझ्या डोळ्यात. पण शरीरात बळही नव्हतं रडायचं. पुढे कमाल झाली, जादू झाली. माझा मित्र ज्याचा क्रमांक माझ्याआधी होता तो भेटला. म्हणजे १-२ लाच त्याची परिक्षा झाली असावी. तो म्हटला सर ह्याला का बसवलंय इथं. मग आम्ही त्याला सांगितलं. तो म्हटला, 'सर मी प्यून काकांकडे दिली न फाईल. माझ्याकडेच होती आणि त्यांना सांगितलं पण' कपाळावर हात बडवून मी परिक्षागृहात गेलो व अलीकडेच सुरेख व छान माझी फाईल बघून जीवात जीव आला. कुणाला शिव्या द्याव्या काहीच कळलं नाही. माझी परिक्षा झाली सर्व मित्र वर्गाच्या बाहेर होते सर्वांनी मिळून माझी माफी मागितली. पण ३-४ गुण तरी कमी झाले कारण त्या परिक्षकाला वाटलं की मी गाढव असेन. शेवटपर्यंत लिहून पूर्ण केले असेल, पण दोनपासून त्याच्याच डोळ्यासमोर ती धुळ खात होती हे तो का लक्ष देईल? माझी फाईल २ महिने आधी पूर्ण होऊन मला उत्तम शेरा मिळाला हे त्याला काय माहित. मी वर्गातल्या २-४ टॉपर्स मध्ये आहे हे त्याला काय माहित. मग मी मनात म्हटलं शनी आला असेल कुंडलीत या काळात म्हणूनच इतक्या गोष्टी घडल्या एकदाच व एकापोठापाठ. पण आल त्या गोष्टींना सामोरे जायचं हेच शिकलो न आपण हेच जीवन न. असो आला न संघर्ष, भाग्य व ते भाग्यच

ठरवणार मनुष्याचं सर्वकाही. या पूर्ण प्रकरणात माझी काय चूक होती? मी तर २ महिने आधीच माझं काम केलं त्यात १ नंबरचा शेरा मिळवला व मदत म्हणून मित्रांना फाईल दिली. नेहमीप्रमाणे वेळेत मला ती फाईल मित्रांनी परत द्यायला हवी होती. बरे २-३ वर्षात हे असंच झालं न मग याच वर्षी असं का झालं (Destiny). एकंदरीत संघर्ष करत मी छान प्रगती केली अभियंता होण्यासाठी व एका उत्तम दर्जाच्या इन्स्टीट्यूटमधून. मला आज २०२० ला MIT चा काय दर्जा आहे माहित नाही पण आमच्यावेळी २००५-२००६ पर्यंत महाराष्ट्र इन्स्टीट्यूट ऑफ टेक्नॉलॉजी एक दर्जेदार कॉलेज वा इन्स्टीट्यूट होते व मला अभिमान आहे की माझी प्राथमिक शाळा-जीजामाता विद्यालय, शाळा-पीपल्स हायस्कूल, महाविद्यालय- महात्मा गांधी व अभियांत्रिकी कॉलेज- महाराष्ट्र इन्स्टीट्यूट ऑफ टेक्नॉलॉजी हे आहेत व ज्या ज्या बॅचला (गटात) मी तिथे शिक्षण घेतलं त्यावेळी हे सर्व उत्तम व दर्जेदार शिक्षणाचे घर समजले जाई व या सर्व गोष्टींना चांगलं नशीब लागतं व माझं होत नशीब. हं त्यात थोडं कमी-जास्त झाले गुण इत्यादि पण आम्ही छान शिक्षण घेतलं. ज्याचा आयुष्यभर फायदा होतोय व होत राहिल. शिक्षणाशिवाय, संगणक शिक्षणाशिवाय या युगात मनुष्य असुशिक्षितच समजावा लागेल. जगणं अशक्यच होईल. या सर्वांचं प्रमाणपत्र माझे निकाल तर आहेतच पण त्याशिवाय मला रशियातल्या कंपनीमध्ये निवडलं व इतकी छान संधी मिळाली होती हे पण एक प्रमाण होतं. हं ती संधी मी उपयोगात नाही आणली. तो भाग वेगळा किंवा माझ्या परिवारातल्यांनी पण ते करंच असा आग्रह नाही केला पण माझ्या जागी दुसरा एक मित्र तिकडे गेला व आज भरभराटीचं यश मिळवून तिथेच आहे याचा मला आनंद आहे. एकंदरीत सुखद-दु:खद अनुभव, संघर्ष करत, घेत मी माझं शैक्षणिक जीवन पूर्ण केलं. छान व भरपूर यशही मिळवलं. परिवारात झालेल्या कार्यक्रमात सामिलही झालो-ताईचं लग्न, समीक्षाचा जन्म, स्वराचा जन्म, शिल्पा ताईचं लग्न कधी झालं व त्याला मी हजेरी लावली का नाही मला नाही आठवत. हं आईने प्रत्येक सणाला बोलवलं तेव्हा मी गेलोच असं नाही, सोपं नव्हतं १२ तासांचा प्रवास करणं, जेव्हा पण घरी गेलो २००३ नंतर १ दिवस तरी मी भोकरला जाऊन ताईला भेटायचोच व २००४ ला तर समिक्षाचा जन्म मग काय भाचीला बघायला जावंच वाटायचं व मी तिच्या जन्माचा क्षण पण पाहू शकलो. स्वत:च्या हाताने गावभर पेढे वाटले. मला भाची झाली याचा आनंद व्यक्त केला- मी मुळात मुलगा मुलगी फरक करतच नाही त्यामुळे मी जिलेबी थोडीच पण पेढे जास्त वाटले. आज २१व्या शतकात मुलगा-मुलगी समानच. माझ्या मित्राने प्रकाशने २ऱ्या ते ४ थ्या वर्षी मला आयुष्य जगायला शिकवण्याचा प्रयत्न केला. जेव्हा कधी वेळ भेटला की तो मला 'पंचमी हॉटेलला' न्यायचा. सातारा रोडला क्वचितच २-४ महिन्यात एखादवेळी जायचो आम्ही दुपारच्या किंवा रात्रीच्या जेवणाला. मला हॉटेल कसे असतात, ऑर्डर कसं करायचं, काय भाज्या, काय रोटी-चपाती कशाचं म्हणजे कशाचं ज्ञान नव्हतं. पण शिकलो. कधीतरीच हॉटेलचं जेवण छान बदल होता माझ्यासाठी.

आता का' माझेच स्वत:चे हॉटेल्स आहेत. मी पुर्ण शाकाहारी असल्याने आम्ही पूर्णपणे शाकाहारी जागीच जायचो. त्यातल्या त्यात ते आमचं आवडतं हॉटेल. एकदा प्रकाशने मला पानही खाऊ घातलं. साधा गोड मसाला पान म्हणजे इतक्या साधारण गोष्टीपण मला बाहेरच्या माहिती नव्हत्या. तो माझा नेहमीच गुरू राहील. मी दुसऱ्या का तिसऱ्या वर्षी निकालाच्या आधी खूप निराश झालो. १२-१४ तास पाणी पण नाही पिलं. त्यात युनिव्हिर्सिटी हून निकाल यायला पण रात्रीचे ८-९ वाजले. मग प्रकाशने मला बळंच रस पाजवला डाळींबाचा व एका नाल्याजवळ नेऊन बसवलं. तो म्हटला इतका घाण वास असणाऱ्या जागी लोक राहतात भारतात बऱ्याच जागी आणि तू इतका ताण एका निकालाचा घेतोस. अशा बऱ्याच गोष्टी त्याने मला शिकवल्या. नाहीतर मी आजही शांत मनुष्यच राहिलो असतो. जगातली लोक ज्याला ओरबडून लुटून टाकतात न त्यातला एखादा. बऱ्याचदा पुण्यात त्याची गाडी लावून तो मला गाडी घेऊन बोलवायचा पत्ता सांगत सांगत व म्हणायचा घाबरू नको. मी आहे. उगीचच आणि काही काळानंतर मी पुण्यात गावभर फिरू शकेन इतके रस्ते, मार्ग मला माहिती होते. एकंदरीत जगात सर्वच लोक आपल्यासारखेच असतात चांगलेच असतात असं नसतं. त्यामुळे कुणी फसवू नये म्हणून ज्ञान असणं महत्त्वाचं. प्रात्यक्षिक ज्ञान. पण मला कधीच दारू पी, मांसाहारी खा तो म्हटला नाही. तो स्वत:ही यातलं काही करत नाही पण त्याला बहुदा सर्वच क्षेत्रांची पुरेपूर माहिती. त्याचा स्वभाव शांत, समजुतदार. आजही आम्ही एकमेकांच्या जवळच आहोत. तो मुंबईत व मी नांदेडला असूनही अंतर नाते थोडीच दूर करणार. बँकेतून पैसे काढणं, पैसे टाकणं, खातं उघडणं असं काही काही उगीच शिकवायचा तो. एकदा तोच महिनाभर आजारी पडला व त्याला दवाखान्यात अॅडमीट रहावं लागलं. व याच सर्व गोष्टींचा उपयोग करून मी त्याला मदत करू शकलो. नाहीतर आजारी माणसाला बघून आपणच आजारी पडलो तर त्याला कोण मदत करेल. आजही आयुष्यातली प्रत्येक अडचण मी त्याला सांगतो, प्रत्येक सल्ला त्याच्याकडून घेतो. आम्ही एकमेकांचे मानसिक आधार आहोत व मृत्यूच्या घटकेपर्यंत ही मैत्री अशीच घट्ट व निरपेक्ष रहावी अशीच प्रार्थना करतो. त्याच्याबद्दल सांगायचं म्हटलं तर तो परिक्षेच्या आधीपर्यंत झोपायचा. आम्ही त्याला उठवून सांगायचो परिक्षा आहे उठ बाबा. मग ब्रश करून पेपरला यायचा त्याच्याबद्दल सांगावं तेवढं नवलच. कदाचित मी वसतिगृहात न राहिल्याने इतर मुलांसह नसल्याने तो माझा सहाय्यक बनून आला. जगाचं ज्ञान द्यायला. गुरू असेच तर असतात. मला मित्राच्या रूपाने, ताईच्या रूपाने, दिप्ती ताईच्या रूपाने, भाऊजींच्या रूपाने, दादा-आई, आजी-आजोबांच्या रूपाने गुरू प्राप्त झाले. जगायची अक्कल आली. काही शिकलं म्हणजे गुरूच्या कृपेनेच हं. कॉलेजच्या २-३ वर्षात माझा संपर्क महेश पांडे माझा महेश दादा याच्याशी पण होता. तो नांदेडचाच व त्याचे वडिल तलाठी त्यामुळे दादांची ओळख. दादांना पहिल्यांदा ४ दिवस राहून फ्लॅट ते शोधायला त्याची मदत झाली. पहिल्या वर्षीतर मला वेळच नाही भेटला पण त्यानंतर आम्ही नेहमी आठवड्यात एकदा तरी भेटायचो. कर्वे रोडलाच

रहात होता व आयडिया कंपनीमध्ये कामाला होता. कधी मध्ये टी.व्ही. पाहण्यासाठी पण जाणं व्हायचं. जसं मी ठरवलं होतं की संगणक शाखा न घेता त्याचं ज्ञान बाहेरून गोळा करायचं तेच मी केलं. महेश दादांच्या मदतीने संगणक, हार्डवेअर-सॉफ्टवेअर याचं ज्ञान मिळवलं त्याच्याकडून, बाहेरुन काही पुस्तकं घेतली त्याचं वाचन केलं व ज्ञानात समृद्धी मिळवली. त्याच्याच मार्गदर्शनाने २००६ पर्यंत बऱ्याच परिक्षा दिल्या व त्यात उच्चांकाचे गुण मिळाले. संगणक क्षेत्रातल्याच. संगणक म्हणजे माझ्यासाठी खेळणं होतं. एक दोनदा 'आय टी व संगणक' शाखेतल्या मित्रांना (मित्रांचे मित्र माझे नाही) मी त्यांच्या समस्या सोडवायला मदत केली व अभियंता झाल्यावर मी दोन शाखेत पारंगत झालो. त्याचं श्रेय महेश दादाला जायचंच. त्याच्याशिवाय कधीच शक्य झालं नसतं हे. माझी मेहनत होतीच. दोनही विषयांसाठी वेळ काढणं व मी करमणूक म्हणूनच करायचो ते कारण तासन् तास अभ्यास करणं शक्यही नव्हतं. हो मी केलं ते ८-१० व १२वीला. पण हे क्षेत्र वेगळं होतं. फक्त घरी असणारे पुस्तक पुरत नसत बरेच तास लायब्ररीमध्ये जाऊन बसावं लागायचं. कधी कधी रात्र रात्रभर आम्ही कॉलेजमध्येच असायचो. सुट्टीच्या दिवशी महेश दादा, त्यांचा रूममित्र, योगेश दादा यांच्यासह पाणीपुरी इत्यादि खायला जायचो. पुण्याचे लोक खाण्यात पारंगत. लॉ कॉलेज रोडला प्रसिद्ध पाणीपुरी-भेळ होती.(गणेश) जवळपास सर्वच भेळ दुकानांची नावे गणेश आहेत पुण्यात वा कल्याण भेळ. हि सर्व लोक होती तिथे पुण्यात म्हणूनही मला खूप मदत झाली मानसिकरित्या. एकेदिवशी काही गैरसमज होऊन माझं महेश दादाशी नात तुटलं. म्हणजे आता नांदेडला योगेश दादा आहे त्याच्याशी बोलतो पण आमच्या दोघात भावासारखी, मैत्रीसारखी जी बाँडींग होती ती संपली. चूक कुणाचीच नसावी नात्यांमध्ये चूक-अचूक ठरवणं अवघड आहे. पण भाग्यातच जवळचा प्रवास तिथपर्यंत लिहला असावा. त्यानंतरही पुण्यात कधी मध्ये भेट झाली तर मी त्याला बोलायचो. माझ्या लग्नानंतरही एकदा भेटून आलो. असो नाती बनतात, बिघडतात जी आपण जपू शकलो शेवटपर्यंत ती खरी म्हणावं. दुसरं काय कारण जगातल्या सगळ्यांच्या स्वभावात फरक आहेच. प्रत्येक मनुष्याच्या-त्यामध्ये शिक्षण, जात, संस्कृती, विचार, मित्र, आजूबाजूचं वातावरण व इतर खूप खूप गोष्टी प्रभावी ठरतात. प्राण्यांची भाषा आपल्याला कळत नाही- कदाचित प्राण्यांच पण तसंच असेल. किंबहुना नाही त्यांना देवाने डोकं-मन दिलं नाही न. पण प्राणी व मानवात फरक आहे एवढं मात्र खरं. त्यामुळे मनुष्याने चांगलं वागण अपेक्षित आहे. कलयुग आहे म्हणा हे त्यामुळे सत्ययुग, द्वापार युग, त्रेता युग या तीनही युगांसारखं नाही. अपेक्षा करता येणार पण माणुसकी जीवंत रहावी एवढंच गाऱ्हाणं आहे त्या विधात्याकडे. २००२-२००३ साली मी काही मित्रांसह दादासाहेब कुंभार, राने व इतर आमच्या नवीन सफारी गाडीने अष्टविनायक दर्शन, काही किल्ले चढाई हे सर्व करून आलो होतो. मित्रांसह वेगळी अशी काही मजा-प्रवास म्हणजे हाच व सर्वजण शाकाहारीच होतो. काही किल्ल्यांवर फोटो काढले. काही झाडांना उलट लटकायचो. कडेलोट जो गडावरचा (गडांवर) प्रकार होता

तो पण जवळून पाहिला म्हणजे धाडसी कृत्य काही केलं. पडलं तर काही जीवंत राहिलो नसतो एवढं मात्र खरं. दादासाहेब कुंभारमुळे मजाच आली. तो खूप आनंदाने आयुष्य जगतो व दुसऱ्यांना पण आनंदाने जगायला भाग पाडतो, प्रकाश सारखंच मुंबईला आमच्याच क्षेत्रात नोकरीला आहे (पेट्रोकेमिकल) तो, डिप्लोमा मुळे तो दुसऱ्या वर्षात आला होता कॉलेजला. पण त्याने सर्वांना असं जोडून ठेवलं की वर्षानुवर्षाची मैत्री आहे असं वाटायचं. कॉलेजच्या–अभियंता व्हायच्या या काळात मी भरपूर काही शिकलो– पटकन हारून न जाणे, लढत रहाणे (पहिल्यावर्षीच्या संघर्षावरून) पुस्तक, अभ्यास, निकाल या बाहेरही एक जग आहे व त्याचं पण ज्ञान असणं खूप महत्त्वाच आहे. दुचाकी स्वत: कुणाची पण मदत न घेता व चारचाकी वर्ग लावून चालवायला शिकलो. खूप जणांच्या आत्महत्या पाहिल्या पण कधी मनात तो विचार येऊ दिला नाही व लढत राहिलो. बऱ्याच विद्यार्थ्यांना मद्यपान, मांसाहारी खाणं हे करताना पाहिलं. पण त्यातला एक मी नाही झालो. मी आजही शुद्ध शाकाहारी आहे व मला मद्यपान, धूम्रपान अशी कुठलीच वाईट सवय नाही – याचा अर्थ असा नाही की ते सर्व लोक वाईट – खराब, पण मी पूर्णपणे शाकाहारी आहे याचा मला खूप अभिमान वाटतो. माझ्या कुठल्याच मित्राने मला कधी असं वाईट शिकवायचा प्रयत्न केला नाही हे पण तितकंच खरं व त्यांची संगत मला चांगली लाभली. प्रकाशमुळे आयुष्यात अजून बरंच काही शिकलो. हॉटेल्समध्ये जाणं–जेवणं हो शाकाहारीच, तिथं कसं खायचं, काटा–चमचा कसा वापरायचा, पुण्यात सर्वात चांगले चविष्ट अन्नपदार्थ कुठे मिळतात याची माहिती. पुर्ण पुणे दुचाकीने फिरलो, पुण्यातल्या लोकांसारखं गोड व सरळ बोलणंही शिकलो. पुण्यात खाद्यपदार्थ शोधणं नाही तर खाणंही शिकलो. कराड सरांची भाषणं ऐकून ऐकून खूप ज्ञान मिळवलयं, भाग्य बदललं हे पण पाहिलं. अपेक्षित नसताना माझी फिस माफ होणं– एक अविस्मरणीय क्षण होता तो माझ्या आयुष्यातला व राहिल पण व शैक्षणिक काळानंतर लग्नापर्यंतचा काळ २००६ ते २००९– लग्नाआधीचा काळ ज्यात फक्त जगच जग आणि व्यवहारच व्यवहार शिकायचे होते. ठरल्याप्रमाणे मी एम.बी.ए.साठी तयारी करणार– अभियंता होण्याचा आनंद व सुट्ट्या दोन्ही संपवून मी लवकरच पुण्याला परतलो अजूनही १ रूम किचन तोच फ्लॅट होता. मी चांगले क्लासेस लावले. ध्येय ठेवला आय आय एम कॉलेज मिळवायचा कॅट ची परिक्षा देऊनच ते साध्य होणार होतं. (Common Admission Test) दरवर्षी लाखो विद्यार्थी ही परिक्षा देतात व त्यामधून फक्त ४–५ हजार जणांना प्रवेश मिळतो. उरलेल्या जागा त्या पण ५ हजार च्या वर नसाव्यात. १९–२० कॉलेजपैकी पूर्ण भारतात इतर पद्धतीने भरल्या जातात म्हणजे सोपं तर काही जाणार नव्हतं. १–२–३ ही प्रयत्न द्यावे लागावे लागणार होते. मनाची तयारी, वेळ जाण्याची तयारी खूप करावी लागणार होती. मी ४–६ महिने फक्त क्लासेस व अभ्यास करणं हो रोजच जेवण बनवणं दोन्ही वेळेचा नाश्ता तेवढा बाहेर करायचो व पुण्यातले नाश्त्याचे सर्वच प्रकार मला आवडायचे आणि आता कॉलेजच्या वेळाचं बंधन नव्हतं त्यामुळे मी जवळपास पुण्यातल्या प्रत्येक जागीचा नाश्ता खाल्ला

असावा. (पोहे, उपमा, साबुदाना खिचडी इत्यादि) कधी कधी बाहेर हॉटेल्समध्ये जाऊन जेवण करायचो. मुडनुसार कंटाळा आला की ईस्क्वेअर युनिव्हर्सिटी रोड वा कोथरुड-सिटी प्राइड इथे जाऊन चित्रपट पहाणे व क्रिकेटनंतर हा एक छंद मी जोपासला. खाणं-अभ्यास, चित्रपट पहाणे इतकच काम दिवसभराचं. त्याच वर्षी दिप्ती ताई पण पुण्याला 'भारती AXA' मध्ये नोकरी करत होती. तिच एम.बी.ए. नांदेडहून झालं होतं. कधी कधी ताईला भेटायला जाणं व्हायचं. ती पिंपरी चिंचवडला जया मावशीकडे रहायची. शिल्पाताई पुणे सोडून दिल्लीला गेली जीजुंच्या नोकरीमुळे. दिप्ती ताईसह १-२ दा चित्रपट पहायला जाणं व्हायचं किंवा वेळ असला तर भेटणं. त्याचवेळी तिच्यासाठी वर पहाणं पण चालू होतं व वधू-वर सुचक मेळाव्यात नोंदणीला पण गेलो आम्ही. मला पहिल्यांदा कळलं लग्न लावून देणाऱ्या संस्था, मेळावे असतात. आता तर न मोजता इतक्या वेबसाईटस झाल्यात व मुला-मुलींना आईवडिलांची, भावाची मदत पण लागत नाही. असो. माझ्याकडे मोबाईल फोन होता आता. आई-ताईशी बोलणं व्हायचं. गरज पडली तर कुणाला संपर्क ही करता यायचा. त्यात मेसेज करता यायचं, अलार्म लावता यायचा, टी.व्ही. आईसहच परत पाठवली होती. माझा संगणक होता सोबत. दिप्ती ताईची त्याच वर्षी २००६ ला प्रतिबद्धता झाली व तिच्या आयुष्यात केदार जीजु आले. नंतर २००६ ला त्यांचं लग्न झालं नांदेडला. प्रतिबद्धता इथेच पिंपरी-चिंचवड ला एका हॉलमध्ये झाली. त्याची व्हिडीओ शुटिंग पण केली मी माझ्या हँडीकॅमने. आता तसा वेळ भेटायचा. CAT च्या परिक्षेची तयारी करत. त्याचा अभ्यासच किती करायचा तेच कळायचं नाही. स्पर्धा परिक्षा आणि काय होणार होतं देव जाणे. पण IIM कॉलेज नाही भेटलं तरी चांगलं कॉलेज मिळावं व उच्च शिक्षण पूर्ण करून नोकरीला लागावं असं ठरवलं होतं. पण इतका नियमबद्ध अभ्यास झालाच असावा अस नाही म्हणता येईल. मी सकाळी ६.३० ते ८.३० टेनिस खेळणं चालू केलं.स्वत:ला शारिरीकदृष्ट्या मजबूत ठेवण्यासाठी व जोग सरांकडून आणखीन छान शिकलोही. त्यांचे वडिल जागतिक स्तरावर याच खेळात पंच म्हणून होते. त्यानंतर सर दर्जेदार खेळाडू न बनल्याने त्यांना छान पद्धतीने शिकवता यायचं. माझ्यापेक्षा ४-५ वर्षांचे मुलं-मुलीपण मस्त खेळायचे. पुढे जाऊन त्यांना खेळाडू व्हायचं होतं. पण मी उशिरा का होईना छान शिकलो. दुहेरी स्पर्धेत पुण्यातल्या पुण्यात खुपदा स्पर्धा जिंकल्या. एकेरीत कधी डाळ शिजली नाही. वयाच्या २०-२१ व्या वर्षी चालू करून परत बंद व आता २००६-२००८ खेळणं असा हा प्रवास मग आपण या खेळात इतक्या कमी श्रमात, वेळात दर्जेदार कसे होणार. पण जे काही बक्षिस दुहेरीत जिंकले त्याचा अभिमान आहेच. २००६-२००७ मध्ये मी CAT ची परिक्षा दिली व मग घरी गेलो. २-४ महिने होतो व अचानक मला असं जाणवायला लागलं की परिक्षा देत मी नोकरी करावी असं त्यांना वाटतंय. म्हणजे जन्मापासून २००५-२००६ पर्यंत विद्यार्थी म्हणून बघणारे घरचे लोक आता आपण पैसे कमवावे अशी अपेक्षा करू लागले किंवा मग पटकन MBA ला नंबर लागावा पण यातलं दोन्ही कसं शक्य होतं. मग मला रशियालाच

जाऊ दिलं तर बरं झालं असतं. CAT ची परिक्षा तर कितींदा पण देता आली असती. आयुष्यभर IIM कॉलेज भेटेपर्यंत दिली असती खूपदा परिक्षा पण पहिल्याच प्रयत्नात मला IIM कॉलेज लागावं असं वाटलं त्यांना. हो लागलं असेल बऱ्याच जणांना पण मला नाही भेटले चांगले गुण, इतकी सोपी पण नव्हती ती परिक्षा. पुण्यातलं 'इंदिरा कॉलेज' नवीन होतं ते भेटलं मला. पण माझ्या अपेक्षा उंच मग मी पण नाही घेतला प्रवेश. स्वीकारलं आवाहान नोकरी करतो आता आपली शाखा सोडून क्षेत्र सोडून व देतो CAT चे पुढचे प्रयत्न. सिंबॉयसेस एक नावाजलेलं कॉलेज पण तिथे भरपूर पैसे भरून प्रवेश मला नाही मिळवायचा होता व पेट्रोकेमिकलमध्ये नोकरी कशी मिळणार. चांगल्या संधींना लाथाडल्यावर व ६ महिने वर्षांचा अंतर पडल्यावर पण घरात इतकं शिक्षण घेतलेलं कोण की मी हे समजावू त्यांना. उच्च मध्यमवर्गीय व व्यावसायकि लोक आम्ही आणि गरिबीतून आलो इथपर्यंत. मग काय मनात युद्ध विचार द्वंद्व चालू झाले. काय करावं? काय नाही? त्यात आईला कुणी सांगायचं- ताई आमचा मुलगा अमूक कंपनीत लागला, आमची मुलगी जर्मनीला नोकरीला लागली. आमचा मुलगा संगणक अभियंता त्याने कंपनी काढली कुणी म्हणायचं- अहो संदिप काय करतो? २५ हजार पगार न त्याला, कुणीतरी 'झाला का लागला -IIM कॉलेजला. दादा कधीच काही नाही म्हटले. त्यांना माहित होत तरुण मुलांनी त्यांचं त्यांनी ठरवावं. त्यांनी संतांपेक्षा, देवापेक्षा कमी थोडीच आहेत. आईपण सहज त्या लोकांच्या गोष्टी सांगायची पण मला खूप मनाला भेदायच्या गोष्टी. मी २ लाख, ५ लाख पगार का कमवत नाही. त्यांना त्यातला १ रुपया द्यायची गरज नव्हती पण त्यांना मोठेपणा मिरवायला काही नव्हतं. बरे मी छान नोकरीची संधी सोडून अजून शिकायचा निर्णय त्यांच्या संमतीनेच घेतला न-पण विसरले ते. म्हटलं न व्यवहार आला आयुष्यात. विद्यार्थी जीवन संपलं त्यात घरात सर्वांचं शिक्षण कमी. मला कधीच शासकीय नोकरीत जायचं नव्हतं. राहूल युपीएससी ची तयारी करत होता व शेवटी २०११ ला तो आय.ए.एस झाला पण असाच वेळ मलाही लागेल. काही मोठं करण्यासाठी हे कुणाच्या डोक्यात नाही आलं. त्यांची चूक नाही यात कारण त्यांच्यातलं कुणी शिकलंच नाही इतकं. त्यांना वाटलं ६ महिन्यात परिक्षा, ६ महिन्यात शिक्षण व लगेच आपल्या बाळाला मोठ्या पगाराची नोकरी. भाग्य का दुर्भाग्य. माझं ते दुर्भाग्य. कारण मला ते त्यांना सांगताच येत नव्हतं. समजवायला येत नव्हतं. माझा गोंधळ-न्यूनगंड परत वाढत गेला. माझं आयुष्य एकदमच कलाटणी घेऊ लागलं. जर यांचं हेच म्हणन होत तर मला अभियंता झाल्याबरोबर त्यांनी नोकरीच करायला लावायला हवी होती.

१९८३ जन्म व २००६ पर्यंत शिक्षणानंतर आता मी वेगळंच आयुष्य, वेगळ्याच नजरा बघत होतो. ज्याला प्रात्यक्षिक म्हणतात. म्हणजे बेरजा-वजाबाक्या, जमा-बाकी, नाव, मोठेपणा, समाज काय म्हणेल हेच आयुष्य का नाही हा वेगवेगळ्या व्यक्तीचा दृष्टीकोन बघण्याचा पण मी माझ्या घरच्यांचा दबाव नाही बघू शकत होतो. नाही त्यांनी दबाव नाही दिला पण समाजामुळे त्यांना जाणवतोय की काय असं मला वाटू

लागलं. जे मला सहन नाही झालं. २००६ ला दिप्ती ताईचं लग्न झालं नांदेडलाच. २-४ दिवस मी लग्नाच्या तयारीत . काका-काकूंना मदत केली. सर्व भावंडांसह लग्न समारंभ सोहळा पाहिला. भाऊजींचे शूज चोरले व छान पैसे काढले. ताईच्या लग्नात २००३ ला तर आम्ही ५ हजारच्या शूजचे ११००० रुपये काढले होते. हुंडा १० लाख होता. मग त्यांना काय ती रक्कम लहानच होती. असो ती फक्त प्रथा. त्यांनतर पुण्याला परत आलो. (दिप्ती ताईच्या लग्नानंतर) मध्ये पुण्यालाच होतो. दिप्ती ताईच्या लग्नासाठी नांदेडला गेलो होतो पण त्यानंतर मी पुण्यात खूप रागाने आलो. जुन २००७ पासून ते जानेवारी-फेब्रुवारी २००९ पर्यंत मी एक वेगळंच जीवन जगलो. साधारणत: १९-२० महिने होतात. राहूलला ६ वर्षे लागली त्याचं स्वप्न पूर्ण करायला अभियंता झाल्यावर मला ६ महिने भेटले फक्त (Destiny). हो घरच्यांची चूक नाही त्यांनी भ्र पण काढून बोलले नाही. पण मला मनाला लागलं. कदाचित त्यावेळी जे व्यवहार सांभाळत होते दादांचा (बाहेरचे लोक) त्यांनी मला चूक माहिती दिली व मग मी मागे पहायचं नाही हे ठरवलं. त्या लोकांची नावं पण नाही घ्यायची. उगीच वाचा अपवित्र होईल. असो परत आल्याबरोबर मला पटकन नोकरी लागणं म्हणजे एकच क्षेत्र होतं. बीपीओ कॉल सेंटर. मी मुलाखतीला गेलो. पहिल्याच मुलाखतीत मला नोकरी लागली. एका कॉल सेंटरमध्ये नोकरी लागणं काय मोठेपणा माझ्यासारख्या अभियंत्याला. २-४ दिवसांनी मी कंपनीत गेलो. इन्फोसिस तिथे त्यांच्या एका तांत्रिक राऊंडमध्ये मला वेगळीच संधी मिळाली ती माझ्या दुसऱ्या संगणक क्षेत्रातल्या ज्ञानामुळे. मला 'Verizon' या तांत्रिक प्रोसेसचा ट्रेनर म्हणून घेतलं. ८-१० हजार भेटणारी पगार २०-२५ हजार झाली. हो भाग्य दुसऱ्या बाजूला आलं यावेळी. मी डिस्टन्स लर्निंग करायचं ठरवलं व नंतर सिंबॉयसेस शिवाजीनगर शाखेत प्रवेश घेतला. सोडून दिले सर्व स्वप्न व लागलो कमवायला व एम.बी.ए. पण कसंही करायचं हे पण ठरवलं. फुल टाईम नाहीतर डिस्टन्स लर्निंग. पण भिडायचं, शिकायचं जगाला पाठीमागे टाकायचं, आलोचकांना उत्तरं द्यायची, भ्यायचं नाही असं ठरवलं. मी छान नोकरी करू लागलो. आलेला पगार पूर्ण खर्च व्हायचा. दर आठवड्याला २-४ चित्रपट पहायचो. मित्र-मैत्रिणी कुणीच नव्हते तेंव्हा नंतर सोमेश व विनोद (मावसभाऊ-भाचा) हे पण आले माझ्याकडे रहायला. ६-८ महिने शेवटचे शिंदेच्या इथला फ्लॅट सोडावा लागला व मग रायगड-पुण्यात काहीपण नावं ठेवतात बिल्डींगचे. त्या शिवतीर्थ नगरमध्ये वनाझ कॉर्नरला एक गडांचीच गल्ली होती. शिवाजी महाराजांच्या सर्व गडांची नावं तोरणा, शिवनेरी.... मॉर्डन कॉलनी. शिंदेच्या फ्लॅटमधून जायची इच्छा नव्हती. पण त्यांच्या एका मुलाचं लग्न झालं त्यामुळे जड मनाने ते सोडावं लागलं. इन्फोसिसमध्ये १५०-२००-४०० लोकांना तांत्रिक गोष्टी शिकवताना खूप अभिमान वाटायचा. क्षेत्र नव्हतं माझं पुढे काही भविष्य आहे का नाही ते पण माहित नव्हतं. रात्रीची शिफ्ट असायची. कंपनी बस न्यायला-सोडायला मस्त जीवन ते. बीपीओ चं जीवन. ग्लॅमरस असतंच पण २-४ महिन्यात तब्येतीची हेळसांड होऊ लागली. इतका हुशार माणूस हे काय काम करतोय हे वाटू लागलं. म्हणजे पैसा होता पण

समाधान नव्हतं. हो आठवड्यात पाचच दिवस काम. मी स्वत:ला २० वर्षानंतर ट्रेनर २.५ lac पगार असं बघू इच्छित होतो–नाही नाही कधीच नाही. ते माझं स्वप्न नव्हतं. असंच एके दिवशी महेश साखरे भेटला. माझा पहिल्या वर्षीचा सायको मित्र– तो खूप हुशार. त्याच्या डोक्याची गती, विचारशक्ती खूप वेगाची– म्हणून आम्ही त्याला सायको म्हणायचो. म्हणजे आवश्यकतेपेक्षा जास्त हुशार लोक असतात ना त्यातला तो एक. २ वर्षे युनिर्व्हसिटी टॉपर पण होता तो. ८–९ तास आम्ही बोललो, बऱ्याच दिवसांनी तो मला म्हणाला, ''हे काय करतोयस संदिप, तू यासाठी जन्मलास. आजही प्रत्येक प्रार्चायाला तुझ्या गुणांची, मेहनतीची आठवण येते. विद्यार्थी तुझे नोटस् वापरतात. तुझ्या शाखेत.'' मी त्याला घडलेलं सर्व सांगितलं व त्याकडून एक संधी एक आवाहन आलं. डि.आर.सी. (धर्मानंदन रिसर्च प्रायवेट लिमिटेड) गुजरात (अहमदाबादची कंपनी) हिरे बनवणं व आयात–निर्यात करणे व त्यांना आता आय.टी. कंपनी काढायची होती व त्यांना माझ्यासारखा सर्व क्षेत्रात (मार्केटिंग, एच.आर. फायनान्स) काम करणारा धडपडणारा तरुण हवाय. मला वेगळं वाटलं. माझं एम.बी.ए. पण एच.आर. व फायनान्स दोन्ही होतं मग इथे मार्केटिंग पण शिकू आणि परिपूर्ण होऊ. स्वत:ची कंपनी काढण्यासाठी–व्यवसाय करणं स्वप्न होतंच व खूप नाव मिळवू. हो स्वप्नच होतं. पण त्यासाठी पळावं लागेल न आपोआपच तर पदरात येऊन नाही पडणार. 'महेश तांत्रिक व मी मार्केटिंग आणि फायनान्स ' ही कंपनीची सुरुवात औंधमध्ये मोठं ऑफिस घेतलं, त्याला पाहिजे तसं बनवून घेतलं आम्ही दोघांनीच कंपनीच्या डायरेक्टरला मी अहमदाबादला भेटून आलो. गुजराती लोक व त्यांचं ज्ञान याला शब्दच नाहीत. व्यवसायात पारंगत. माझा पगार ठरला. १५ हजार व इन्सेन्टीव्ह १५% जसे जसे प्रोजेक्ट मिळणार . डोकं जाम झालं. ज्ञान की पैसा. ज्ञान बघितलं तर खर्चाचे वांदे. पैशांकडे पळालं तर स्वप्न चुरचुर. घरी नाही विचारलं व एकदम नव्या स्टार्टअप कंपनीची धुरा हातात घेतली. चुक अचूक देव जाणे. पण दिड वर्षे जी मेहनत केली व ज्ञान मिळवलं ते अमूल्य होतं. माझ्याकडे दूचाकी होतीच येणं–जाणं करायला. २–४ महिन्यातच सेटअप तयार झाला. मीच ५०–६० मुलाखथी घेऊन १५ वर्षे अनुभव असणाऱ्या अमितवा चक्रबोर्तीला मार्केटिंग हेड म्हणून निवडलं. मला बिझनेस डेव्हलपमेंट मॅनेजरची पोस्ट मिळाली. अहमदाबादची हिऱ्यांची कंपनी किती तरी कोट्यावधींची. तिथे जाणं व्हायचं आमचं बऱ्याचदा ढोकळा खायला व इथली प्रगती सांगायला. अमितवाचा पगार ६० हजार अनुभवामुळे आणि त्याला जेव्हा मी भेटलो तो मला म्हटला, ''ऐसा लगा की २० साल का अनुभव हे ऐसे किसी ने इंटरव्ह्यू लिया.' म्हणजे दूरध्वनीवर मीच ६० मुलाखतींमधून याला निवडलं हे त्याला विश्वासच बसत नव्हतं. म्हणजे मी हे काम केलं. तो लगेच माझा फॅन झाला. माझ्यातलं ज्ञान ओळखलं व त्यानंतर एक–दिड वर्ष तो माझा साहेब कमी मित्रच जास्त होता. महेशला हे आधीच माहिती होतं. त्याला माहित होतं माझे गुण–अवगुण. तो मला येत्या ४–५ वर्षात कंपनीच्या अॅडीशनल डायरेक्टर मध्ये बघू इच्छित होता व तसंच आमचं कंपनीच्या

एम.डी. सह बोलणंही झालं होतं. फक्त निकाल द्यायचा होता. चांगलं काम करून ज्याचा आत्मविश्वास आम्हाला आधीच होता. सॉफ्टवेअर इंजिनिअर्स, एक एच.आर. मुलगी माझ्या हाताखाली यांच्या मुलाखती चालू झाल्या. बघता बघता ऑफिस तयार होऊन कर्मचारी येणं चालू झालं. पण या दिड वर्षात माझी कामाची वेळ सकाळी ८-९ ते रात्री १२-२-२.३० असे झाले. आम्ही प्रोजेक्ट मिळवण्यासाठी यु.एस.ए., दुबई, यु.के. या तीन जागी संपर्क करणं चालू केलं. त्यामुळे तीनही शिफ्टमध्ये काम होऊ लागलं माझं. संपूर्ण मार्केटिंग मीच पाहू लागलो. अमेरिकेतल्या लोकांना त्यांच्या ॲक्सेन्टने बोलायचं, इंग्लंडला त्यांच्या ॲक्सेन्टने व दुबईला त्यांच्या ॲक्सेन्टने असं बोलून बोलून मला वेड लागायचं राहिलं होतं. त्यात फायनान्सचं काम वेगळंच. त्यामुळे तीनही शिफ्ट मध्ये काम करावं लागायचं. पण मी खूप प्रेम करत होतो माझ्या कामावर. खूप मजा येऊ लागली. भरपूर शिकायला मिळू लागलं. अमितवाचं १५ वर्षांचा अनुभव व त्यानंतर त्याची बायको कविता मॅडम पण जॉइन झाली. ११ वर्षांचा त्यांचा अनुभव त्या दोघांसह मी कॉन्फरन्सरूम मध्येच बसायचो. आमचे तीनही संगणक, लॅपटॉप तिथेच असायचे. एकमेकांना भरपूर बोलावं लागायचं व खूप गोष्टी सांगाव्या, ऐकाव्या लागायच्या त्यामुळे आम्ही १ कॉन्फरन्स रूम अशी वापरली. प्रोजेक्ट फायनलायझेशन मीच करायचो व क्लाईंटस् पण मीच हाताळायचो. त्यानंतर मुलांना (इंजिनिअर्सला-सॉफ्टवेअर अभियंताला) ते समजावून डिझाइन करून बनवून घेणे ही माझी व अमितवा सरांची एकत्रित जिम्मेदारी असायची त्यामुळे वेळ कसा-कधी, कुठे जायचा कळायचंच नाही. कंपनीतर्फे काहीपण खाऊ शकत होतो पण औंध नुकताच वाढता परिसर होता. त्यामुळे पटकन किंवा जवळ काहीच भेटायचं नाही. एका बेकरीत आम्ही सँडवीच व कॉफी हाच आहार २-४ वेळेस. ८-९ ला ऑफिसला जाताना मी १००% नाश्ता करूनच जायचो चांगल्या जागी व पोटभर. पण तरी खूप कॉफी, खूप सँडवीचेस खाल्याने तब्येतीवर परिणाम होणारच होता व १०-१२ तास त्याहूनही जास्त काम रोज करणे पण अनुभव घ्यायचाच होता. शिकायचं होतं. अमितवा सर आणि कविता मॅडम मला नेहमी म्हणायच्या की आमचा ११+१५ आणि तुझं १ वर्ष असं मिळून तुझा अनुभव २७ वर्षांचा होतोय. मला खरंच हसू यायचं पण आज २०२० ला मला ते सत्य वाटतं व ते दोघंच माझे शेवटचे बॉस होते. अमितवा सरच माझे पहिले व शेवटचे बॉस असं म्हणायला काही हरकत नाही. कारण मी खूपच कमी काळ नोकरी केली व फक्त २-३च कंपन्यांमध्ये व मला खूप अभिमान आहे की मी इतक्या चांगल्या व खूप अनुभवी व्यक्तीच्या हाताखाली काम केलं. बघता बघता मी ३ कोटींचे काम मिळवून दिले. सर्वजण माझ्यावर खूष होते. खूप खूष. ३ देशांमधून काम मिळवून देणं काही साधी गोष्ट नव्हती. हो पण पगारात काही वाढ होणार नव्हती कारण सर्व पैसे आले की मग मला १५% इन्सेटिव्ह मिळणार होते. तांत्रिक काम महेश करून घेत होता. आमची व त्याची भेट कमी व्हायची वेगवेगळ्या वेळांमुळे व त्याला बऱ्याचदा हेड ऑफिसला गुजरातला जावं लागायचं. तिकडे पण काही ऑफिसेस काढायचे होते. माझं फायनान्सचं ज्ञान

बघून मला हिऱ्यांच्या पैसे देणं-घेणं, ऑनलाईन याचीही जिम्मेदारी देण्यात आली. कामाचा ताण वाढतच होता. कामाचं प्रमाण वाढतच होतं पण मी सर्व स्वीकारून माझ्यातल्या ज्ञानाची भर करत होतो. रात्री २-२.३० ला दुचाकीने औंध ते कोथरूड परत यावं लागायचं. तितक्या रात्री. कधी कधी बसने जायचो व परत येताना विनोद किंवा सोमेश मला घ्यायला यायचा. घरी आल्यावर कधी कधी तितक्या रात्री खिचडी बनवून खायचो. एकंदरीत गाढव मेहनत व तब्येतीकडे पूर्णपणे दुर्लक्ष हे चाललं होतं. फक्त ज्ञान मिळवण्यासाठी पण हीच जगाची व्यावहारीक घेण-देण होती. मला पण गरज होती व कंपनीला पण. या काळात मी किती शिकलो, काय शिकलो याचं शब्दात उल्लेख करणं शक्यच नाही. पण मी खूप अवघड कामं केली व शांत एकाच कामात लक्ष घालणाऱ्या व्यक्तीऐवजी एक सर्वगुण संपन्न व मल्टीटास्कर (एकाचवेळी १० कामं वेगवेगळी करणे व ती पण १००% बरोबर व वेगवेगळ्या शाखेतली) असा व्यक्ती झालो. सुट्ट्या भेटायच्याच नाहीत असं नव्हतं पण कमी भेटायच्या. मग आम्ही दोघं-तिघं हॉटेलला जेवायला जायचो व घरी आराम एवढंच काय तो बदल व्हायचा. सोमेशला मुळशीला नोकरी होती व विनोदला लॉ कॉलेज रोडला. पहिलं वर्ष (डिस्टन्स लर्निंग एम.बी.ए.) झालं. त्याच्या परिक्षा ऑनलाईन दिलेल्या. संगणक सेंटरवर जाऊन द्यावं लागायच्या. प्रात्यक्षिक ज्ञान व कागदोपत्री प्रमाणपत्र दोन्ही होऊ लागलं. याच काळात मी ताईला कळवलं की मी लग्न करेन कारण मला आता इतर शिक्षण शिकायचं नाही व आपला आपला व्यवसाय लवकरात लवकर चालू करायचाय त्यामुळे ६ महिने वर्षापासून मुली पाहण्याचा दादांचा कार्यक्रम चालतच होता. इथं पुण्यात एक-दोन जागी आम्ही पण जाऊन आलो. मी विनोद पण मुली काही धड नव्हत्या. मग आम्ही तिथे भेटणाऱ्या नाश्त्याकडे लक्ष द्यायचो. स्थळ गेलं खड्ड्यात व छान नाश्ता करून परतलो त्या दोनही वेळेस-वेळेनुसार आम्हाला तेच योग्य वाटलं कारण जेवणाचे खूप हाल होऊ लागले. बाहेरचे पण खाऊन कंटाळलो होतो. घरंच अन्न फक्त यातच आम्हाला चव लागायची. डिसेंबर २००८ ला मी नांदेडला आलो व त्याचवेळी दोन स्थळांसह लातुरला जाऊन प्रतिमाला पण पाहून आलो पण तिच्या मोठ्या मामाने मला थोडे जास्तच प्रश्न विचारले. माझ्या वाकड्या तिकड्या नोकरी व स्वप्नांबद्दल आता त्याची बुद्धी तेवढी असेल का की त्याला माझी दृष्टी कळेल याचीच मला शंका होती. त्यामुळे मी त्यांना खूप गोंधळून वेडं करून टाकलं. व दादांना सांगितलं की माझ्या दृष्टी व माझ्या स्वप्नांवर शंका करणाऱ्या लोकांशी मला नातं नाही जोडायचं. दादा शांत होते कारण 'प्रतिमा' त्यांना लक्षात आली होती व तिच माझी अर्धांगिनी व्हावी असं त्यांच मत असावं. माझी स्वप्नं व माझा मार्ग हे सामान्य माणसाला कळणं अवघडच होतं कारण ते तितक्या सोप्या पद्धतीचं नव्हतं पण लोक जे ५-६ वर्षात करणार ते मी १-२ वर्षात करत होतो व माझ्या परिवारात कधी ना कधी मोठे व्यवसाय होणार व त्याची धुरा मलाच सांभाळावी लागणार होती हे आधीच दादांनी स्पष्ट केल्याने मला कसं ज्ञान मिळवायचं, कसं परिपूर्ण व्हायचं ते मलाच ठरवावं लागणार होतं. ते चुक का अचूक याचा विचार मी नाही केला

होता. असो मी त्याच दिवशी रागाने पुण्याला परतलो. दादांनी स्पष्ट सांगितलं की याच मुलीशी लग्न करायचं. कदाचित मी नाही म्हटलं तर मला घराबाहेर, संपत्तीतून बेदखल करण्यात आलं असतं. पण मी रागात होतो. मला काही पडलं नव्हतं कशाचं. पुण्यात परतल्यावर पहिल्यांदा महिन्याने 'रायगड'ला शिफ्ट झालो फ्लॅटमध्ये. शिंदेचा फ्लॅट सोडून शहर रायगड नाही फ्लॅट सिस्टीम रायगड. एका कोपऱ्यात होती ती सोसायटी व लगेच जानेवारीत एक मोठा धक्का बसला. डि.आर.सी.ने पुण्याचं ऑफिस व सर्व कर्मचारी अहमदाबादला मोठ्या जागी नेऊन तिथल्या टीमला अजून मदत व जास्त फायदा करून घ्यायचं ठरवलं. काहीच सुचत नव्हतं. अमितवा व मॅडम दोघांनी नकार दिला व स्वत:ची नवीन कंपनी चालू केली. मला पण पुणे सोडून कुठं जायचं नव्हतं पण मला त्यांनी फसवलं. ६ महिने ते वर्ष गुजरातला जाऊन ऑफिस सांभाळावं व मगच मला सोडण्यात येईल व माझे पैसे इन्सेन्टीव्ह मला मिळतील. ४०-५० लाख २००९ चे हो, खूप मोठी रक्कम पण मन:स्थिती नव्हती शहर, राज्य बदलायची आणि पुन्हा दुर्भाग्य मी लाथाडले ते पैसे त्यांची संधी व त्यांना सह्या देऊन टाकल्या. अमितवा व कविता मॅडमसह काम चालू केलं पण परत नवीन तयारी अशक्य होतं. त्यामुळे मी तिथे पण नकार दिला व एप्रिल-मे मध्ये मी रिकामा झालो. कुठलीही नोकरी हातात नाही. पण ते २-४ महिने मी खूप प्रयत्न केला पण दिड वर्षानंतर परत तेच काम करणं खूप अवघड जाऊ लागलं. वेळ, तब्येत परत घालवणं, मिळवलेल्या ज्ञानासाठी व फायदा दुसऱ्याचा तेव्हा मन घट्ट करून ठाम निर्णय घेतला की आता स्वत:चीच कंपनी काढायची. त्या दोघांचे आशिर्वाद होतेच व त्यांना माझ्या मनातलं द्वंद्व कळत होतं. कारण एक-दिड वर्ष तासन्‌तास त्यांनी माझ्यातलं कौशल्य पाहिलं होतं. माझं आर्थिकरित्या झालेलं नुकसान त्यांना माहिती होतं. मी आजपर्यंत ही गोष्ट ४५ लाखांची कधीच कुणाला सांगितली नाही. कारण प्रत्येकाचं उत्तर काय आलंअसतं-''हक्काचे न मग का नाही गेला गुजरातला. का नाही केलं १ वर्ष संघर्ष अजून.' पण ते फक्त बोलणं-ऐकणं सोपं होतं प्रत्यक्षात करणं नाही. हो मी झालो हळूहळू मजबूत पण पुणे सोडून नवीन राज्यात-शहरात स्थायिक मी होऊ शकेन इतका पण मजबूत झालो नव्हतो. त्यात अन्न वेगवेगळं दोन्ही राज्यात, लग्न पण झालं नव्हतं. माझी मन:स्थिती नव्हतीच, मला कुणी मूर्ख म्हटलं तरी चालेल पण मी मनाने ०% तयार नव्हतो तिकडे जायला व आतातर नकार देऊन कंपनीला सही दिल्यावर काय कागदोपत्रीच सगळं संपल होतं. पण ८-९ वर्षात कसाबसा पुण्यात स्थायिक व खूश होतो. वातावरणाशी जुळवून घेतलं होतं. आता परत तेच करणं सोपं नव्हतं. मग पुढे परिणाम काही पण होवो, मी ठाम होतो. पुण्याची साथ न सोडायला व बहुतेक त्या शहराने पण मला स्वीकारलं होतं. आजही मी पुण्यातच स्वत:ला खूप सुरक्षित समजतो. माझा कम्फर्ट झोन पुणेच. असो, फेब्रुवारी २००९ ला मला दादांनी नांदेडला बोलवलं की अजून एक स्थळ पहायचंच व इथे आल्यावर नांदेडच्याच त्यांच्या एका पाहुण्यांकडे मला प्रतिमाला दाखवलं. कदाचित तिचा मामा आता शांत झाला असावा. आमची संपत्ती किंवा माझं

कर्तृत्व त्याला कळलं असावं. माझं डोकं सरकलं. 'प्रतिमा' खूप छान दिसत होती. जून २००९ मध्ये तिला १८ वर्षे पूर्ण होणार होती. मी खूप वेळ भाऊजी ताईंना बोललो. तिचं वय माझं वय यातला फरक तीचं आयुष्य, माझ्यासह सफल होईल का? आमचे विचार जुळतील का? तिची १२वी व माझं इतकं शिक्षण मग आम्ही एकमेकांना समजून कसं घेऊ? वयाचा ६-८ वर्षांचा फरक? माझ्यामुळे तिचं आयुष्य खराब होईल का? असे असंख्य प्रश्न भेडसावत होते. त्यात मनातलं चाललेलं द्वंद्व-आर्थिक परिस्थिती, स्वत:चा स्वाभिमान एक नव्हतं डोक्यात चालू पण भाऊजी-ताईने मला समजावलं. त्यांचा पण ५-६ वर्षांचा फरक होता. मी कधीच एका बाजूने विचार करत नाही. मला चांगली मुलगी भेटली तर झालं असे माझे विचार कधीच नव्हते पण मी माझ्या अर्धांगीनीला तिच्या हक्काचं सर्व देऊ शकेल का हा प्रश्न मला जास्त भेडसावत होता. पण नाही म्हटलं तरी २०-२५ कोटींची आमची संपत्ती होती. मग या लोकांना माझ्या विचारांची काही किंमत नव्हती. मी जरी त्या संपत्तीला दादांची समजत होतो तरी ते तसा विचार करणारे नव्हते. हो दोन्ही परिवारातली लोक पण आणि तिचे आई-वडिल त्यांना मी माझ्या बोलण्याहून कर्तृत्ववान वाटलो. त्यामुळे ते संपत्तीचा विचार न करताही मला होकार देत होते. योग व भाग्य दोन्हींचा मेळ होता व लग्नाच्या गाठी स्वर्गातच बांधल्या जातात असं म्हणतात ते खरं असावं व एकदाचं आमचं लग्न ठरलं. मुलींच्याकडून आम्हाला काहीही नको होतं. फक्त श्रीफळ व मुलगी. मग त्यांच्या खुशीने त्यांनी काहीही करो न करो प्रतिबद्धता दिवस ठरला १९ फेुब्रवारी २००९ व आम्ही या अतुट नात्यांचं एकमेकांना वचन दिलं. ताज पाटील जिथे दिप्ती ताईचं लग्न झालं तिथेच प्रतिबद्धता झाली आमची. १९ फेब्रुवारी २००९ला हो १८ वर्षे पूर्ण झाले नव्हते मुलीला अजून पण लग्न मीच करणार नव्हतो कायदा मोडून. लग्नाची दिनांक २७ नोव्हेंबर २००९ ठरली म्हणजे १८ वर्षे व ५ महिन्याची झाल्यावर प्रतिमा. मी घाबरलो होतो. नोकरीचं असं झालं, मी माझी नवीन कंपनी काढणार हे कळल्यावर दुसरं काही होऊ ने, त्यांची स्वभावं, तिच्या मामाचं तसं वागणं बघून अतिशहाणाच होता तो किंवा मुलींकडच्या बाजूनुसार त्याचा दृष्टिकोन बरोबर पण असेल. जसं मला झालं ताईच्या वेळी. मला वाटलं १० लाख हुंडा बघून जीजुंनी लग्न केलं पण तसं नव्हतं. ताई त्यांना आवडली होती. व्यवस्था लग्न (ॲरेंज मॅरेज) व प्रेम विवाह यामध्ये भरपूर फरक आहे व ॲरेंज मॅरेज मध्ये असे गैरसमज छोटे-मोठे होणारच. प्रत्येक विवाहामध्येच. कारण दोन्हीकडच्या लोकांची विचारसरणी वेगळी असतेच. आता ८-९ महिने वाट पहायची होती लग्नासाठी. हो प्रतिबद्धता दिवशी संध्याकाळी खूप वेळ बोललो मी तिला व तिच्यात हरवूनच गेलो. मग हा काळ कसा जाईल. मी क्षणभरही तिच्याशिवाय राहू शकतो की नाही असं वाटायला लागलं. शाळा-कॉलेज-उच्च शिक्षण कधीच मी मुलींशी न बोललेला व्यक्ती. हिच्या प्रेमात एका बोलण्यातच वेडा झालो मलाच कळत नव्हतं. असं प्रेम होतं का, हे प्रेमच आहे का? त्यादिवशी मी तिला मोबाईल फोनच दिला भेट म्हणून. माझ्या स्वार्थासाठी, बोलता यावं रोज म्हणून. रात्री ८ ला ती लोकं गेली.

मला तर तिला जाऊच द्यावंस वाटत नव्हतं. ती दूर गेल्यावर माझं कसं होईल? मी जगेन का काही काही एक कळत नव्हतं. जणू प्रेमातच पडलो होतो. मी २दा पाहून व दोन तास बोलून असं कधीच झालं नव्हतं माझ्यासह. याआधी काही प्रेमाचा अनुभवही नाही. आपल्या बहिणींना सोडून इतर मुलींशी कधी आयुष्यात बोललो नव्हतो मी. तिलाही माझ्यावर इतकंच प्रेम झालं असेल का? तिला मी आवडत असेन का? माझ्या नोकरीचं काही कळल्यावर तिचं प्रेम कमी होईल का? ती मला सोडून जाईल का? असे विनाकारण प्रश्न पडू लागले. रात्री तर जेवलोच नाही मी. ती ११-१२ ला लातूरला पोहोचली व १२ पासून पहाटे ३-४ पर्यंत आम्ही मोबाईल फोनवर गप्पा मारल्या. असं तर मी अमेरिका, इंग्लंड, दुबईच्या क्लाईंटस् सह ५-५ तास पण बोललो पण हिला का इतकं बोलतो तेच कळत नव्हतं. प्रेमात वेडं होणं यालाच म्हणतात की काय? आणि आयुष्यात मला कुठल्या मुलीसह प्रेम झालं याची कल्पनाच करवणं होत नव्हती. मला माझ्यासारखं तरूण असा प्रेमात पडेल पण सत्य होत ते. मी पार वेडा झालो होतो. प्रतिमाच्या प्रेमात. मला ती सतत डोळ्यासमोर दिसत होती. ६ महिने म्हणजे ९ वर्षांसारखे जातील की काय असं वाटत होतं. सकाळी ८ला उठलो व परत तिलाच फोन केला. मग हा काय वेडेपणाच होता ना. काही दिवस नांदेडलाच होतो व परत आल्यावर २ महिने गेले काय कसं कराव यात व मी सुचिर जॉब्स ही कंपनी बनवली. प्रकाशचा एक दूरचा मित्र होता अमित व आम्ही दोघं मिळून कन्सलटन्सी चालवणार होतो. कागदपत्र सर्व माझ्याच नावाने होते. भाडेपत्र रायगडचं माझ्या नावाने होतं म्हणून व आम्ही दोघंच काम करणार. ५०-५० % वाटणी जे काही होईल, तसं विनोद-सोमेश छोटी छोटीशी मदत करणार होते. पण दिसतंय तेवढं सोपं नव्हतं काम. खोट कंपनी प्रोफाईल (माहिती) बनवणं व खरं काम करणं, कुणाला सांगितलं आताच कंपनी चालू केली तर काम भेटले नसते. तो पुढचा भाग होता पण लेटरपॅड बनवणं, माहितीपत्रक तयार करणं, मेल आय डी तयार करणं हे सगळं चांगल्या पद्धतीने करावं लागणार होतं. आम्ही सुचिर जॉब्स एच. आर कन्सलटन्सी म्हणून काढली होती ज्यात आम्ही सॉफ्टवेअर व इतर सर्व प्रकारच्या कंपनींना मॅनपॉवर देणार व त्यांच्याकडून ८-१२% कमिशन घेणार. त्या कामगारांच्या वार्षिक पगाराचे व ते पैसे आम्हाला ३-४ थ्या महिन्यात मिळणार तो व्यक्ती कामाला लागल्यानंतर. बँकेचं खातही उघडावं लागेल आम्हाला कारण पैसे येणार तेव्हा त्याच नावाने व्यवहार होणार होते. हा ३-४ महिन्यांचा काळ (मार्च-जुन २००९) खूप म्हणजे खूप वाईट गेला. इतका संघर्ष झाला की सांगता सोय नाही. व पैसे पण कमी पडू लागले. घरून मागायला लाज वाटायची. वणवण भटकावं लागायचं. ५०-१०० त्याहून जास्त कंपनीमध्ये जाऊन भेटणं, वाट पहाणं, त्यांना व्हिजीटिंग कार्डस देणं, त्यांचा कधी कॉल येईल त्याची वाट पहात रहाणं आशेत. माझा सर्वात वाईट कठीण काळ गेला तो आत्तापर्यंतच्या माझ्या आयुष्यात व त्यापुढचे ५-६ महिने पण म्हणजे २००९ वर्ष खराब म्हणावं का चांगलं, व्यावसायिक संघर्ष, आर्थिकरित्या संघर्ष व आयुष्यातली सर्वात सुखद आनंदाची गोष्ट घडणं- प्रतिमा माझ्या अर्धांगीनीचं

माझ्या आयुष्यात येणं. हो लग्न नोव्हेंबर २००९ ला झालं. याच वर्षात. माझी तब्येत त्या ३-४ महिन्याच्या काळात खूप खालावली. दुचाकीवर भर उन्हात हिंडणं, बऱ्याच कंपनींमध्ये अपमानित होऊन येणं व आपण नोकरी सोडून असं करतोय स्वत:ची स्टार्टअप कंपनी काढतोय हे सर्वांपासून लपवणं. दोन वेगवेगळे आयुष्य जगत होतो मी एकच व्यक्ती असून. व्यायाम म्हणजे टेनिस खेळणं बंद झालं. आर्थिक अडचणींमुळे तो निर्णय घेतला. पण एकदा ठरवलं की खरं सांगून टाकू प्रतिमाला. तिच्या घरच्यांना हा लपवाछपवीचा डाव नको पण परत भिती. दादांना कळलं तरते काय आकांड-तांडव करतील रुद्र रूप दाखवतील. तुला इतका चांगला जीवनाचा भागीदार निवडून दिला व तू कुठला सत्यवादीपणा करतोयस. मग अजून द्वंद्व. पण माझं अंतर्मन मला होकार देत नव्हतं. रोज जसा वेळ भेटेल तसं तिला बोलतच होतो व एकेदिवशी हे सर्व सांगितलं तिला. मामींना-पंकज, मामांना लगेचच त्यांनी मला स्पष्ट सांगितलं की तुमची संपत्ती, नोकरी असं कधीच बघून आम्ही तुम्हाला मुलगी दिली नाही व तुम्ही काही कर्तृत्ववान नाहीत असं पण नाही. शिक्षण पण खूप झालंय. माझ्या जीवात जीव आला. खोट्यापणाने नातं पुढे न्यायचं नव्हतं मला. माझं व प्रतिमाचं इतकं छान बाँडिंग झालं होतं की आम्ही आमच्याच प्रेमात पागल होतो. वेळ पडली तर आम्हीच कुठे पळून गेलो असतो व अॅरेंज मॅरेजच लव्ह मॅरेज केलं असतं. ती तशी लहानच होती. १८ वर्षे पूर्ण झाले नव्हते. आता १६ जूनला झाले असते २००९ ला त्यामुळे अवघडच होतं म्हणा पण वेळ पडलीच तर तिच्या घरच्यांनीच आमचं लग्न लावून दिलं असतं. माझ्या मनातलं ओझं दूर झालं व मी तिचा वाढदिवस जोरात साजरा केला. लातूरला जाऊन खूप मोठं सरप्राईज दिलं तिला. खूप खूप खूष झाली ती. मला पंकजने खूप सहाय्य केले. आता त्यांचं पुण्याला येणं-माझं लातूरला जाणं-येणं चालूच होतं. प्रतिमा आई-वडिलांसह किंवा मामींसह फक्त यायची व हा प्रवास ९ महिन्यांचा म्हणजे बराच लांब होता. त्यात माझं आयुष्य संघर्षीत चालू होतं. त्यामुळे मला मानसिक आधार दिला व माझ्या आयुष्याच्या सर्वात वाईट काळात मला त्यांनी पूर्ण सहकार्य केले. व त्यांचे उपकार मी जन्मभर विसरणार नाही. विसरूच शकत नाही. प्रतिमा वर तर माझा हक्क होता कारण आमचं लग्नही ठरलं व आम्ही प्रेमातही पडलो. दादांनी माझ्या आयुष्यात आणखी एक उपकार केले. मला इतकी छान आयुष्याची भागीदार मिळवून दिली. तिच्या गोड गोड बोलण्यात तासन्तास मंत्रमुग्ध व्हायचो मी. फोनचं बील किती येत होतं देव जाणे. मी ज्या भयानक ४ महिन्याच्या काळाबद्दल बोलतोय तो म्हणजे जुलै २००९ ते लग्न होईपर्यंत नोव्हेंबर २००९ . मी त्या ४-५ महिन्यात लातूरलाच राहिलो. लॅपटॉप सोबत होता. त्यामुळे थोडीबहुत कामं तिथून झाली. आम्ही पुण्यात होतो, ऑफिसचं इतर काम विनोद कसंबसं करू लागला. मला काय झालं नेमकं कळलंच नाही पण एकदा मी पुण्याला आलो तर रात्री ४-५ वाजता मला दवाखान्यात अॅडमीट व्हावं लागलं. हृदयाचे ठोके खूप वाढले, सर्व टेस्टस व्यवस्थित निघाल्या पण प्रचंड भिती वाटायला लागली. ४-५ महिन्यात दोनदा पुण्यात येऊनही गेलो व लग्नाची खरेदी पुण्यातच झाली पण

मला काहीही कळत नव्हतं. भिती वाटणं, धडधड वाढणे, डोकं अचानक दुखणे असे त्रास व्हायचे मला. कधी कधी खूप भयानक त्रास वाढायचा (तीव्रतेने) थट्टे डॉक्टरांच्या मदतीने २-४ दा सर्व काही तपासण्या करून घेतल्या पण काहीही निघालं नाही. काही काळाने अजून त्रास वाढला व त्यासोबत विचारही खूप यायचे नैराश्यजनक विचार- आपल्याला काही झालं का? काही होईल का? असे विचार- दिवसांतले काही तासच मला फ्रेश वाटायचं, बरं वाटायचं. मध्येच डोकं कमी, जास्त दुखायचं, कधी चक्कर आल्यासारखं वाटायचं. या पूर्ण वेळात प्रतिमाची साथ लाभली. पुण्यात त्याच काळात स्वाईन फ्ल्यूचा प्रार्दुभाव वाढला होता. त्यामुळे पण लातूरला रहावं लागलं.

मामा-मामींनी माझी स्वत:च्या मुलासारखी काळजी घेतली. पंकज त्याच्या रोजच्या कामात व्यस्त रहायचा. पण त्याने पण बळ दिलं. मला नेमकं काय होतंय हेच कळत नव्हतं. मग निदान शोधणं दूरच याबद्दल सर्व दादांना कळवलं मामींनी व त्यांनी पण नांदेडला कुणाला वेळ भेटणार नाही माझी काळजी घ्यायला म्हणून तिथेच राहण्याचा सल्ला दिला. देवाचं काही आहे का म्हणून आम्ही गाणगापूरला पण जाऊन आलो व तिथे मंदिरात मला त्रासही झाला. माझा तर कशावर विश्वास नव्हता पण जसं मी दादांना देव मानलं तसंच त्याकाळात प्रतिमाला पण देव मानलं व आजही मला देवाकडे काही मागायचं असेल की मी तिलाच सांगतो. माझ्यात व देवातली माध्यम ठरली ती. मी तिला म्हटलं तुझी श्रद्धा आहे ना मग चल माझी श्रद्धा आहे तुझ्यावर व २ दिवसात गाडीने गाणगापूरला जाऊन आलो. त्यानंतर परत आल्यावर मला काही दिवस बरं वाटलं, काही प्रमाणात त्रास कमी झाला. एक-दोनदा आम्ही चित्रपट पहायला गेलो. पी.वी.आर. ला मला तिथला आवाज सहन नाही झाला व बाहेर पडावं लागलं. माझ्या आयुष्यात पहिल्यांदा असं काहीतरी होऊ लागलं. त्यात लग्नासाठी सासरवाडीत रहावं लागणं. त्याचं वाईट वाटून घेत होतो. आई-ताईशी रोज बोलणं व्हायचं. त्यांना पण खूप काळजी वाटू लागली. त्यांनी पण मला वेळ जाऊ दे, आराम कर, प्रतिमा, मामा-मामी आहेत काळजी करायला असं सांगून दिलासा देत होते. लग्नाच्या खरेदीसाठी आई-ताई लातूरला आले व तिथूनच आम्ही सर्वजण पुण्याला गेलो. पण मला त्यात आनंदच येत नव्हता. मी माझ्याच त्रासात-सतत लक्ष तिकडच जायचं. आईनेपण खूप समजावलं मला. त्रास करून घेऊ नको होईल सर्व चांगलं. देवावर विश्वास ठेव. पण तिला काय माहित मी फक्त तिच्या भीतीने देवाच्या पाया पडतो. माझी कुंडली ते पण काढण्यात आली दोन-तीन जागी. पुणे-लातूर त्यात काही दोष आहे का पाहायला पण तो पण नव्हता. यांनी खडे घालायला सांगितले ते पण घातले पण परिणाम शून्य. मला वेड लागेल असं वाटत होतं. कित्येकदा आत्महत्येचा विचारही आला पण आता प्रतिमा माझी जिम्मेदारी. मी आयुष्यातून का पळ काढू? कित्येकदा मी तिला ते बोलून पण दाखवलं पण ती शांत, निश्चल- दादांसारखी व तिचा तोच स्वभाव माझं बळ बनत गेलं. ती पण माझ्यासारखी चंचल व ताण घेणारी असती तर मग कल्याणच होतं आमचं. लग्नाच्या १५-२० दिवस आधी मी नांदेडला

परतलो. फोनद्वारे प्रतिमा बोलायचीच रोज. जेव्हा जेव्हा डोकं दुखून त्रास व्हायचा खूप रडायचो आईजवळ, एकदा घरातले सर्वजण सोनं खरेदीला गेले. आजी, मी, मावशीच घरी होतो, त्या रात्रभर डोकं दुखल मी कसं सहन केलं मलाच माहित. पण कधी कधी असहाय्य व्हायचा त्रास. प्रतिमाला बोलणं पण व्हायचं पण शेवटी शेवटी ती लग्नाच्या कार्यात व्यस्त, ब्राह्मण पुजा, मांडआंबली इत्यादि जे काय असतं ते. शेवटी मनुष्याचे शारिरीक त्रास त्याला स्वत:लाच भोगावे लागतात. त्रिकालवादी सत्य आहे ते व माझ्या बाबतीत का वेगळं होईल. मी थोडीच कुठल्या देवाचा पुत्र होतो. मी प्रकाशला दोन दिवस आधी लग्नाला बोलवलं. तो पुर्ण समारंभ पार पडेपर्यंत माझ्या सोबतीला राहिला. लग्नाच्या चार दिवस आधी पाहुण्यांनी घर भरलं होतं. सर्व समारंभ झाले व शेवटी लग्नही थाटामाटात उरकलं. २७ नोव्हेंबर २००९ ला लग्न झालं दुपारी व त्याच दिवशी रात्री रिसेप्शन जवळपास ५-८ हजार लोकं. लग्न होतं का बाजार काहीच कळलं नाही. पण माझी तब्येत त्या दिवशी छान राहिली. प्रकाश आल्याने मानसिक सहाय्य मिळाल्यासारखं झालं व अर्धा आजार पळून गेला. तो त्याच दिवशी रात्री परतला बीड मार्गे. आम्हाला जेवायला पण भेटलं नाही त्या दिवशी इतक्या लोकांना भेटण्याच्या नादात, शुभेच्छा घेत. ताईच्या लग्नापेक्षाही मोठा लग्नसोहळा केला दादांनी व त्यांच्या जिद्दीला काय दाद द्यावी, जितकी दिली तितकी नक्की कमीच. दिवसभर खायला इतके पदार्थ होते. लोक सांगतात की आम्ही खातच राहिलो. आम्हाला बाकी काही कळलंच नाही. मजा वाटायची ते ऐकून व दादांच्या प्रत्येक कार्याचं नवल. हो खर्च खूप होणारच पण ते घडवणं पण सोपं नसतं. माझ्या आयुष्यातल्या आनंदाच्या काही मोजक्या क्षणांपैकी माझं लग्न प्रतिमासह ही एक माझ्या आयुष्यातली खूप खूप आनंदाची व महत्त्वाची गोष्ट आत्तापर्यंतची. मला माझी अर्धांगिनी मिळाली. मला जे काही मिळालं ते माझ्या दादांच्या कृपेनेच, त्यांच्याशिवाय व त्यांच्या मार्गदर्शनाशिवाय माझ्या आयुष्यात कुठलीही चांगली गोष्ट घडली नाही व घडणार पण नाही. ते माझ्या आयुष्यातला अविभाज्य तुकडा आहेत.

माझे परमेश्वर, माझे वडिल. माझे सर्वस्व दादा आहेत. लग्नांनतर सर्व विधी झाले. सत्यनारायण पूजा, इत्यादि. आम्ही तिरुपतीलाही जाऊन आलो. (दोन्ही परिवार) भाऊजी-ताई, विठ्ठल पाटील (दादांचे मित्र) एक मिनी ट्रॅव्हल्स केली होती. प्रतिमा तासन्तास माझ्यासोबतच होती. आता कागदोपत्री व फिझिकली पण. त्या प्रवासात बरेच देवस्थान श्रीशैलम् झाले. मंत्रालय सुद्धा व इतर काही देवस्थान पण मला आठवत नाही पुर्णपणे. २-४ दा मला डोकेदुखीचा त्रास झाला पण ताई, प्रतिमा, मामी यांना माहिती होतं. काही देवस्थानाच्या मंदिरात आवाजाने पण त्रास झाला. तिथे जे सुरतालसह देवाचं नाव, मंत्र घेतात त्याचा. पण सहन केलं. एकटाच बसून गाडीत रडलो हे एकंदरीत काय घडतंय हेच कळत नव्हतं व त्याचाच जास्त रोष येत होता. स्वत:वर चीडचीड होत होती. मध्येच भीती वाटणं, मध्येच डोकं दुखण, धडधड वाढणं- काही काही एक कळत नव्हतं, एकंदरीत वेगवेगळ्या प्रकारचा संघर्ष करत हा काळ गेला

२००६ ते २००९ पर्यंत व आयुष्यातलं एक महत्त्वाचं कार्य पार पडलं लग्न- प्रतिमाचं माझ्या आयुष्यात आगमन झालं व जीवनाचा भागीदार भेटला. आता एकट्याने नाही दोघांनी मिळून संघर्ष, सुख-दु:खे आयुष्यातली बघायची होती. भोगायची होती. बघू पुढचा प्रवास कसा जातो. याच काळात महत्त्वाच काही घडलं तर क्रिकेट भारताचा विजय २००७ कर्णधार धोनी याच्या कारकिर्दीत आपण पहिला टि-२० वर्ल्डकप जिंकला साऊथ आफ्रिकेत. मला काही कारणाने सर्व सामने बघता आले नाही पण शेवटचा सामना व काही महत्त्वाचे सामने बघायला भेटले. सप्टेंबर २००७ ला हे घडलं. पाकिस्तान विरोधात तो सामना ५ धावांनी जिंकला आपण व तेव्हापासूनच कर्णधार धोनी याची कारकिर्द व भारतीय क्रिकेटचा सोनेरी काळ उजळला. १९९९-२००३ इतका छान नव्हता काळ पण कर्णधार गांगुलीने ५० षटकांच्या वर्ल्डकपच्या अंतिम सामन्यात नेलं होतं व आपण ऑस्ट्रेलिया विरुद्ध हारलो तो सामना मी कॉलेजच्या बाहेर काही उपहारगृहात बसून, वसतिगृहात जाऊन पाहिला होता व त्यावर्षी आपण जिंकू असं वाटत होतं. पण ते नाही घडलं. व त्यांनतर २००३-२००५ च्या काळात सचिन, द्रविड कर्णधार बदलत राहिले व शेवटी सर्वात यशस्वी कर्णधार धोनी याचं पदार्पण झालं. त्याची धुवांधार खेळी व नवीनच मिळालेलं पद याचा वापर करून त्याने इतका मोठा पहिला विजय मिळवून दिला २००७ ला व त्यानंतर २०१५ पर्यंत कित्येक प्रकारचे पदक, यश मिळवून दिलं त्याने देशाला व कर्णधार गांगुलीचे पण सर्व रेकॉर्ड्स (नोंदी) मागे टाकले. तेंडुलकरने २४ वर्षात, गांगुलीने १०-१२ वर्षात मिळवलेलं नाव त्याने ८-१० वर्षातच मिळवलं. त्यामुळे आजच्या दिवशी तो जगातला, भारतातला सर्वात यशस्वी कर्णधार आहे. ५० षटकांऐवजी २० षटकांच्या खेळाची सुरुवात नुकतीच झाली व त्याचे पहिले विश्वविजेता आपण ठरलो. इतिहासात सोनेरी अक्षराने विजय नोंद करण्यात आला. तसेच इंग्लंड विरुद्ध गागुंलीच्या कारकिर्दीत २००२ वर्षी आपण नेटवेस्ट सिरीज जिंकलो व नवा विश्वविक्रम केला. म्हणजे सप्टेंबर २००७ मध्ये भरपूर यश मिळालं व तसेच २००२ मध्ये व २००३ मध्येही. त्या शृंखलेच्या अंतिम सामन्यात ३२५ धावा आपण यशस्वीरित्या पाठलाग केल्या. सेहवाग (४५), गांगुली (८०) व मग हिरो ठरलेले कैक (८६*) व युवराज (६९) व त्या काळात ३०० हून अधिक धावांचा पाठलाग करणं अशक्य होतं. जवळपास कारकिर्दीच्या शेवटीपर्यंत गांगुलीने यश मिळवलंच व खऱ्या पद्धतीने भारतीय संघाला जिंकायची सवय त्यानेच लावली ज्याची धुरा पुढे धोनीने हाती घेतली व विजयी रथ कायम ठेवला. क्रिकेटच्या या २००२-२००३ च्या यशाबद्दल व २००७ च्या यशाबद्दल सांगायचं राहिलं होतं. त्यामुळे तो उल्लेख केला. २००४-२००५ ला पण बऱ्याच शृंखला आपण जिंकल्या. धोनीच्या तडफदारी खेळीमुळे व आपल्याच देशात ऑस्ट्रेलिया विरुद्ध टेस्ट सिरीज हारलो सुद्धा. क्रिकेट संघाचं पण यश आयुष्यासारखंच कधी कमी, कधी जास्त, कधी हारणं, कधी जिंकणं- मला तर क्रिकेट आणि आयुष्य दोन्ही सारखं वाटतं. संघर्ष सतत पण विजय कधी, पराजय कधी, तो स्वीकारायचा आणि पुढचा प्रवास चालू तसाच आशेवर बरोबर

ना? आणि या दोन्ही मध्ये भाग्य याचं काम खूप मोठं. याच्याच साथीने विजय-पराजय ठरतो. क्षणात विजय-पराजय ठरतो. आयुष्यात तसच न कधी एकदम चांगलं कधी एकदम वाईट घडत. प्रयत्नांवर नसते न यश -अपयश.

जागतिक घडामोडीत महत्त्वाचं व अजून एक खूप मोठी दु:खद घटना म्हणजे २६ नोव्हेंबर २००८ ला मुंबईच्या ताज हॉटेलवर झालेला आतंकी हल्ला. ज्यामध्ये जवळपास ४ दिवस हमला झाला व १८४ हून जास्त लोक मृत्यूमखी पडले व ३०० हून अधिक लोक जखमी झाले. १० आतंकवाद्यांनी मुंबईत जागोजागी हमले करून दहशत निर्माण केली. ज्याची भिती आजही लोकांना वाटते. कित्येक सैनिक, पोलिस मृत्युमुखी पडले लढताना. त्यांना आजही श्रद्धांजली दिली जाते. मला अजूनही आठवतं काही खरेदीसाठी घराच्या लहान भाऊ व दादा मुंबईला २६ नोव्हेंबरलाच होते व आम्ही त्यांना न्यूज चॅनेलवर ऐकून ते कळवलं व लगेच्यालगेच मुंबईहून बाहेर निघायला सांगितलं कारण ते पण मुंबईत नवीन. २००१ लाच आम्ही मोठी सफारी विकत घेतली होती. त्याच गाडीने ते प्रवास करत होते. त्यानंर आमच्याकडे बऱ्याच चार चाकी गाड्या झाल्या. प्रत्येकाला १ असंही म्हणता येईल. २००१ च्या आतंकी हल्ल्यानंतर (अमेरिकेत) २००८ ला भारतात मुंबईसारख्या इतक्या मोठ्या शहरात हल्ला दोन्ही आंतकी हल्ले निंदनीय होते. त्यांच्या गुन्हेगारांना शिक्षा मिळाली नंतर- लादेनला अमेरिकेने शोधून मारलं. कसाबला भारतात काही वर्षांनी फाशी देण्यात आली. पण जे नाहक बळी गेले त्याची भरपाई कोण व कशी करणार? सामान्य माणसांच्या मनात जी भिती बसली ती कधी नाहीशी होईल. २००३ ला ताईचं लग्न झाल्यावर त्यांच्या हनिमुनसाठी मी व प्रकाशने पुण्यात त्यांना ४-५ दिवस बोलवलं. कोहीनुर या ३-४ स्टार (गोपीनाथ मुंडेंच्या) हॉटेलमध्ये ते राहिले. तिथून आम्ही त्यांना पिकअप करून वेगवेगळी ठिकाणे दाखवायचो. पुण्यात खायला न्यायचो, फिरायला न्यायचो. २ दिवस महाबळेश्वरला पण आम्ही फिरवून आणलं. मुंबईला एस्सेल वर्ल्डला फिरवलं. लहान भाऊ पण आला होता मुंबईला. ली मेरेडिअन हॉटेलला पण नेलं. ५ स्टार हॉटेल दाखवलं व त्यांचे ते ४-८ दिवस आम्ही खूप अविस्मरणीय बनवले. याचं श्रेय माझ्यापेक्षा जास्त प्रकाशला जातं. कारण बाहेरचं ज्ञान त्यालाच जास्त होते. ताईच्या लग्नाच्या २-४ वर्षानंतर साधारणत: समिक्षा २-३ वर्षांची असेल मी भाऊजी-ताई, संगिता ताई (ताईची नणंद), आत्या (ताईच्या सासूबाई) या सर्वांना अष्टविनायकला पण नेऊन आणलं होतं. २-३ दिवसात व नारायणपूरला (गाव) बालाजी मंदिरात दर्शन करून ते नांदेडला परतले होते. सफारी गाडीनेच आले होते. मी ७ गणपती मंदिराच्या दर्शनाला त्यांच्यासह होतो ८ वा गणपती त्यांनी नांदेडला जाताना पूर्ण केला. त्यावेळी समीक्षाला खूप खेळवलं मी व खूप मजेदार प्रवास झाला आमचा. मस्त खाणं, फिरणं. समिक्षा इतकं पाणी प्यायची की आम्ही तिला पाणकोंबडीच म्हणायचो. भाऊजींनी खूप छान एन्जॉय केला तो प्रवास. २००५-०६ ला दिप्ती ताई, काकू, काका, शिल्पा ताई, निलेश जीजु यांच्यासह पण मी कोल्हापूरला जाऊन आलो.

जाताना मस्त घरचं नेलेलं सर्व आम्ही खाल्लं व गाडीनेच प्रवास केला. सातारा मार्गे येताना खूप ट्रॅफिक लागले व रात्री उशिर झाला खूप. मला माझ्या एका मित्राकडे जायचं होतं पण उशिर झाल्याने ते काम रद्द झालं व मग शिल्पा ताईकडे थांबाव लागलं मुक्कामाला. येताना धाब्यावर जेवण केलं सर्वांनी पण मित्रासह डिनरला (रात्रीच्या जेवणाला) भेटून एक काम करायचं होतं. पण सर्वच विस्कळीत झालं. तितक्या रात्री शिल्पा ताईने मला भात-वरण दिलं. उगीचच शिल्पा ताईला त्रास दिला असं वाटलं पण दिप्ती ताई, काका-काकू यांनी मला व मी त्यांना कधीच परकं, दूरचं मानलं नाही. इतकी आमची नाती दृढ व निरपेक्ष आहेत. मी माझ्या या मिळवलेल्या नात्यांचं नेहमीच कुतुहल करतो. मला आई सांगते की जुने ऋणानुबंध असतात. गेल्या जन्मीचे काही देवाण-घेवाण असतात म्हणून ही नाती बनतात. स्वरा लहान असताना आम्ही तिला आमच्या साईबाबा मंदिरातही नेऊन आणलं दर्शनासाठी. मी तर दिप्ती ताईला भेटायला, काका-काकूंना भेटायला नेहमीच जायचो. माझ्यासाठी दिप्ती ताई नेहमीच मार्गदर्शक, गुरू राहिली व इतर पण सर्व मोठ्या बहिणींकडून मला आयुष्यातलं काही उणं असेल ते शिकायला मिळालं. महत्त्वाचं म्हणजे सर्वच अडचणी आई-दादांना बोलता येत नाहीत. गीता मावस बहिण लहानच त्यामुळे या तिघींशी मला बोलता येत होतं हे गरजेचं होतं. १-२ वर्षांनीच मोठ्या असल्याने मी त्यांना माझ्यापण आयुष्यात काही अडचण आली तर त्याचे सल्ले मागू शकतो व त्यांच्या अनुभवाने त्यांना जे काही मार्गदर्शन करता येईल ते मला नेहमीच करतात. मी स्वत:ला नशिबवान मानतो की मला माझ्या तिनही बहिणींचा पाठींबा आयुष्यभर आहे. त्यांचे आशिर्वाद आहेत. या ३ वर्षांचा काळ म्हणजे डिग्री मिळवून लग्न जमेपर्यंत खूप संघर्ष केला मी. एक वेगळंच व अवघड जग पाहिलं पण त्या प्रत्येक संघर्षाने मला पुढं नेलं. ज्ञानाने, बुद्धीने व अनुभवाने. डि.आर.सी. मध्ये मी जे शिकलो ते मला कुठेच शिकायला मिळालं नसतं. मार्केटिंग फायनान्स, एच.आर. हे सर्व प्रात्यक्षिकपणे शिकणे व त्या संधीचा पुरेपूर फायदा घेऊन मी खोदून खोदून ज्ञान मिळवलं. सोबतच डिस्टन्स लर्निंग करत पुस्तकी ज्ञानही मिळवलं एम.बी.ए.ची डिग्री मिळवून. ६ महिन्यातच किंवा १ वर्षात मोठ्या स्पर्धा परिक्षा देणं शक्य नाही व अशीच वेळ आली तर आपण मुलांना पुढच्या पिढीला पुरेपूर वेळ देऊ जे माझ्या घरच्यांनी माझ्यासह केलं- तसं न करता (माझ्या मुली, इतर नातेवाईकांची मुलं, माझ्या भाचा-भाची सर्वांना मार्गदर्शन करू शकेन मी) सर्वात महत्त्वाचं म्हणजे पैसा व ज्ञान याचा काही एक संबंध नाही. ज्ञानी-अज्ञानी मनुष्यही कमवू शकतो व कमवू शकत पण नाही. कलीयुगात पैशालाच जास्त मान आहे. नातेवाईक किंवा घरचे कुटुंबातले लोक, कधीपण म्हणू शकतात की आता पैशाच्या मागे धावा, आता ज्ञानाच्या मागे धावा म्हणजे आपल्या वडिलधारी माणसांचा काही भरोसा नाही. निदान माझ्या बाबतीत तर हेच झालं कारण त्यांच्यापैकी माझ्याहून कुणी उच्च शिक्षण घेतलं नव्हतं हे पण असेल किंवा मी त्यांना विचारलं हे पण चुकलं, मी पण गोंधळलो होतो. ज्ञान का पैसा असं- असो भाग्याचा विषय आहे तो- डेस्टीनी. या २-३ वर्षात मी खूप चित्रपट पाहिले

व पुस्तकांसारखं चित्रपटांतून पण शिकतच गेलो. इंग्रजीचं बोलणं जास्त चांगलं व्हावं म्हणून खूप इंग्रजी चित्रपटही पाहिले. क्रिकेट सारखं चित्रपट पहाणं हा पण एक छंद जोपासला. शैक्षणिक जगापेक्षा बाहेरचं जग खूप खूप वेगळं आहे. याची पुरेपूर माहिती झाली. २००८ चा आतंकी हमला पाहून इतके दुष्ट वृत्तीचे लोक-जगात पण असू शकतात हे कळलं. इतरांचा जीव घेताना त्यांच्या काळजाला काहीच त्रास होत नाही. कधी माझ्या हातात हत्यार असेल व कुणी पुढून पहिला वार करेल तरी मी त्याच्या प्रतिउत्तरात हल्ला करू शकेल का हा पण खूप मोठा प्रश्न आहे. लहान मुलांना रागवायला किंवा मारायला सुद्धा मला मुळीच आवडत नाही. इतकं पण मनाने मऊ असणं चुकीचं आहे म्हणा अशा कलीयुगात. संतांपासूनच आपण शिकत आलोय. वेळेनुसार साम-दाम-दंड-भेद याचा वापर करणं पण २००९ पर्यंत तरी मला यातलं काही वापरायची गरज नाही पडली. नोकरी करताना पण नाही. हं कंपनीच्या फायद्यासाठी थोडंसं खोटं बोलावं लागतं हे कळलं. (मार्केटिंग म्हटलं की) किंवा त्याला असंही म्हणता येईल की थोडंसं जास्तीचं सांगणं छाप पडण्यासाठी-व्यवहारात हे लागतच. एखाद्याकडे कौशल्य असेल व तो म्हटला मी खूप हुशार आहे तर त्याला कुणी मान, लक्ष देणार नाही पण त्याने थोडा अनुभव आहे हे कागदावर खोटं बनवून अचूक उत्तरे दिली तर त्याला थाप, चांगला पगार, सर्वकाही मिळेल तसंच कंपनीचं पण त्यामुळे प्रत्येक व्यवहारात छोटे-मोठे खोटे बोलणे चालतच असेल हं त्या खोटेपणाने कुणाचा जीव जाऊ ने, कुणाचं नुकसान होऊ नये हे मात्र गरजेचं आहे. जे प्रत्येक व्यक्तीच्या स्वभावावर अवलंबून आहे. त्या ३ वर्षात भारतीय क्रिकेट संघाची पण जी काही प्रगती झाली ५ दिवसीय आंतरराष्ट्रीय खेळात ती पण पाहिली व याच खेळात त्यांचा अतिनिच्च दिवस काळ आला हे पण पाहिलं २००७ ला बांग्लादेश व श्रीलंका दोन्ही संघाने आपल्याला एक दिवसीय आंतरराष्ट्रीय खेळात हरवलं व विश्वचषकातून आपल्याला बाहेर पडावं लागलं व तो भारतीय संघाचा १ दिवसीय खेळाचा निच्चांक आहेच. एक गोष्ट जी ऑगस्ट २००८ व जुन-जुलै २००८ ला झाली ती म्हणजे सोमेशचं करिअर संपणे. १०-१५ हजार पगार व मुळशीला नोकरी असं त्याचं वर्षभर मस्त चाललं होतं पण त्याला १ मेल आला दुबईहून एका व्यक्तीचा व त्यानुसार कित्येक कोटींची एका व्यक्तीची संपत्ती लकी ड्रॉद्वारे सोमेशला मिळणार असं त्या वकिलाने सांगितलं. मी डि.आर.सी. मध्ये खूप व्यस्त होतो त्यामुळे मी सोमेश व विनोद दोघांच्या या गोष्टीकडे दुर्लक्ष केलं. पहिले २ महिने पण ऑगस्टमध्ये मी माझ्या दुबईच्या काही लोकांकडून माहिती काढली तो वकील खरा होता पण असं कोणी विल तयार करेल का की ड्रॉद्वारे मेल आयडी काढून त्याला संपत्ती द्यावी ही शंका होतीच. पण त्याने बोलण्यात आम्हा सर्वांना गुंतवलं नेहमीच व सोमेश लहान-वडिल लहानपणापासून नसल्याने गरिबीत दिवस काढलेले मग त्याला वाटलं देवाने कृपादृष्टी केली. साहजिकच आहे असं वाटणं, मला वेळ नव्हता तरी सर्व मेलला मीच उत्तर द्यायचो व खरंच असं होईल असं वाटलं की लहान भावाला बोलवलं पुण्यात ८ ऑगस्ट २००८ ला व त्यामुळे आम्ही आजोबांच्या

अंत्ययात्रेला येऊ शकलो नाही. लहान भाऊ नांदेडहून प्रवास करत असताना पुण्याला आम्हाला हे कळलं अण्णा वारल्याचं, आम्ही वेळेवर पोहोचूही शकलो नसतो. पुढे त्या वकिलाने पैसे मागितले त्याची फिस हे सर्व बोलणं फोनद्वारे झालं होतं व ती फी द्यायला पण लहान भाऊ तयार झाला पण त्यानंतर त्याने आमचे पैसे खर्च करून बाहेर देशात येण्याचं आमंत्रण दिलं व मग आल्यावर सह्या करून प्रोसेस पूर्ण होईल असं म्हटला. मला आठवत नाही आम्ही हे दादांना कळवलं की नाही पण बाहेर देशात पासपोर्ट (माझा लहान भावाचा होताच) सोमेशचा (अर्जंट) तत्काळ काढूनही तिथे गेल्यावर दगा-फटका होईल याची मनात भिती वाटली मला व या दोघांना पण आणि आम्ही मोह सोडून बिपीनला नाश्ता केला. डेक्कनला एक प्रसिद्ध टपरी आहे. आम्ही आजही गेल की जातो तिथे खायला व मग लहान भाऊ परत गेला आणि सोमेश नोकरी सोडून नांदेडला परत मी व विनोद रोजच नोकरी करत सामान्य जीवन जगत राहिलो. मला तर आधीच आवडलं नव्हतं. कारण पैसे वा ज्ञान मिळवण्यासाठी शॉर्टकट नसतो. नाव, पैसा, प्रसिद्धी अशी पटकन मिळाली न कष्ट करता तर त्याची किंमत कशी वाटेल? माझ्या दादांना २०२० ला नाव व पैसा मिळेपर्यंत २५-३० वर्षे मेहनत करावी लागली व अजूनही त्यांची मेहनत चालूच आहे. त्यानंतर असं आम्ही खूप जणांकडून खूप ऐकलं. असं फसवे मेल्स व मोबाईलवर मेसेजेस येतात व आम्हाला कितीही आले तरी आम्ही ते आधी डिलीट करायचो. फसवेगिरीचे खूप नवीन नवीन प्रकार शोधतात आजकाल लोक. कित्येकांच्या बँक खात्यातून पैसे चोरीला जातात व जितकं जग तांत्रिकरीत्या पुढं जाईल हे असे प्रकार वाढत जाणार. त्यासाठी पोलिसांनी पण सायबर क्राइम अशी वेगळी शाखा काढली आहे- जी चांगली कार्यरत पण आहे. २०१० ते आजच्या तारखेपर्यंत मला भरपूर ज्ञान मिळालं. बऱ्याचशा समस्या दूरही झाल्या. संघर्ष वाढला, कमी झाला, दोन गोंडस मुली पण दिल्या परमेश्वराने. २०११ लाच भारताने ५० षटकांचा विश्वकप जिंकला त्याच वर्षी मला माझी पहिली मुलगी झाली. त्यामुळे २०११ साली तर मी खूप खूप खूष होतो. लग्नाच्या १-२ महिन्यांनी २०१० ला मी, प्रतिमा, आजी आम्ही सर्व सामान घेऊन पुण्याला आलो. दादांच्या प्लॉटिंग व्यवसायात यश मिळत नव्हतं त्यामुळे त्यांनी मला माझं पुण्यातलं काम पुढे न्यायची परवानगी दिली व काही लागल्यास सहकार्य करण्याचं आश्वासनही दिलं. रायगडचा फ्लॅट सोडून मी राजगडच्या फ्लॅटमध्ये शिफ्ट झालो. जवळच व ती वास्तू इतकी छान होती व प्रसन्न की माझे सर्व त्रास तिथे कमी झाले. व्यवसायात यश आलं. 'फ्लॅट नं ६, पहिला मजला, राजगड शिवतीर्थ नगर, पौड रोड, कोथरुड पुणे हा माझा तिथला पुर्ण पत्ता व भाड्यानेच होता हा फ्लॅटही. कारण नांदेडमध्ये भरपूर प्रॉपर्टी होती व इकडे विनाकारण फ्लॅट घेऊन पैसे घालवणं दादांना आवडत नव्हतं. दोन बेडरुम हॉल किचन असा हा फ्लॅट व ज्याक्षणी मी तिथे पाय ठेवला त्याचक्षणी होकार देऊन डिपॉजीट जमा केलं. माझ्या ओनर मुंबईला होत्या. त्यांच्या सवडीनुसार आम्ही रजिस्टर भाडेपत्र तयार केलं. जे मला कंपनीच्या कामासाठी गरजेचं होतं. मी नवीन जोमाने सुचिर जॉब्सच काम चालू

केलं. आता तर प्रतिमाची साथ होती.अमितसोबत काम न करता मी १ खोलीला ऑफिस केलं व तृप्तीला हायर केलं. माझ्या कंपनीची पहिली कामगार होती ती व घरच्या ऑफिसहून काम करायची, तिची काही हरकत नव्हती. पुढे शेवटपर्यंत माझ्या कंपनीत होती ती. माझं महत्त्वाचं काम मार्केटिंग करणं व काम मिळवणं व त्यानंतर तृप्ती व मी मुलाखती घेऊन कंपनीला लागणारा कँडिडेट शोधून देत असो. पण माझा डोकेदुखीचा त्रास संपत नव्हता. मग नशिबाने साथ दिली, मी व प्रतिमा थट्टेना भेटलो. त्यांना या १-२ वर्षात होणारा त्रास, तीव्रता माहीत होती व त्यांनी सहजच आम्हाला त्यांच्या एका सायकॅट्रिस्ट (मनोचिकीत्सक) मित्राला भेटायचा सल्ला दिला- सहजच बोलले ते. त्यांना पण अंदाज नव्हता. कारण त्यांचं ते क्षेत्र नव्हतं. पण सर्व शारीरिक पद्धतीने बरोबर असताना व आता माझे द्वंद्व पण डोक्यात नसताना हा त्रास म्हणजे काही मानसिक असावं हे त्यांना वाटलं. हेच मार्गदर्शन त्यांनी एक-दिड वर्षे आधी केलं असतं. पण त्यांना तसं काही जाणवलं नाही. नैराश्याची, संघर्षाची वेळ आहे, जाईल निघून असं वाटलं. त्यांच्या सांगण्यावरून लवकरात लवकर आम्ही डॉक्टर स्वप्निल देशमुख यांना भेटलो. २-४ तास आमचा सेशन झाला. २-४ दिवसात मिळून व जेव्हा मी त्यांना माझ्या आयुष्याचा आराखडा दिला व जे घडलं ते सागितलं. त्यांनी काही टेस्टस केल्या. सर्व रिपोर्टस पाहिले व मग त्यांनी सांगितलं की, झालेल्या नैराश्याच्या काळाने व वेगवेगळ्या शारीरिक संघर्षामुळे मला अॅन्झायटिक डिप्रेशन आलंय व त्याच काळात माझ्या डोक्यातील cerotine लेवल कमी झालीय व घाबरण्यासारखं काहीही कारण नाही. गोळ्या-औषधे-व्यायाम (प्रमाण) व थोडासा आत्मविश्वास व मानसिक आधार (जो प्रतिमा देऊ शकते) याने मी सहजच बरा होईन व लवकरच. त्यांचं सर्व ऐकून मी सामान्य माणसासारखं त्यांना प्रश्न विचारला- मी वेडा झालो आहे का? ते खूप हसले. त्यानंतर आजपर्यंत मला त्यांचं मार्गदर्शन भेटतंय डॉक्टर म्हणून नाही मित्र म्हणूनही. इतकी चांगली घट्ट मैत्री झाली आमची. त्यांनी मला खूप छान पद्धतीने समजावलं ते म्हटले- ''आपण सर्वचजण वेडे असतो. (जगातील प्रत्येक व्यक्ती) पण ज्यामुळे इतरांना त्रास होतो तो वेडेपणा. ज्यामुळे आपल्याला त्रास होतो तो वेडेपणा नाही. आपल्याला सर्वांनाच छोटी-मोठी मानसिक आजार असतात पण आपण मनोचिकित्सालयाकडे जात नाही. कारण आपल्या देशात शरीरासह मनाकडे लक्ष देण्याची पद्धत नाही. खूप प्रचंड त्रास झाल्याशिवाय आपण डॉक्टरांकडे जात नाही. नाहीतर अंधश्रद्धांच्या नादी लागतो. मी स्वत: न्युरोलॉजीस्ट पण आहे. बऱ्याच डोक्यांच्या सर्जरी करतो पण मला असं बऱ्याचदा दिसतं की कित्येक लोक समाजाला घाबरून स्वत: आमच्याकडे येत नाहीत. बऱ्याच लहान मुलांमध्ये पण अशा गोष्टी घडतात पण आई-वडिल येत नाहीत त्यांना घेऊन व आम्हाला खूप वाईट वाटतं. जग कुठल्या कुठं गेलंय आता फक्त थेरेपी लागत नाही. इतकं मेडिसीनमध्ये प्रगती झालीय की, त्यानेच चांगले निकाल लागतात. बाहेरच्या देशात दोन्ही तब्येतींकडे लक्ष दिलं जातं (शारीरिक, मानसिक) पण आपल्या इथे नाही. मला त्यांच सर्व पटलं ते स्वत: पुस्तकांमध्ये लेख लिहितात. मी नेहमी वाचतो.

सुरुवातीला मी प्रतिमासह त्यांना भेटायला जायचो नंतर एकटाच. एकदाच एक महिना १० गोळ्या घ्याव्या लागल्या मला रोज, मग ६-४-२ असं करत ५-६ महिन्यात मी एकदम नॉर्मल झालो आधीसारखा. जन्मापासून २००६-२००८ पर्यंत जो संदिप होता तो परत आला. मी एकदम खूश होतो. वयाच्या २६-२८ व्या वर्षी आपल्याला इतरांवर अवलंबून राहिलेलं आवडतं का? दोन पावलं चालायचे म्हणजे मला भिती वाटायची. १००-१०० कि.मी. दुचाकीने फिरणारा मी ५-१० किमी गाडी चालवायला घाबरायचो. (धडधड वाढेल का? डोकं दुखेल का? चक्कर येईल का? अशी भिती वाटायची) ते काय जगणं होतं का? ८-१० महिने रोज आत्महत्या करावी वाटायची मला पण आता नाही. आता मी एक साधारण आयुष्य जगत होतो. अवघ्या २-४ महिन्यात मी खूप आत्मविश्वासू झालो. मल्टीप्लेक्समध्ये २-३ भुताचे हॉरर मूव्ही पाहून एकटा झोपायचो. पण त्या काळात मला एका खोलीत एकटं झोपायची भीती वाटायची. पुण्याहून नांदेड व नांदेडहून पुणे ट्रॅव्हल्सने येताना मी कधीपण सिंगल झोपायच्या बेडचीच नोंदणी करायचो. एकदाचा प्रसंग आठवतो मला की मी नांदेडहून पुण्याला येताना रात्री दोनला उतरलो ट्रॅव्हल्सने पोहे खायला एका टपरीवर व उशीर झाला गाडी निघून गेली व तिथेच बाकड्यावर झोपलो मी सकाळपर्यंत आणि मग निवांत पुण्याला आलो, या काळात मला अंधार बघितला की भिती वाटायची - म्हणजे डॉक्टरांनी सांगितल ते सर्व खरं होत. मी एक नॉर्मल व्यक्ती झालो आधीसारखा याचा मला आनंद होता. रात्री अपरात्री मी प्रकाशला स्टेशनवर सोडून यायचो व मला अंधारात जायला भिती वाटायची, काय होतं ते देव जाणे. असो सांगाव तेवढं कमीच आहे. आई - मामी, मामा - भाऊजी, ताई, पंकज, प्रतिमा सर्वजण खूप खूश झाले. मला त्या नैराश्याच्या काळातून बाहेर आलेलं पाहून, कारण मला झालेला त्रास त्यांनी पाहिला होता. प्रकाश नेहमीच माझ्या संपर्कात होता, बडोद्याला नोकरीला होता तो. त्याच्या मस्करीच्या भाषेत तो बोलला-' मायला त्या थट्टेला कळलं नाही का सहा महिने आधी, तुझ्यासारख्या व्यक्तीचा वेळ वाचला असता आयुष्याचा '. मी म्हटलं त्याला- देर आये दुरूस्त आये आयुष्याची ५-१० वर्षे तरी नाही गेली, काही महिनचे वाया गेले. ती पण देवाची कृपाच म्हणावं ना- भाग्य- मी माझ्या दैवतांना मनापासून धन्यवाद केलं. माझी आर्थिक व व्यावसायिक प्रगती वाढत गेली. मी ५-६ संगणक घेतले. १० च्या आसपास स्टाफ झाला. ४० हून अधिक क्लायंट्स झाले. मी एक मोठी डील क्रॅक केली. इन्फोसिसच्या सोनल मॅडमला भेटलो, त्यांना सर्व सांगितलं खूप आत्मविश्वासाने व छोटी कंपनी असूनही आम्ही खूप छान निकाल देऊ. तिला २०-२५ वर्षांचा अनुभव. ती माझ्या मार्केटींग कौशल्याला भुळली व वर्षांच काम मिळालं. १-२-४ करता करता क्लायंट्स वाढले. सुचिर जॉब्सने एक नवीन ऑफिस घेतलं व माझा स्टाफ ८ (नोकरवर्ग) वरून ४०-५० झाला, हो सर्व मुलीच. एच. आर. कन्सलटन्सी म्हणजे गोड आवाज हवा. त्याच काळात १ वर्षासाठी पंकज पुण्यात आला, त्याने एक रेस्टॉरंट काढलं व मलापण सहकार्य केलं थोडसं. मी ३५ हजार पगार देऊन जेम्सला हायर केलं,

मोठ्या डिल्ससाठी भारतभर प्रवास करून व्यवसाय वाढवण्यासाठी कारण मला शक्य नव्हतं आजी, प्रतिमाला इथे सोडून जाणं. बाकी फायनान्स, ऑपरेशन सर्व मीच बघायचो. सुचिर जॉब्स- सुचिर कन्सलटींग प्रायव्हेट लिमिटेड झालं (मी, लहान भाऊ, प्रतिमा - भागीदार).आणखी दुसरं ऑफिस झालं. ६० जणांचा स्टाफ झाला. २ ऑफिसेस माझ्या स्वतःच्या कॅबिन, मी कंपनीचा एम. डी., सर्वकाही छान चाललं होतं. लहान भाऊ १४ एप्रिल २०११ ला आला. आम्ही नांदेडसाठी आणखी एक चारचाकी घेतली एंडीओर आणि लहान भावाचा छोटासा वाढदिवस पण केला मी व प्रतिमाने त्याच्या मित्रांसह, दुसऱ्याच दिवशी ते परत गेले नांदेडला. त्याला, दादांना मी कधी माझ्या त्रासाबद्दल सांगितलं नव्हतं, आजपर्यंतही त्यांना माहित नाही, इतका हुशार व चपळ बुद्धिचा संदीप व त्याच्या घरातले सर्व लोकं मानसिकरित्या खूप कडक, मग मला असं काही होऊ शकेल. पण त्यामागे एक अजूनही कारण होतं, २००८ ला मला शनिवार वाड्याजवळ बसून उठताना एकदमएका झाडाची खूप जाड फांदी लागली डाव्या दिशेला, त्यामुळे माझ्या डोक्याची डावीच बाजू खूप दुखायची. आता पण कधी कधी दुखते. आयुष्यातला अनमोल क्षणही आला, प्रतिमाला दिवस गेले व आम्ही लवकरच आई-वडिल होणार होतो. सर्वजण खूप खूष होते. मी दोन ऑफिसेस घेतले व दोन्हीचं उद्घाटन त्यांच्याच हस्ते केले. सत्यनारायण पूजा इत्यादि कारण माझे भाऊजी-ताई माझ्यासाठी खूप लकी आहेत असं मला वाटतं. आजही कंपनीचं नाव पण ताईच्या मुलाच्या नावानेच हो ३ फेब्रुवारी २००९ ला ताईला दुसरं मुल (पहिला मुलगा) झालं. त्यावेळी मी सुचिरला पहायला जाऊ शकलो नव्हतो. कारण अमितसह नवीन कंपनीच्या तयारीत होतो. व खूपच संघर्ष चालू होता. पण लग्नाच्या खरेदीच्या वेळेस (सप्टेंबर-ऑक्टोबर २००९) मी त्याला खूप घेतलं. माझ्या दुसऱ्या ऑफिसचं उद्घाटन डिसेंबर २०१० ला झालं. प्रतिमाचा ८-९ वा महिना होता व तिथे तिसऱ्या मजल्यावर ऑफिस कर्वेनगरला आणि पायऱ्याने जाणं एकच मार्ग होता पण माझ्या खुषीसाठी ती आली. त्यावेळी मला खूप शाबासकी मिळाली. पुण्यातले माझे २०० हून अधिक ओळखीची लोकं आली व माझ्या झालेल्या प्रगतीचा त्यांना खूप आनंद व अभिमान झाला. त्यातल्या बऱ्याच मित्रांना ते माहित होतं. माझ्या स्वप्नांबद्दल व मी केलेल्या संघर्षाबद्दल शिंदे वाड्यातले सर्वचजण आले होते. त्यांना माझ्या चांगल्या स्वभावाबद्दल नवल होतं. मी तिथे जो काही काळ होतो- ती लोकं म्हणायची की तिथे एक व्यक्ती वावरतोय कळायचंच नाही कारण माझ्या खोलीवर कधी गर्दी, गोंधळ, मित्र, पार्टी असं काहीच नव्हतं व इतर सर्व फ्लॅटसमध्ये त्यांच्याच फॅमिली त्यामुळे त्यांना हे चाललं पण नसतं जमलंच तर आठवण म्हणून मी तो 'खोली-स्वयंपाक घर' असणारा इतका छोटा फ्लॅट विकतही घेणार होतो पण नाही जमलं. ऑफिसेस पण भाड्यानेच घेतली होती. पण व्यावसायिक जागा म्हणून भाडं जास्त साहजिकच होतं. व हे सर्व करताना आर्थिक जिम्मेदारी पण वाढत होत्या. त्यात येणारं नवीन बाळ-३ जानेवारी २०११ ला मला पहिली मुलगी-'प्रतिती' झाली. जवळच असलेल्या कृष्णा हॉस्पिटलमध्ये प्रतिमाची नॉर्मल डिलीव्हरी झाली. सकाळी तिला ॲडमीट केलं व

१.५५ ला प्रतितीचा जन्म इतकी गोड, गोंडस, गोरीपान व वेगवेगळ्या डोळ्यातले कलर्स बघून मी हरवून गेलो. मला परमेश्वरावर विश्वास पहिल्यांदा वाटला माझ्या प्रतीतीच्या जन्माच्यावेळी. ती माझी एंजल आहे असं वाटलं. देवाने आपला दूत माझ्याकडे या लहानरुपी पाठवला असं वाटू लागलं. मला पहिली मुलगीच हवी होती व ती प्रार्थना देवाने ऐकली होती .

मी मनापासून केल्याने देव आहे याचा प्रत्यय आयुष्यात पहिल्यांदाच आला असं वाटलं. ती खूपच गोड होती. माझं पहिलं मुल. मी आनंदाने पार वेडा झालो होतो. प्रतिमासह प्रेम झालं होतं न त्यापेक्षाही जास्त आनंदाचा दिवस होता माझा. आई, ताई,जीजू , सर्वजण सकाळीच निघाले गाडीने आणि संध्याकाळपर्यंत आले. प्रतितीच ते जन्माच्या वेळेचं रूप बघून भारावून गेले सगळेजण, माझ्या आनंदाचं तर मोजमाप करणंच अवघड होत. मला जणू विश्वयुद्ध जिंकल्यासारखी माझी मनस्थिती झाली होती.

पुण्यातल्या टॉप ५ गायनॅक पैकी एक होत्या डॉक्टर शिल्पा मॅडम. ९ महिने त्यांच्याकडेच उपचार आणि फॉलोअप चालू होतं आमचं. प्रत्येक सोनोग्राफी नंतर सर्व व्यवस्थित होतं व त्यांनी वेळ देऊन प्रतिमाची नॉर्मल डिलिव्हरी केली. मला तिचीच काळजी होती. तिचं वय कमी त्यामुळे तिला काही होऊ नये व नॉर्मल डिलिव्हरी व्हावी एवढंच डोक्यात होतं. ९ महिने मी बाळाशी बोलायचो तासंतास मुलगा कि मुलगी मला माहित नव्हतं पण मी तिच्या पोटावर हात ठेऊन बोलायचो. ऑफिसच्या कामात मी शेवटी शेवटी खूपच व्यस्त होतो, २-२ वाजायचे घरी परतायला व ६ व्या आठव्या महिन्यात बाळ मधूनच किक मारायचं आणि माझा स्पर्श जाणवायचा त्याला (प्रतीतीला), प्रतिमाला पुण्यात मी नेहमीच बाहेर खायला न्यायचो, मला आवडायचं व पुण्यातल्या लोकांची हि सवय मी तिला लावली. तिचे सर्व डोहाळे मी पूर्ण केले. दुचाकीच असल्याने रिक्षाने फिरावे लागायचे. मामी गरजेनुसार येऊन जायच्या. डिलिव्हरीच्यावेळी मी, मामी, माधुरी (प्रतिमाच्या चुलत मामांची मुलगी) आम्ही होतो दवाखान्यात. मी पुन्हा एकदा मुलगी झाली तरी पेढेच वाटले. पहिल्यांदा ताईला समीक्षा झाली तेव्हा व आत्ता मला प्रतीती झाली तेव्हा.

तात्पर्य मला मुलगा मुलगी फरक आवडत नाही व मी मानत हि नाही. मुलगा मुलगी समान मानणाऱ्यांपैकी मीहि एक आहे व माझ्या मतावर मी ठाम आहे. माझ्या ऑफिसमध्ये पण शेवट पर्यंत ८०-९०% मुलीच कर्मचारी होत्या आणि सर्वांनी नेहमी खूपच छान काम केलं. २ ऑफिस झाल्यावर घरच ऑफिस पूर्णपणे बंद केलं व नंतर पंकज आल्यावर त्याला एक रूम लागतच होती. मी माझ्या सर्व जबाबदाऱ्या व्यवस्थित पार पाडायचो. प्रतिमाला शिकवत शिकवत, भाजीपाला किराणा आणणे, हिशेब ठेवणे घराचे वेगळे व ऑफिसचे वेगळे. माझ्याकडे खर्चाच्या नोंदणीचे कागद ११ वी पासून आतापर्यंतचे आहेत. मला आवडतं जमा खर्च मांडून ठेवणं त्याचा आढावा घेणं व गरजेनुसार पुढे आयुष्यात फेरबदल करणं.

माझं लग्न झाल्यावर विनोद – सोमेश दुसरीकडे मित्रांकडे राहायला गेले. सोमेश नंतर पुणे सोडून नांदेडला आला. त्याच आधीच नोकरीत मन लागायचं नाही. प्रतिमाच्या व माझ्या वयात असलेला फरक मी ज्ञानाच्या मार्गाने दूर करायचा प्रयत्न केलाय व त्यात मी यशस्वी झालो आहे. मला बोलायला, शिकवायला खूप आवडतं व मी लग्नानंतर आजपर्यंत तिला आयुष्याबद्दल, माझ्या अनुभवाबद्दल जगातल्या इतर गोष्टींबद्दल नेहमीच शिकवत आलो, ती माझी एक चांगली विद्यार्थिनी व मी तिचा एक खूप चांगला मित्र आहे. ती स्वयंपाक करण्यात सुग्रण व मी खाण्यात, त्यामुळे जोडी छान जमली. महत्वाच्या लागणाऱ्या सर्वच गोष्टी टीव्ही, वॉशिंग मशीन हे सर्व होतच, नांदेडच्या घरातूनच टीव्ही व इतर बारीक सारीक गोष्टी आणल्या होत्या. भांडी आजी असतानाची होती तसेच लग्नात मिळालेली. आजी असल्याने व नंतर पंकज आम्हाला दोघांना आधार होताच. प्रतितीच्या जन्मावेळी छान पाळणाही घेऊन दिला. लग्नात आलेलाच डबल बेडही होताच व माझ्याकडे लोखंडी कपाट होतं. जीवनावश्यक सर्व गोष्टी होत्या. कमी जास्त पडल्या तरी त्या घेणं काही अवघड नव्हतं पण जसा व्यवसाय वाढेल तसं करू जसं इतरांना वाटतं तसंच आम्हालाही वाटलं.

प्रतीती पोटात असताना २–४ थ्या महिन्यात गाडी करून मी, आई, ताई, प्रतिमा लोणावळा मार्गे एकवीरा देवीला व मुंबईत थोडंसं फिरूनही आलो एका दिवसात. एकवीरा देवीला बऱ्याच पायऱ्या होत्या पण झालं सगळं सुरळीत. खरंतर जाण्याआधी त्याची माहिती नव्हती आम्हाला. तसंच लोणावळ्याला कलाकारांचे मेणाचे पुतळे असलेलं एक म्युझियम होतं ते पण आम्ही पाहिलं व मुलांना दाखवलं. पंकजने चैतन्य हेल्थ क्लब जवळ मोठं रेस्टॉरंट काढलं मी त्याला कधीच होकार दिला नव्हता मोठया गुंतवणुकीला, आधी तो लातूरला फॅशन व इमिटेशनच दुकान सांभाळत होता. इथे वर्षभर रेस्टॉरंट सांभाळताना खूप आळस करायचा ११–१२ ला जायचा व त्या काळात आम्हीच मामा मामींना येऊन त्याला मदत करा हे सांगितलं पण त्यांनी नकारच दिला व बघता बघता पंकजची सर्व गुंतवणूक शून्य झाली. पुण्यात छोटा ठेला पण उत्पन्न मिळवून देतो परंतु पंकज नाही करू शकला. त्याचे प्रयत्न खूप कमी पडले व हलगर्जीपणामुळे आणि तसं त्याचं वयही नव्हतं. मामा–मामींनी पुण्यात येऊन वेगळा फ्लॅट घेऊन त्याला त्याच्या व्यवसायात मदत केली तर कदाचित तो यशस्वी झाला असता. असो. जर तरला आयुष्यात तर शून्य किंमत आहे. शेवटी त्याचं दुर्भाग्य होतं ते (डेस्टिनी) पण त्याचा संघर्ष कमी पडला एवढं मात्र नक्की. त्यानंतर तो लातूरला परतला. आम्ही २०१२ एप्रिल–मे पर्यंत पुण्यातच होतो प्रतीती दीड वर्षाची होईपर्यंत. मार्च २०११ मध्ये लहान भावाचं लग्न होतं तेंव्हा आम्ही नवीन गाडी घेऊन नांदेडला गेलो, औरंगाबादपर्यंत ट्रॅव्हल्सने व तिथून ड्राइव्हर घेऊन पोलो गाडी घेऊन. मला पोलो (वोल्क्सवॅगन कंपनीची) गाडी खूप आवडायची. पण ती नांदेडलाच सोडावी लागली व मी जुनी स्विफ्ट गाडी घेऊन पुण्यात आलो. कॉलेजला असतानाच मी ड्रायव्हिंग लायसेन्स काढले व चारचाकी गाडी शिकलो होतो. लग्न मोठ्या धुमधडाक्यात झालं.

नांदेडचीच मुलगी होती. पण लग्न ठरल्यापासूनच काही अभद्र घटना घडल्या. मांडव जळणे इ. व ते लग्नही तसंच ठरलं, वर्षभराने त्याला डिवोर्स द्यावा लागला व त्या पूर्ण दीड वर्षात लहान भावाला तसाच पूर्ण परिवाराला खूपच त्रास सहन करावा लागला. त्या मुलीचं व तिच्या परिवाराचं वागणं चुकीचं होतं, अगदी दळभद्री लोक होते ते. कोर्ट-कचेरी व इतर अल्युमिनी मध्ये साधारणपणे १ कोटीच्या आसपास खर्च झाला असावा. दादांना आणि परिवारातल्या प्रत्येकाला त्रास, मनस्ताप झाला तो वेगळाच. पण त्यातून आमची कमी कालावधीत सुटका झाली हि खरंच देवाची कृपा म्हणावी लागेल पण आई-दादांना झालेला त्रास पाहून आम्हाला असहाय्य झाल्यासारखे वाटत होते.

मार्च व एप्रिलचे काही दिवस २०११ मध्ये आम्ही तिथेच होतो. ३० मार्च २०११ ला तर भारत वि. पाकिस्तान उपांत्य फेरी होती. लग्नाकडे आमचं लक्षच नव्हतं. सगळीकडे आम्ही टी.व्ही चं आयोजन केलं होतं. मी, माझे काही मित्र व क्रिकेट पाहणारे इतर पाहुणे फक्त सामना पहाणं व जेवणं हेच काम केलं. दुपारचा सामना होता. रात्री १०.३०-११.०० ला संपला. पाकिस्तानने आपल्याला बॅटिंग करायचं आव्हान दिलं व रैना, गंभीर-सचिन यांच्यामुळे कसंबसं २६० धावा झाल्या. त्यामुळे चिंताच वाटत होती. पण कर्णधार धोनी व सर्व बॉलरने उत्तम काम केलं व ३१ धावाने जिंकलो आपण-मला तर लग्नाचं घेणं-देणंच नव्हतं. मी आपला सामन्यातच गर्क होतो. पाकिस्तानला हरवून (सलग ५व्यांदा विश्वकप सामन्यांमध्ये ५० षटकांच्या) अंतिम सामन्यात पोहोचलो व २००७ ला धोनीने विश्वकप जिंकून दिला २० षटकांचा आणि यावेळी पण तो करनेच आणि क्रिकेट जगातल्या देवाला सचिनला तो कप समर्पित करावा. त्याच्या इतक्या वर्षांच्या मेहनतीला ५-६ विश्वकप खेळले त्याने. व २००३ ला नशिबाची साथ न भेटल्याने आपण हारलो पण यावेळी नाही. २ एप्रिल २०११ ला मी, आमचे काही पाहुणे, गल्लीतले मित्र यांच्यासह तिसऱ्या मजल्यावर लहान भावाच्या खोलीत आम्ही सामना पाहिला. मामांना पण थांबवलं होतं मी. आपण टॉस हारलो व श्रीलंकाने जयवर्धनच्या शतकामुळे २७४/६ धावा काढल्या. त्यात पूर्ण वर्ल्डकपमध्ये खेळणारे सचिन-सेहवाग दोघंही बाद झाले.

१८/२ घाबरून गेलो आम्ही सर्व व भारतीय सर्वच क्रिकेटप्रेमी दुःखी झाले. पण गंभीरने ९३ व चौथ्या क्रमांकावर येऊन धोनीने ९५ आणि कोहलीने ५० अशा धावा काढल्या व २३ वर्षानंतर दुसरा विश्वकप जिंकला आपण. आनंदाने शहारे आले अंगावर, सचिन तेंडुलकरला खांद्यावर घेऊन नाचले खेळाडू व सर्वांचीच इच्छा पूर्ण झाली. त्याला हा विजयी सलाम देऊन. आम्ही फटाके वाजवले. मिरवणूक काढली. मी माझ्या छोट्या परीला ५००० रुपये दिले. उपांत्या फेरीत २००० व त्याआधी १००० आणि प्रत्येक साधा सामना जिंकला की ५०० रुपये असं द्यायचो तिला. माझं २०११चं वर्ष आनंदाने सुरुवात झालं. माझ्या छोट्या परीने माझ्या आयुष्यात जणू आनंदाच्या लाटाच आणल्या. खरं सांगू तर आत्तापर्यंतच्या प्रवासात माझ्या आयुष्यातले २

महत्त्वाचे, आनंदाचे व सर्वात छान २ वर्षे म्हणजे २०१० व २०११चं. त्याआधीचे सर्व वर्षे व त्यानंतर आत्तापर्यंत संघर्ष, त्रास व वाईटच झालं किंवा मला वाईट वाटलं. माझा दृष्टीकोन तसा होता. असो आपण २७७/४ असा हा सामना जिंकला. कसंही करून वेळ काढून मी सर्व सामने पाहिले होते. या वर्षीच्या या वर्ल्डकपचे. तसं मी आधी सांगितल्याप्रमाणे मी मनापासून क्रिकेट सामने पाहतोच व पहातही होतो. त्याची माहिती तर मला असतीच. १९८३ नंतर २०११ ला आपण हा विश्वकप जिंकला दुसऱ्यांदा व ते पण वानखेडे मैदानावर. जिथे सचिनचं पूर्ण आयुष्य गेलं खेळण्यात. हे त्याचं शेवटचं वर्ल्डकप होतं ६वं व त्याच्या शेवटच्या विश्वकपाला त्याला अशी भेट जी तो पूर्णपणे डिर्जव करतो. तो आनंद खरंच शब्दात व्यक्त करणं अशक्यच. आपल्या उत्तम ऑलराऊंड खेळीमुळे 'युवराज सिंगला' मॅन ऑफ द सिरीज भेटली. त्याने पूर्ण शृंखलेत १६-१८ गडी बाद केले. ३००-४०० धावा काढल्या व मी आपल्या देशातला सर्वात छान ऑलराऊंडर त्यालाच मानतो. गांगुलीने जिंकायला शिकवलं व त्यात सिंहाचा वाटा युवराज-द्रविडचाच आहे. त्यांनी नेहमीच धावांचा पाठलाग करताना छान कामगिरी केली. त्यानंतर रैना व धोनी, झहीर खान- १२ वर्षे देशासाठी सतत चांगली गोलंदाजी करत आला. द्रविड, गांगुली जरी २००३-२००५ ला संन्यास घेऊन खेळ सोडला तरी पण हा कप त्यांच्यासाठी पण सलामीच होता. पंतप्रधान, कलाकार सर्वांनी संघाला शुभेच्छा दिल्या. मी तर त्यानंतर आजपर्यंत २५-५० वेळा तरी या सामन्याचे हायलाईटस पाहिले व अजूनही पोट भरत नाही. वेस्ट इंडिज व भारत-२ वेळा विश्वविजेता आहेत व ऑस्ट्रेलिया ५ वेळेस. त्यात आपण २००७ ला २० षटकांचा पण कप जिंकला. तसंच धोनीच्या काळातच २००९-२०१० या काळात आपण टेस्ट मध्ये नंबर १च्या रँकिंगवर होतो. (द्रविड-सचिन-लक्ष्मण-कुंबळे-हरभजन मुळे) व २००८ ला ऑस्ट्रेलियामध्ये सीबी सिरीज पण जिंकलो. तिथेपण सचिनच छान खेळला. पुढे २०१३ ला धोनीच्याच कारकीर्दीत आपण इंग्लंड विरुद्ध अंतिम सामना जिंकून आय सी सी चॅम्पियनस ट्रॉफी पण जिंकलो. धोनीच्या काळात फक्त जिंकतच राहिलो असं म्हणायला काहीच हरकत नाही. २०११ मध्ये भारत दुसऱ्यांदा विश्वविजयी ठरला क्रिकेट जगतात व हरभजन सिंग, झहीर खान अशा प्रत्येक खेळाडूंना पण त्यांच्या मेहनतीचं फळ मिळालं. कोहली, रैना होतेच पण नवीन होते. त्यांना अजून वेळ होता कारर्किद घडवण्यात. धोनीने २००५ ते २०१९ पर्यंत तो एक अतिउत्तम कर्णधार आहे सिद्ध करून दाखवलं. फलंदाज तर आहेच पण जगातला अतिउत्तम फिनिशर पण आहेच. २०१५ ला कर्णधार पद सोडलं त्याने व २०१९ चा शेवटचा विश्वकप खेळला. अजून तो एकदिवसीय सामन्यातून संन्यास घेणार की नाही हे नाही कळलं. पण २०१५ ला त्याने पाच दिवसीय (टेस्ट) सामन्यातून संन्यास घेतला व कोहलीला कर्णधार पदाचं काम तेव्हापासून भेटलं. आज कोहली जगातील नंबर एकचा फलंदाज आहे. टेस्ट-एकदिवसीय सामन्यातला व यशस्वी कर्णधारपण. त्याने धोनीचे पण खूप रेकॉर्डस तोडले. कर्णधार म्हणून २०२० पर्यंत व सचिनचे पण बरेच रेकॉर्डस तोडेल. म्हणजे

२००५-२००६ पासून (फक्त २००७ एकदिवसीय कपमध्ये नामुष्की सोडून) २०२० पर्यंत आपण जगातील सर्वोत्तम क्रिकेट टिम (संघ) आहोत. याचं सर्व श्रेय धोनी, कोहली, रोहीत, झहीर खान, जडेजा, रिद्धीमन शहा, भुवनेश्वर कुमार व अशा इतर अनेक खेळाडूंना जाते. (हार्दिक पांड्या).

८-१५ दिवसांनी आम्ही परतलो व रोजच्या कामाला लागलो. प्रतीती आपल्या लहानपणीच्या खोड्या करत वाढू लागली. प्रतिमा रोजचं काम करून माझी काळजी घेत असे. मी जेम्सच्या साहाय्याने हळूहळू व्यवसाय वाढवू लागलो.६०-१०० जणांचा स्टाफ व २-३ ऑफिस झाले. ५०-६० लाखांच्या वर टर्नओव्हर झाला व आम्ही नवीन तयारीला लागलो. 'सुचिर कन्सल्टींग प्रायव्हेट लिमीटेड' ही पुण्यातल्या चांगल्या एच.आर कन्सल्टन्सी पैकी एक झाली. आम्ही एक १०० लोकांचा बी.पी.ओ काढायचं ठरवलं. ४ लाख ॲडव्हान्स व १.२५ लाख भाडं असं एक मोठं ऑफिसही निवडलं व मी 'स्वीटी ताई' पुण्यात होती तिला या नवीन प्रोजेक्टमध्ये गुंतवणूकदार बनवायचं ठरवलं. सर्वकाही सुरळीत चाललं होतं. जेम्सची पगार ५० हजार होती व आमचे ८ लाख रिलायन्स व १० लाख टाटा (दिल्ली) हून येणं बाकी होतं. हे १८ लाख आले की ७ लाख स्वीटी ताईला परत करणे व ११ लाख सरळ जमा व पाईपलाईनमध्ये खूप प्रकल्प चालू होते. मी माझ्या एका मित्रासह सॉफ्टवेअर बनवण्याचं काम घेणंही चालू केलं होतं. घरी वेळ विकेन्डलाच देऊ शकत होतो. पण प्रतीती माझ्याशिवाय गोळ्या, औषधं, ज्यूस घ्यायचीच नाही. वेळात वेळ काढून मी हे करायचो. तिला गुट्टी सुद्धा पाजवायचो. चांगला काळ आनंदाचा काळ होता. खुप गतीने गेला. विनोदला पण अकॉऊंटंट म्हणून घेतलं मी. ६०-१०० जणांचा स्टाफ सांभाळण्यात कसा वेळ जात होता काहीच कळत नव्हतं. १००-१२५ क्लाईंट होते.

फक्त अडचण म्हणजे पैसे २-३ महिन्याने मोठी रक्कम ६ महिन्याने यायची त्यामुळे कधी कधी पैशाची कमतरता पडायची व मी घरून, प्रकाशकडून मदत घ्यायचो पण एकवेळ अशी आली की या १८ लाखांची खूप गरज पडली व त्याच वेळेस दादांचं 'मार्च-एप्रिल' मध्ये संचेती हॉस्पीटलमध्ये दुसऱ्या गुडघ्याचं लिगामेन्ट टिअरच ऑपरेशन झालं. मला कार छान येत होती. ६ महिने आधी मी स्वीफ्ट कार आणली नांदेडहून व आपोआपच गाडी शिकलो. काहीजणांना छोटे-मोठे धक्के दिले ऑफिसला जाता-येता. पण छान शिकलो गाडी. पण ऑपरेशन झाल्यावर परत जाताना दादा-आईंनी आम्हाला नांदेडला परतण्याचा आदेश दिला. माझ्यात कधीच ताकद नव्हती की मी दादांच्या विरोधात जाऊ. पण माझं मन होकार देत नव्हतं. एक महिन्याचा वेळ मागितला मी व विचार केला. १) प्रतिमासाठी, मुलांसाठी, आजीसाठी उत्तम होतं. सर्वांचं प्रेम, सोबत, सर्व सुखसोयी, २) गाड्या, नोकर, चाकर, मान, शान. दादांच्या छत्रछायेखाली कुठल्याच अडचणींना सामोरे जायची गरज नाही. आई दादांना सुनेचं सुद्धा नातवंडांचं सुख, लहान भावाच्या या पागल बायकोला हाकलणं झालं तर व अशा असंख्य गोष्टी फायद्याच्याच सर्वांच्या पण माझं काय मी इतका छान व वेगाने वाढणारा

व्यवसाय कसा बघू? आठवड्याला प्रवास करून येणं-जाणं व १०० % लक्ष देणं होईल का? विनोद-जेम्स आश्वासन देऊ लागले व स्वीटी ताई पण ऑफिस व्यवस्थितच सांभाळू शकली असती पण हे सर्व व्यवस्थित होईल का? उंटावरून शेळ्या हाकलणं होतील का? मी नांदेडला जाऊन अजून एक नवीन व्यवसाय काढावा म्हणजे डि.आर.सी. अमितवाची कंपनी, सुचिर जॉब्स व सुचिर कन्सल्टींग यानंतर मी नांदेडला अजून एक व्यवसाय काढावा म्हणजे आयुष्यभर मी हेच करू? माझ्यासारखा शिकलेला व्यक्ती नांदेडच्या लोकांमध्ये ॲडजस्ट होईल का? मला उर्वरित आयुष्य नांदेडला तिथल्या वातावरणात रहाणं आवडेल का? माझ्यासह तिथले लोक ॲडजस्ट करतील का? मी १२-१५ वर्षे झाले बाहेर वाढलो. आता मला लहान भाऊ-दादासह व्यवसाय करता येईल किंवा त्यांना माझ्या कडक पद्धती आवडतील का? अशा असंख्य व अगणित प्रश्नांचं ओझं घेऊन एप्रिल २०१२ ला आम्ही परतलो. फ्लॅट सोडला तिथून ते परत जे ६-८ महिने झालं ते त्या डोकं दुखण्याच्याकाळात झालेल्या त्रासापेक्षा काही कमी नव्हतं. म्हणजे परत सर्वांनी शनी का मागे लागला असं म्हटलं, मला तर काहीच कळत नव्हतं. आता मात्र आयुष्याशी लढण्याची संघर्षाची परत शून्यापासून चालू करायची ताकद संपली होती. पण दुर्भाग्य पाठ सोडणारं नव्हतं. संघर्ष करा आणि दुर्भाग्याला सामोरे जा हेच आयुष्यात लिहिलं होतं माझ्या म्हणूनच म्हटलं २०१० ते २०१२ हाच माझ्या आयुष्यातला सुवर्ण काळ होता व आहे. परत एकदा त्या काळाबद्दल मी परत लिहीन. पण तोच आयुष्यातला सर्वोत्तम व सोनेरी काळ होता माझा. यापुढे मरण्याआधी काही येईल का तो काळ तसा काळ देवाला माहित पण आता यावा तसा काळ व कधीच संपू नये अशीच इच्छा आहे कारण २०२० मे या महिन्यात या क्षणी मी पूर्णपणे हारलोय. व मला नवीन कुठलीच लढाई, नवीन व्यवसाय, नवीन समस्या कशालाच सामोरे जाण्याचं बळ नाही. नांदेडला येऊन २०१२-२०२० या काळात जी लढाई केली तिसरी ती खूप मोठी लढाई झाली व खूप त्रासदायकही झाली. २०१२ चा शेवट करू आधी जेम्सच्या २ मोठ्या पेमेन्टस खोट्या निघाल्या. ते इथे आल्यावर कळलं मी त्याला काढून टाकलं पण ते १८ लाख म्हणजेच जणू आमचं सर्वस्व अस दादांनी धरल मला सर्व बंद करण्याचा आदेश दिला. उगीचच आळ घेतले. माझा देव देव नाही व्यावहारीक साधा मनुष्य-रागीट, हट्टी हे मला कळलं व माझं मन तुटलं. मी दुसऱ्यांदा डिप्रेशन मध्ये गेलो. २०१३ पर्यंत एक एक दिवस तीळ तीळ मरत जगलो. प्रतिमाची साथ होती नाहीतर कधीचाच या दोंगल्या वागण्याच्या द्वंद्वात वाहून मरून गेलो असतो. २०१० ला मला पुण्याला पाठवताना ते म्हटले तुम्हाला लागेल ती मदत करतो. तुम्ही जा. मग त्यापुढे २३ लाख रुपयांची मदत घेतली मी व २ वर्षात इतकं नाव कमवलं, पैसा पण कमावला. मग अचानक ते मला परत बोलवतात- मोठ्या शहरातून लहान शहरात व फक्त २ मोठ्या रक्कमा खोट्या निघाल्या व त्याची शिक्षा आपण त्या स्टाफला देऊनही मला सर्व ऑफिसेस बंद करायला लावतात. कुठला शहाणपण होता हा- पण शैक्षणिक जगानंतर जे आपण लढतो, पाहतो तोच व्यवहार तेच जग त्यात

वाईटच, गैरसमजच इथे घरचे असून झाला. कारण मी उच्च शिक्षण घेतलं त्यांनी शिक्षणच नाही. मी सरळ व्यवहार केले. त्यांच्या व्यवसायात सर्वच उलट–सुलट–सरळ (प्लॉटिंगमध्ये) माझ्यावर विनाकारण 'मी दोन वर्षात २३ लाख रुपये बुडवले' असा आरोप माझ्या सासु–सासऱ्यांना फोन करून मी कर्तृत्ववान नाही हे सांगणं सर्व समजून न घेता खोटा आरोप करून मला मानसिक त्रास देण्यात आला. ज्यात मी परत वर्षभर झुरून मेलो, तीळतीळ मेलो. माझ्यावरचा आरोप असत्य व खोटा होता. त्याचं विवरण खालीलप्रमाणे कारण माझ्याकडे ५ रुपयांच्या खर्चापासून मांडून होत व मी हा आरोप कधीच मान्य करणार नाही. आयुष्याच्या शेवटापर्यंत नाही. मी शेंगा खाल्ल्या नाहीत, मी टरफले उचलणार नाही असे विचार असणाऱ्या टिळकांचा मी विद्यार्थी. मग माझी बुद्धी मान्य का करेल?

आरोप– २३ लाख २ वर्षात वाया घालवले, ७ लाख स्वीटी ताईचे वाया घालवले म्हणजे एकूण ३० लाख– काळ २०१०–१२– आरोपी संदीप (बी.ई, एम.बी.ए) डि.आर.सी. मधील सर्वोत्तम कर्मचारी. १ पासून २००० पर्यंत त्यांना स्टाफ वाढवून दिला, ३ कोटींचा जगातून धंदा मिळवून दिला. स्वत:च्या स्वाभिमानासाठी तिथल्या ४५ लाखांना नाकारलं व गुजरातला गेलो नाही. पहिल्याच वर्षी अपयश मिळूनही पेट्रोकेमिकल इंजिनिअरींगमध्ये टॉपर राहिलो. ३ वर्षे (१–५ मध्ये क्रमांक) १०वीला ८३% व १२वीला ९५% मिळवून फ्रि मध्ये ॲडमिशन मिळवलं. एका उच्च दर्जाच्या कॉलेजमध्ये कमीत कमी खर्चाच जगलो. विद्यार्थी म्हणून ७ लाख भरून एम.बी.ए. न करता दिड वर्षे १४–१६ तास डि.आर.सी. मध्ये काम केलं तेच ज्ञान मिळवण्यासाठी. फक्त ६ महिने चार चाकी वापरली. कित्येक विद्यार्थ्यांचा आदर्श आजही. ५०० हून अधिक मुलांना ट्रेन करून उच्च पदापर्यंत नेलं. फक्त मांसाहारी नाही व्हायचं म्हणून २००६ मध्ये रशियातल्या एका मोठ्या कंपनीची संधी लाथाडली आणि मी आरोपी.

विश्लेषण देणारच कारण खोटे आरोप घेऊन आयुष्यभर जगणाऱ्यांमधला मी नव्हे.

१. प्रतिमाला, आजीला, प्रतीतीला काहीही कमी पडू द्यायचं नाही आम्ही देतो पैसे. त्यामुळे २ वर्षांचा खर्च भाडं धरून (१०–११ हजार)– ७ लाख ते ८ लाख (३० हजार महिना)

२. ऑफिस फर्निचर खर्च (पुण्यात ८–१० वर्षे राहणार या प्लॅनमुळे)– प्लॅन त्यांनीच मोडला– १८–२० लाख

(सर्व फर्निचर तोडून पंकजने गोडावून मध्ये आणून टाकलं नांदेडला त्यांच्या आदेशात २०१२ लाच)

३. संगणक खरेदी– ८ लाख (सर्व संगणक पंकजला दान केले त्यांनी स्वत:)

४. आम्ही २ वर्षात कमवलेले पैसे (सुचिर जॉब्स, सुचिर कन्सल्टींग प्रायवेट लिमिटेड)– जवळपास ४६ लाख

५. घरी बंगई, कॅमेरा, आलेल्याचे ट्रीप इत्यादि खर्च– ५ लाख

६. पगार व ऑफिस भाडे खर्च एकूण मिळून– २० लाख (फ्लॅट घेतला तर परवडलंही असतं)

एकूण खर्च झाला- ६१ लाख, एकूण कमाई ४६ लाख व घरून घेतलेले २३ लाख एकूण जमा झाले-६९ लाख. घरी फर्निचर आणलं- १८ लाख व संगणक- ८ लाख. एकूण अॅसेट परत- २५ लाख. आता यामध्ये पैसे वाया कसे गेले. ८ लाख जास्त खर्च झाला पण २५ लाखांची अॅसेट परत दिली. अजून खालच्या थराचं जीवन जगा म्हटलं तर ३ लाख तिथे वाचले असते. तुम्हाला नांदेडला यायचं २०१२ लाच म्हटलं तर फर्निचर घेतलं नसतं. ऑफिस वाढवलेच नसते. त्यात २.५ लाख डिपॉजीट नवीन ऑफिसचं परत भेटलं नाही. कारवाई करून कोर्ट कचेरीने आणलं असतं. (त्यांनीच परवानगी दिली) मग पाईपलाईनमधले २० लाख एका स्टाफच्या कर्तृत्वाने येणारे नाही आले व असं कंपनीच्या मार्केटिंगची लोकं बोलतात खोटं प्रमोशन, पगार वाढीसाठी. मग त्याचा अर्थ आपली मेहनत कमी पडली, आपलं कर्तृत्व कमी असं कुठं झालं. बरं ते पैसे आले की आम्ही पूर्ण त्यांनाच देणार होतो. मग तर प्रश्नच नव्हता. पण वेळ न देता बंद केल्यावर माझ्यावर आरोप करणं चुकीचं होतं. मला अपमान करायचा नव्हता. म्हणून मी भाऊजी, दादा, लहान भाऊ यांना कधीच बोललो नाही पण हे लिहणं त्यांना कळण्यासाठीच आहे. त्यांनी हे वाचावं एवढीच इच्छा आहे व सर्व गोष्टींचा पुरावा पण आहे. बँकेतलं जमा-नावे झालेलं आहे. पुन्हा एकदा खोट्या आरोपाने नैराश्यात गेलो. ७-८ महिने वेड्यासारखा राहिलो घरी पण रिअल इस्टेटची सर्व कामे रोज केली त्याची मांडणी जुळवली व दरमहा १०-२० हजार विनाकारण खर्च वाचवला कारकुनासारखा १९९६ पासूनच्या रिअल इस्टेटच्या रजिस्ट्री जोडून फाईलमध्ये मांडल्या व बेशिस्त झालेल्या व्यवसायाला शिस्त व नियम लावले. असो २०१२ शेवटापासून आजपर्यंत चालू असलेल्या प्रवासात ते येईलचं पण लग्नानंतर जो सोनेरी काळ आला त्यानंतर एकदमच मी खाली फेकलो गेलो. जो माझ्या आयुष्यात भयानक काळ आला होता मानसिक नैराश्याचा तसाच काहीसा काळ आता आला. तीव्रता कमी का जास्त, त्रास कमी झाला का जास्त ते सांगु शकत नाही स्पष्ट पण तो दैविक होता व त्याचं उत्तरही त्याच पद्धतीने योग्य वेळ आल्यावर भेटलं. पण हा दैविक नाही मानवी होता. तेव्हा मला काय झालं कळत नव्हतं. आता मी निर्णय न घेता मला सहन करावं लागलं. बरं त्यांना माहिती आहे मी खूप भावनिक, मनाने नाजूक, स्वाभिमानाने उग्र व शरीरानेही नाजूक आहे. तरी ते मला बोलले तरी त्यांनी माझी चर्चा केली इतरांसह का २३ लाख खूप मोठी रक्कम नाही, नव्हती व आजही नाही. त्यांनी १ प्लॉट २ लाखाला घेतला तो २० लाखाला विकला. त्यांनी कित्येक पटीमध्ये फायदा कमवला. त्यांच्यासाठी ही खूप तुरळक गोष्ट व आकडा बरोबर न. मग काय कारण-त्यांनी एक वडिल म्हणून बोलले मान्य पूर्ण हक्क आहे त्यांना पण अंदाजे का बोलले? पूर्ण अभ्यास करून का नाही बोलले? आणि मला जन्म त्यांनी दिला, पोसलं त्यांनी मग ही गोष्ट इतरांना सांगण्याचा काय अर्थ (सासु-सासरे, भाऊजी व त्यांचा जवळचा मित्र) ते कोण माझं कर्तृत्व ठरवणारे? तुम्हीच ठरवा, तुम्ही जन्म दिला, तुम्ही बोला, रागवा, मारा. असो त्यांची चूक नसेल ते पण एक व्यक्तीच आहेत. चिडले असतील. अंदाजे आकडा बोलले

असतील. मी पुण्याचं नाव काढू नये, इथलं साम्राज्य सांभाळावं म्हणून मला पूर्णपणे त्यांना पुण्यापासून दूर करायचे असेल. त्यांनी मला नांदेडला आणलं हा त्यांचा निर्णय खूप भारी आहे हे दाखवायचं असेल, त्यांच्या कर्तृत्वासमोर माझं कर्तृत्व काहीच नाही व राहणार पण नाही. जोपर्यंत मी ५०० कोटींची मालमत्ता कमवत नाही. त्याआधी पर्यंत मी स्वत:ला त्यांच्यापेक्षा उच्च समजणार नाहीच. मी तर एक क्षुद्र, साधारण व्यक्ती त्यांच्यासमोर. मी त्यांच्या चप्पलीची पण बरोबरी नाही करू शकत. माझा प्रश्न असा आहे की २०१० ला त्यांनी मला पाठवलं होतं पुण्याला. तो त्यांचा निर्णय खरा-योग्य का आत्ता २०१२ ला परत बोलावलं तो निर्णय खरा- योग्य का दोन्ही योग्यच. मग तसं आहे तर त्यांनी पाठवताना का म्हटले छान रहा, मी मदत करीन- स्पष्ट त्यांनी सांगायला हवं होतं की आमच्याकडे मदत नका मागू कधीच. मग मदत केलीच तर आता का बोलले. परत बोलवायचंच होतं या साम्राज्याला शिपाई-सेनापती काहीही म्हणून तर मग २०१० ला पाठवलं का? हो खूप प्रश्न आहेत पण त्यांना विचारायची ताकद, बळ माझ्यात नाही. २००६ ला मला नोकरीला का जाऊ दिलं नाही- लहान भाऊ व भाऊजींनी त्यांनी एक मत घ्यायचं होतं दादांचं. जर त्यांना पैसेच हवे होते तर मग तेव्हांच सुटका केली तर मी माझा सेटल झालो असतो. ते स्वत: व्यवसायात आहेत. मग व्यवसायात उतार-चढाव होतात ते कळत नाही का त्या तिघांनाही. अजून मागे जाऊ, मला शिकवलंच काऊन त्यांच्यासोबतच घ्यायचं न व्यवसायात लहान भावासारखं १२ वी नंतर. शिकवायचं होतं तर राहूल इतका वेळ मला का नाही? तो मनुष्य आणि मी देव का? अगणित प्रश्नांनी भंडावून सोडलं मला. माझा देव थोडा लांबणीवर गेला माझ्यापासून-असू शकतं- शिक्षण नाही म्हणून ते बोलले, रागावले. त्या काळापासून त्यांचे व्यवसाय मंद झाले म्हणून माझ्यावर राग निघाला. का ते कधीच योजनाबद्ध नव्हते. कुठली पण योजना, बांधणी, आराखडा नसताना त्यांनी मला शिकु दिलं, व्यवसाय करू दिला- तसं असेल तर मग त्यांना हक्क नव्हता मला बोलायचा- वडील म्हणून त्यांनी मला मृत्युदंडही देऊ शकतील मान्य आहे पण चारित्र्यावर डाग, कर्तृत्वावर प्रश्न मी सहन नाही करू शकेन, न करू शकतो. ना कधी करू शकेन. हो हे सर्व वाचावं सर्वांनी. माझ्या दोन्ही मुलींनी तर नक्की कारण त्यांना वाटेल २ मिनिटांसाठी पण लाईट विनाकारण वाया न घालू देणारे पप्पा असं कसं करू शकतील? त्यांनी आठवडा, ३ महिने, ६ महिन्याला आढावा लावला नसेल. इतके छान शिक्षण घेऊन त्यांना इतकं साधं जमलं नसेल. पण हा आरोप चुकीचा होता. हे त्यांना कळेल. त्यांचे वडील एक परिपूर्ण बिझनेसमॅन आहेत. मेहनती आहेत. त्यांच्या हाताने असं होऊच शकत नाही व हे त्यांच्यासाठीच आहे. त्यांची मान कधीच वाकली नाही पाहिजे. शिक्षणाच्या व न शिकण्याच्या फरकामुळे व्यवस्थित कम्युनिकेशन न झाल्याने विनाकारण गैरसमज करून घेतल्याने हे झालं. चुक अचूक कोण याचा निर्णय कुठे लावायचा, रक्तांच्या नात्यांमध्ये पूर्णपणे व्यावसायिक निर्णय तर नव्हता हा. मला आश्चर्य वाटायचं एक अतिहुशार विद्यार्थी त्याला शिक्षणासाठी काहीपण दिलं जाईल, जातं पण तो काळ संपला की जगात वावरताना लगेच बेरीज वजाबाकी चालू व

त्यानुसार तोलले जाणार, त्यानुसार मनुष्याची किंमत ठरणार. मग शाळेत का जायचं? कॉलेज का करायची? उच्च शिक्षण का घ्यायचं? बरं घेतलंय तर मग त्यात शिकवत नाहीत की पुढे जाऊन पैसे कमवायचे आहेत. आत्तापासून बाहेर जा, वडापावच्या गाडीवर व्यवहार शिका, भेळ विका म्हणजे एक परिपूर्ण व्यक्ती- जगाला हवाय तसा बाहेर पडेन न. असो माझा रोष आहे, राग आहे व आयुष्यभर राहणार- मनातून गोष्टी चांगल्या-वाईट विसरणाऱ्यांमध्ये मी नाही. या आठवणी सोबतच जातील मरताना. या दरम्यान माझा लहान भावाशी खूप वाद झाला, खूप भांडण झालं पण मी त्याचं का ऐकेन? लहान तो माझ्यापेक्षा. माझ्याबद्दल त्याला प्रेम नाही अशातला भाग नाही व तो मला खूप बोलायचा काहीपण बोलायचा असं नाही. तो सहजच काहीतरी बोलायचा व मी मनाला जास्त लावून घ्यायचो व आकांड-तांडव करायचो आणि हाच फरक म्हटलं मी व त्यासाठीच मी नांदेडला यायला तयार नव्हतो. पुण्यात किंवा सुशिक्षित वर्गात आपल्याला कुणी शिवी दिली तर आवडत नाही किंवा कुणी सहज म्हटलं की हे काय केलं तुम्ही वेगळ्या भावनेने तर ते सहन नाही होणार तसंच माझ्या बाबतीत झालं व ते पुढे आजपर्यंत तसंच आहे व सगळे गैरसमज असेच आहेत. उदा. मी म्हटलं की हे काम संपवलं की झालं मग तो म्हणणार संपलं म्हणजे काय झालं? मग मी म्हणायचो आमची भाषा तशी. मग त्याच्याबाबतीत तो बोलताना काही झालं तर शिव्या देणार. मग मी गोंधळणार, शिव्या कोणाला मला का त्या काम न करणाऱ्याला का देवाला का भाग्याला?बसं याहून जास्त मला बोलाव पण वाटत नाही. मी दादांना पुण्याहून न परतण्याचं कारण हेच सांगितलं होतं- भाषा, कल्चर, वागणं-बोलणं याचा नांदेडच्या लोकांना त्रास होणार माझ्याकडून व मला त्यांच्याकडून एका म्यानात दोन तलवारी असं कारण आम्ही दादांसारखेच हुशार दोघेही- पद्धती वेगळ्या असतील पण मार्ग वेगळे माझं थोडं शिस्त त्याचं थोडं बेशिस्त. दादा, भाऊजी यांना कदाचित तो फरक जाणवतो. त्यामुळे सांभाळून घ्यायचे व समस्या वाढायच्या नाही.

पुण्याला २ वर्षे असताना व त्याआधीचे १ वर्ष मी प्रतिमाला सर्व स्वातंत्र्य दिले. कपडे घालायचे, पाश्चिमात्य (पॅन्ट, टी-शर्ट, सलवार इत्यादि) हं पाश्चिमात्यामध्ये अजून खूप प्रकार आहेत ज्यामुळे शरीर उघडं दिसेल- असं कधी काही घालायची परवानगी नाही दिली. पण साधारण (मेट्रो सिटीत) मोठ्या शहरात जास्तीत जास्त लोक ज्याप्रकारचे कपडे घालतात तसे घालू दिले. तेवढं स्वातंत्र्य मी दिलं. उलट मीच फक्त फॉर्मल कपडे घालायचो पुण्यात राहूनही. तिनेच मला बदलायला लावलं व ऑफिस सोडून बाकी जागी कॅज्युअल घालायला शिकवलं. मी कपड्यांच्या बाबतीत आधीपासून असा वेंधळाच आहे. शाळेच्या वेळी शाळेचा ड्रेस व इतर वेळी १० वी पर्यंत खेड्यातल्या लोकांसारखे कपडे घालणे, अहमदपूर पासून मग मी फॉर्मल घालायला शिकलो व पुण्यात आल्यावर थोडेसे कॅज्युअल पण जीन्स पँट वगैरे मला अजूनही आवडत नाही. क्वचितच घालतो आता पण व प्रतिमाचं ऐकून कधी काळी घालायचो. आम्ही दोघं पुण्यात दुचाकीने खूप फिरलो. पुण्याची मजाच वेगळी

दुचाकीवर फिरायची. तिथे ती मजा नाही रिक्षा किंवा कारने फिरायची. आम्ही जवळपास ५-५० जागी चाट, पाणीपुरी इत्यादी जाऊन खायचो. तिला पण माझ्यासारखं हे सर्व आवडायचं. त्यात दाबेली, वडापाव कधीतरी मिसळ आम्हाला दोघांनापण आवडायची नाही. 'साउथ इंडियन, पंजाबी' सर्व आवडायचं. आमचं आवडतं हॉटेल 'अभिषेक व्हेज' माझ्या ऑफिसजवळ कर्वे नगरला. बाकी टपरी वरचं खूप खाल्लं. पुण्यात अशा टपरीच जास्त प्रसिद्ध आहेत खाण्यासाठी. मी पूर्ण ५-६ वर्षात जिथे जिथे जे जे खाल्लं ते सर्व काही मी तिला खाऊ घालायचा प्रयत्न केला व पंकजला पण सगळीकडे चव बघायला पाठवलं. पुणे जगातली सर्वात छान जागा आहे. काही काही खाण्यासाठी जवळपास पूर्ण पुण्यात मी प्रतिमाला दुचाकीने फिरवलं. जमल तसं सुट्ट्यांच्या दिवशी संध्याकाळी. तिला आईस्क्रिम आवडायचं जे मला आवडत नाही पण तिच्यासाठी आम्ही जायचो. पुणे खूप अतरंगी जागा आहे खाण्यासाठी. चतु:श्रृंगी, एम.जी.रोड, जे.एम.रोड, कँप, औंध, बाणेर, कर्वे रोड, कर्वे नगर, लक्ष्मी रोड, डेक्कन इत्यादि सर्व जागी फिरवलं. बाणेरला 'राजवाडा' हॉटेलमध्येही नेलं. पैशाच्या कमतरतेमुळे फाइव्ह स्टार हॉटेलला नाही नेलं. प्रतीती ६-८ महिन्यांची असताना तिच्या घरचे सर्वजण व मी आम्ही शिर्डीला जाऊन आलो व तिथून वणीच्या देवीला पण व त्र्यंबकेश्वरही केलं. मस्त ट्रीप झाली आमची. प्रतीती खूप गोड होती. शिर्डीला दर्शनाच्यावेळी तिला रांगेत लोकांनी पुढे पुढे नेलं-गोड मुल गोड मुल म्हणून. आम्हाला काहीच सुचलं नाही असं वाटलं की हरवलीच ती पण प्रसाद कसा वाटतात तसं वाटत ती लोकांच्या हस्ते आमच्याकडे परत आली व जीवात जीव आला माझ्या. ती त्यावेळी खूपच गोड दिसत होती. आतापण दिसतीच म्हणा.

शेवटचा व चालू पर्व, तो भयानक व नैराश्यमय (दुसरा आयुष्यातला) काळ विसरून मी जोमाने लागलो नवीन संघर्षाला. हिंदीत म्हणतात ना 'हर जख्म का इलाज वक्त है' तसं झालं. त्यावेळेने सर्वच गोष्टींचा मृत्यु झाला. डिसेंबर २०१२ ला मालेगाव रोडला पंप चालू झाला आमचा १५ कि.मी. घरापासून. मी व प्रतिमाने सत्यनारायण पूजा केली. २-३ वर्षे मेहनत करून लहान भावाने कागदोपत्री त्याला मिळवलं होतं. आम्ही नांदेडला आलो त्याच काळात ताई आली. मुलांच्या शिक्षणासाठी नंतर त्यांनी जवळच फ्लॅट घेतला व तिथेच राहतात २०१२ पासून आत्तापर्यंत. घरापासूनपायी चालण्या इतक्या अंतरावर आहे. सुचिर-समीक्षा यांचं नागार्जुना पब्लिक स्कुलमध्ये ॲडमिशन केलं. मला संपुर्ण व्यवहार देण्यात आले व संगणकाच्या उपयोगाने पण सांभाळायला सांगितले. पंपाच्या सुरुवातीपासून फिजीकली लहान भाऊ व जीजुच तिथे जायचे. मी ऑफिस वर्क केलं. रोजची कॅश टाकणे, बँकेचे व्यवहार सर्वकाही मीच बघायचो व आजपर्यंत मीच बघतोय. ऑपरेशनल ३-४ वर्षे भाऊजींनी पाहिलं व फक्त ६ महिन्याच्या आत मी व भाऊजींनी त्या व्यवसायाला यशस्वी केलं. ४-५ वर्षे आम्ही ५-६ लाख महिना फायदा काढला दरमहा. मी झेरॉक्स मशिन दुरुस्तीपासून सर्व कामं केली. १९९५ पासूनची सर्व कागदपत्र शिस्त लावणे, खालची खोली ऑफिसंच केली.

फ्रंट ऑफिस आहेच पुढे, एक कारकून करतो न ती पण कामं मी केली. हो माझ्याच घरात आणि नाही वाटली मला कधी लाज- तिसऱ्या संघर्षाला मी तयार होतो व तेच केलं मी रोज सकाळी २-३ वर्षे मी बँकेत पैसे टाकायला जायचो. रांगेत थांबून मग आलं की पंपाची कामं करणे, भाऊजींनी वर्षाच्या आत भोकरचे व्यवसाय बंद केले व पुर्णपणे पंप सांभाळू लागले. मी कधी मध्ये जायचो फिल्डवर. सर्व वही खाते वर्षानुवर्षापासून जे बेशिस्त होते ते शिस्त केले. आयटीआर ची जिम्मेदारी घेतली. पद्मावती डेव्हलपर्स व पद्मावती पंप दोन्हींची धुरा हातात घेतली. देणेदार- घेणेदार- नोकर-चाकर, सर्वजण घाबरले आता बेशिस्त व गोंधळ काम थांबणार- विनाकारणाची वरची कमाई नाही मिळणार, खोटं नाही चालणार म्हणून घाबरले. पण मी फक्त शिस्त, घडी बसवली. नियमाने काम चालू केलं. मला दादांनी सांगितलं की मोठ्या प्रकल्पाची तयारी करा. १००-२०० लोकांना रोजगार द्यायचाय व तुम्ही बँक लोन काढा.

मी स्पष्ट विचारलं अपेक्षा काय, बँकेचा हप्ता निघावा व १०-१५ एकर जमीन कॅनल रोड त्यांनी कमावलेली आम्हाला मिळेल. मी तयारीला लागलो. रोजची कामं करत मी त्या शोधाला पण लागलो. २० सप्टेंबर २०१३ रोजी कंपनीची स्थापना केली. मी, दादा, लहान भाऊ, जीजु, ताई, प्रतिमा, कंपनीचे हिस्सेदार व डायरेक्टर व सर्वांचे आयटीआर-मजबूत करण्याच्या मागे लागलो. लहान भाऊ जमिनीचे लेआऊट व एन.ए. परवानगी याच्या मागे लागला. मी व भाऊजी पंप सांभाळत होतोच. आठवड्यात, महिन्यात २-४ दा फेर तपासणी करायचो. उधारी देण्याहून आमच्या दोघांचे लहान भाऊ व दादांसह भांडण व्हायचे. मी व भाऊजी एक पद्धत-शिस्तबद्ध व ही दोघं एक बेशिस्त पद्धत असे गट पडले. ताई व प्रतिमा घरीच व कंपनीचे स्लीपींग पार्टनर, लोनला अप्लाय करायला चालू केलं. त्यासाठी लागणारी कागद तयार करणं २०१३ पर्यंत मी एकटाच व नरवाडेची थोडी मदत मग मी गंगाधरला माझा पी.ए. म्हणून घेतलं. अवघ्या ५ हजार पगारावर तो आमचा शेजारीच व साईबाबा नगरला आल्यापासून आम्ही एकमेकांना ओळखतो. मी २०१२ ला आल्यापासूनच त्याच्या संपर्कात होतो. माझ्यासारखा स्वभाव असणारा माझ्यासाठी मित्र म्हणून नांदेडला तोच होता आजपर्यंत सोबत आहे व त्याला २० हजार पगार असून तो कंपनीत सिनीयर पदावर आहे. माझां पर्सनल असिस्टंट पण, जिवलग मित्रही. त्याचं क्षेत्र फायनान्स नाही. या आधी हॉटेलला कॅशिअर म्हणून काम केलं त्याने व बी.एड. डिग्री झालेली पण मला विश्वासातला, जवळचा व शिकणारा व्यक्ती हवा होता व त्यात सर्वगुण आहेत. मी, भाऊजी, लहान भाऊ व गंगाधर असं मिळून पद्मावती बिझनेस डेव्हलर्पस प्रायव्हेट लिमिटेडचे पहिले काही कर्मचारी आहोत. आज पीबीडीपीएल कडे १००-१२५ जणांचा स्टाफ आहे व आमची एक मल्टीप्लेक्स, एक मंगल कार्यालय व २ हॉटेल्स ही सर्व युनिट एकाच बिल्डिंगमध्ये आहेत. कॅनल रोड व डि-मार्ट पासून जवळ. यांची चालू झालेली दिनांक पुढीलप्रमाणे आहे व क्रमाने किती वर्षे झाली ते पण.

१. मल्टीप्लेक्स- १७ मार्च २०१७, २. बँक्वेट हॉल- २ फेब्रुवारी २०१८. ३. २ हॉटेल्स- डिसेंबर २०१९ व एप्रिल २०१९ . माझ्या आयुष्याचे ५-७ वर्षे गेले यात. मी २०१३-१५ मध्ये या सर्व फ्रँचायसी मालकांना वेगवेगळ्या पद्धतीने भेटायचा प्रयत्न केला. मेल्स, दुरध्वनी क्रमांक, त्यांचे एक्झिक्युटिव्ह या सर्व मार्गांनी भेटलो व आमचा म्हणजे दादांचाच २० वर्षांचा प्रोफाईल टाकला व आमचे पण अनुभव आणि प्रकल्प सांगून त्यांच्याशी संधी केली. त्यांचे नाव मिळवले. जी काही फि आहे ती भरूनच. या कामात माझ्या व लहान भावाच्या खूप चकरा झाल्या मुंबई-पुणे-औरंगाबाद पण आम्ही ते केलं, मिळवलं. एका यशस्वी व्यावसायिकाचे मुलं आम्ही. त्यात काय इतकं अवघड- पण मेहनत, संघर्ष खूप करावा लागला. बऱ्याचदा भाऊजी गरज पडेल तिथं दादा पण आले. त्यांच्या भारदस्त व आकर्षक शरीरयष्टी व कलेदार बोलण्याचा पण खूप जागी आम्हाला उपयोग करावा लागला. त्यांना बघितलं की मनुष्य पाघळतो असं देवरूप आहे त्यांच. व इतक्या वर्षाचा माणसांना बोलायचा त्यांना अनुभव पण आहे. पण हे अस्तित्वात आणायला आमचा खूप जास्त वेळ गेला. २०१३ पासून डिसेंबर २०१५ म्हणजे जवळपास २-३ वर्षे गेले बँकेचं लोन भेटायला व त्या जमिनीचं एन.ए. व्हायला. ज्या दोन्ही गोष्टींशिवाय हे अशक्य होतं व तो प्रवास खूप खडतर गेला. हो आता तिसरी कंपनी काढणं त्यात इतक्या छोट्या शहरात इतका मोठा प्रकल्प त्यामुळे गेल्या २ वेळेपेक्षा हे अवघड होणारच होतं. लहान भावाने नॉन ॲग्रीकल्चर (एन.ए.) साठी २०१२ पासूनच प्रयत्न केले. जेव्हा माझा प्रकल्प सर्वांना आवडला त्याचवेळी पण सुरुवातीला एका चुकीच्या माणसाला काम दिलं त्याने व त्या भ्रष्टाचारी माणसाने (सरकारी कर्मचाऱ्याने) ६ महिने काहीच नाही केलं. मला भ्रष्टाचार, चोरी यातलं काहीच आवडत नाही व भारतामध्ये एखादं सरकारी कागदपत्र भ्रष्टाचाराशिवाय भेटणं शक्य आहे का? व वेळेत तर कधीच नाही भेटणार- योगायोगाने आमच्यासह बरंच काही झालं-साधारणत: एन.ए. ६ महिन्यात भेटायला हवं जिल्हाधिकारी कार्यालयातून पण आमच्या प्रोसेसला २-३ वर्षे गेले. २ तर सहजच व ३ जिल्हाधिकाऱ्यांची बदली पण झाली. त्यासोबतच आम्ही बँकेला कागदपत्र द्यायला चालू केले. SBI, SBH, HDFC अशा ५० एक बँकांना व २०-२५ कन्सल्टंटसना आम्ही ॲप्रोच केला.

सुरुवातीला ही लोकं आम्हाला एन.ए. ची अडचण सांगायची. नंतर वेळ लागेल वेळ लागेल हे उत्तर. नाही नाही त्या शहरात आम्ही भटकलो. कित्येक प्रकारची कागदं बनवून दिली. जवळपास १०००-१५०० कागदपत्रांची एक फाईल व्हायची व अशा १०० हून अधिक फाईलचे सेट मी व गंगाधरनं मिळून बनवले. बरं नुसतं झेरॉक्स किंवा तेच तेच कागद नाही तर गरजेनुसार वेगवेगळे द्यावे लागायचे म्हणजे फक्त शारीरिक नाही तर मानसिकरित्या पण काम करावं लागायचं आम्हाला त्याच काळात. लहान भावाच्या रोज चकरा सरकारी कार्यालयात तो तिकडे व आम्ही इकडे. मध्ये ६ महिने तर असा काळ होता की सकाळी ८-१० पासून रात्री ८ पर्यंत रोज खालच्या ऑफिसला

जाणे, झेरॉक्स काढणे, प्रिंट ऑऊट देणे दिवसभर हेच काम. त्यात रोजचं पंपाचं काम, रियल इस्टेट च काही काम आलं तर ते हे रोजच्या रोज असायचंच. काय जेवायचो काय खायचो काही कळत नसे. आजही तो काळ आठवला तर मी व गंगाधर खाडकन जागून उठतो आणि म्हणतो नको ते काम परत. फाशी द्या किंवा जेवण बंद करा पण नको ते काम, वेळ जायचा पण ते काही आमचं क्षेत्र नव्हतं म्हणजे आम्ही काही कारकून नव्हतो. बरं नुसतं कारकुनी कामही नाही, वेगवेगळ्या कन्सलटंट किंवा बँकेच्या गरजेनुसार कागदही वेगळे-नाहीतर आम्ही डोळे मिटून हे काम केलं असतं किंवा १ दिवस आड प्रत्येकाने सुट्टी घेतली असती व अजून एखादा स्टाफ वाढवावा तर त्याला शिकण्यातच वेळ जाणार. जसा ६ महिने वर्ष मला गंगाधरला शिकवण्यात गेला. असो कंपनीची कमाईच नव्हती मग पगार कुठून म्हणूनही आम्ही स्टाफ नाही वाढवला. मी मालक म्हणून भविष्यात काही भेटेल म्हणून काम करायचो व लहान भावासाठी सारखच पगार गंगाधरला माझ्या पॉकेटमनीमधून द्यायचो. नरवाडे आधीपासून रियल इस्टेट मुळे १०-१५ वर्षे झालं आधीच काम करतो दादांसोबत. त्यामुळे त्याची मदत व्हायची व आम्ही काही काम जमतील तसे त्याच्याकडून करून घ्यायचो. पुणे-मुंबई-औरंगाबाद सारख्याच फेऱ्या व्हायच्या बँकेच्या कामासाठी. जसं सर्व नावांची फ्रँचायसी मिळवण्यात झाल्या तसंच. शब्दांमध्ये विवरण करणं बरचसं अवघड आहे पण तो संघर्षाचा काळ आम्ही जगलो हे मात्र खरं. त्यात लहान भावाने खोदकाम चालू केलं व ते तसंच राहिलं. १ लाख स्क्वेअर फीट हून जास्त बांधकाम त्यामुळे पाया मजबूत करावा लागणार होता. ईस्क्वेअरचे मालक हेमंत पंचामिया यांच्या मदतीने पुण्याचेच आर्किटेक्ट व इतर ८-१० कन्सलटंट होते व मुंबईचा इंटेरिअर सोहेल कपाडिया भरपुरदा जागेमुळे प्लॅन (आराखडा) बदलला. VITS आधी आम्ही तिथं गाड्यांची एजन्सी घेणार होतो (टोयोटो) पण ते न झाल्यावर दोन मजली लॉजिंग व इतर असा आराखडा अंतिम झाला व त्या पद्धतीनेच कामं झाली. एन.ए. मिळवण्यासाठी भरपूर जागी चपला घासाव्या लागल्या. १०-१५ डिर्पाटमेंट (विभागांची) ना हरकत मिळाल्यावरच ते काम पुढे गेलं. त्याचं पुर्ण श्रेय लहान भावालाच जातं व बँकेच्या कामाचं आम्हाला (मला व गंगाधरला) आणि सर्व नाव मिळवणं (फ्रँचायजी) त्याचं पुर्ण श्रेय मला एकट्याला कारण इंग्रजी येत असल्याने मलाच मेल्स्, कॉल्स करून भेटायची अनुमती पायरी-पायरीने घ्यावी लागायची. तसं मी खूप नशिबवान कि माझी 'नीरव पंचामिया' याच्याशी लवकर ओळख व मैत्री झाली. (ईस्क्वेअर) व त्यानंतर 'विक्रम कामत' त्या दोघांना पण माझा स्वभाव, विजन, काम व कन्सेप्ट हे सर्व आवडलं. नांदेड शहरातला सर्वात मोठा-सर्विस क्षेत्रातला व विलक्षणीय प्रकल्प आहे व आपण नक्कीच जिंकू, नाव-पैसा कमवू हे त्यांनी पटकन ओळखलं व त्यामुळेच होकार दिला व आमच्यासह त्यांचं नाव जुळवायला तयार झाले. त्यांच्यासमोर आम्ही खूप लहान व्यक्ती व कंपनी पण लहान त्यांच्या कंपनीपेक्षा. हं पुढे नाव, प्रगती, पैसा सगळं मिळवूच आम्ही पण आमच्या एन.ए. व बँकेचं लोन या २ कामांमुळे आम्ही खूप मागे पडलो वेळेच्या. गती कमी झाली त्यामुळे आर्थिकरित्या

अडकत गेलो. दादांनी आपलं नाव खराब होऊ नये म्हणून लहान भावाने खोदकाम थांबवल्यावर बाहेरून लोन घेऊन दिलं. जास्त टक्यांनी. पहिली चूक. मी पण आईच्या नावान होम लोन वाढवून घेतलं SBH बँकेकडूनच पण जागा गहाण ठेवून- दुसरी चुक व मग काम चालू झालं. एकीकडे गती, एकीकडे आर्थिक जिम्मेदारी वाढणं. त्यात जवळपास सर्वच बँकाकडून नकारच आल्यासारखा झाला व या प्रवासातल्या कन्सलटंटची मजा झाली. १०-१५ लाख फि वाया गेली. ते आमचं सरळ नुकसान झालं. मार्च २०१५ ला आम्हाला एन.ए. मिळालं. त्याआधी आम्ही जिल्हाधिकाऱ्याला ६ महिने रोज भेटायला जायचो. कागदपत्रात काहीही कमतरता नसून त्याच्याकडून अंतिम शिक्का सही नाही मिळाली लवकर. बरं लहान भाऊ व दादा काहीपण द्यायला तयार होते. पण तो भ्रष्ट नव्हता. मग हे काय दुर्भाग्यच न. शेवटी त्याने ५ लाखांची बाकडे मागितली शासकीय शाळेसाठी. ती आम्ही आनंदाने दिली. दादांना तर हे खूप आवडलं पण हेच ६ महिने आधी झालं असतं तर ते भाग्य झालं असतं. प्रकल्पातला पैसा वेळ दोन्हीची बचत होत होती. बरे त्याआधी २ वर्षापासून आम्ही एसबीआय ला- 'रातेश' म्हणून एक चिफ मॅनेजर तोच बघायचा सर्व काम-डायरेक्ट औरंगाबादशी त्याला बोलावं लागायचं हेड ऑफिसला पण आमच्यासाठी इथला तो एकच संपर्क. हा भ्रष्ट नव्हता खूप ईमानदार साहेब पण काम मंदगतीने- आमचंच फक्त अतिशय तल्लख हुशार त्याने २ वर्षात १-१ कागद सांगितले, औरंगाबादला आम्ही भेटून आलो डिजीएम ला त्यांनी २० कोटींचं लोन देणार हे ठरलं व त्याच पद्धतीने आम्ही स्वत:जवळचे (मार्केटचे जास्त टक्केवारीचे) ३-४ कोटी घातले व स्ट्रक्चर उभे केले ३-४ मजली. उंचीसाठी ग्रामपंचायत, विमानतळ इथल्या परवानगी काढाव्या लागल्या. त्यामध्ये आर्किटेक्चरने माती खाल्ली. नियम न वाचून मग शेवटी मंगल कार्यालयाची उंची कमी झाली. पण आम्ही त्याचा फरक कधीच गिऱ्हाईकावर पडू दिला नाही आत्तापर्यंत. ते आमचं कौशल्य रातेश साहेबांनी २ वर्ष लावली सर्व कागद घ्यायला, कधी पैसे पण नाही मागितले किंवा कधी लोन होणार नाही असं पण सांगितलं नाही. आमच्या चपला मात्र झिजवल्या २ वर्षे. पण एन.ए. हातात आल्यावरही मार्च ते डिसेंबर २०१५ हा वेळ घातला लोन द्यायला. २० कोटींच्या ऐवजी १२.६२ कोटींचं लोन दिलं- परत एक दुर्भाग्य. ८ कोटिंची अचानक कमतरता अशा कामासाठी व या सर्व गोष्टींमुळे आपण भारतात आहोत हे मात्र जाणवलं. याच काळात जर्मनीमध्ये माझा मित्र २ वर्षात एक कंपनी काढून बसला. त्या देशातल्या वेगाने होणाऱ्या कामामुळे- आमच्या कागदपत्रात तरतूद असली तर वेगळं ते पण नाही. कागद तर सर्व बरोबर, आम्ही पैसे पण खाऊ घालायला तयार पण यांना खायचे नव्हते व कामही करायचं नव्हतं (जिल्हाधिकारी, चिफ मॅनेजर बँक) म्हणजे आम्हाला बांधून ठेवल्यासारखंच झालं न. मला तर कित्येक वेळा असं वाटलं की या दोघांचा त्या आधीच्या (जिल्हाधिकाऱ्याचा) खुन करावं पण त्याने पण फायदा काय होणार होता-शून्य व मी तुरुंगात जाऊन प्रकल्प

कोण पुर्ण करेल? शिवाजी द बॉस रजनीकांतचा एक छान चित्रपट आहे- त्यात जे त्याच्यासोबत झालं तसंच काहीतरी आम्ही भोगू लागलो- फक्त फरक इतकाच की भ्रष्टाचारही होत नव्हता व कामही होत नव्हतं. पण दोन्हीतही आमचंच नुकसान झालं. त्यात इतर बँकाकडून पण काही नाही झालं. अडला हरी आणि गाढवाचा पाय धरी व आम्ही एसबीआय चे धरले. मुळीच इच्छा नसताना वेळ वाचावा म्हणून १२.६२ कोटींचं लोन स्वीकारलं. १ जानेवारी २०१६ पासून पैसे वापरायला भेटले म्हणजे मी हा प्रकल्प अस्तित्वात आणण्यासाठी ३ वर्षे घातली फक्त कागद पुर्ततेत- ही कल्पनाच सहन होत नाही. दादांनी १५ एकर जमीन ठेवली व त्यांना ही संपत्ती (मालमत्ता) पिढ्यान्‌पिढ्या ठेवायची इच्छा होती तसं नसतं तर ती विकुन आत्तापर्यंत प्रकल्प उभा राहून कमवणं चालू झालं असतं. मनातून भारताला नमस्कार केला व आपल्या इथल्या सिस्टीमला पण धन्यवाद म्हटलं इतक्याशा कामाला इतका वेळ गेला इतर नुकसान तर दुरच, मनुष्याची मेहनत, व्याज, नाव अशा कित्येक गोष्टी. त्यात आमचे फ्रँचायजी भागीदार त्यांनी नाव काढून घेतलं तर त्याची भिती ती वेगळीच म्हणजे आमचं खूप पद्धतींनी नकळत नुकसान झालं. ज्याची भरपाई आजपर्यंत नाही झाली आमची. डेस्टीनी पण संघर्ष केला विनाकारणचा व त्यात जी किंमत पाहिजे तितकी नाही मिळाली. ६० कोटींची मालमत्ता ठेवून फक्त १२ कोटी २०१५ नुसार. याची नुकसान भरपाई कोणाला मागावी, देवाला का या साहेब लोकांना. पण अशी ही सुरुवात झाली ज्यात आर्थिकरित्या आमचं सगळं बिघडलं ज्याचे दुष्परिणाम आम्ही आजही भोगतोय, फेडतोय. बाहेरच्या रकमेचं व्याज वाढत गेलं व प्लॉटिंग मध्ये मंदगती त्याच काळात व पंपाचे सर्व पैसे काढले पण ते करून हे १२.६२ कोटी संपवूनही अजून पैसे लागले फक्त १ युनिट उभारायला- मल्टीप्लेक्स व त्याच्या व्याजाखाली आम्ही धसत गेलो व बाहेरच्या व्याजामुळे परत चुकीचे निर्णय आणखीन पैसे व्याजी घेणं. हं इतरही चुका होत्या त्या बघू आपण सविस्तर. आमच्या हाताने खालच्या ३-४ मजल्याचं बांधकाम झालं. पण हे शेवटच्या मजल्यावर होतं त्यामुळे त्या खालच्या बांधकामाचं उत्पन्न थांबलं. बरे कायद्यामुळे आम्हाला हे करावे लागले व त्यातल्या त्यात हे बांधून त्यावर इतर युनिट हा खर्च दुप्पट झाला असता म्हणूनही पण नुकसान झालं. त्यात बँकेने शेवटचे १.२५ कोटी थांबवून ठेवले. मग मंगल कार्यालय तयार व्हायचं बाजूला राहिलं. नाहीतर दोन मार्गाने उत्पन्न झालं असतं व थोडा आर्थिक ताण कमी पण २० मार्च २०१७ ला आम्ही फक्त मल्टीप्लेक्सच उद्घाटन करू शकलो. माननीय खासदार साहेबांच्या हस्ते. असो या युनिटसाठी मी पंकजला मॅनेजर म्हणून निवडलं. तो पि.वी.आर.ला कामाला होता. त्याचा तो अनुभव व उद्घाटनाच्या ६-८ महिने आधी आमच्या कंपनीच्या पगारावर ईस्क्वेर पुण्याला प्रशिक्षण घ्यायला पाठवलं हो आता तसं तो कंपनीचा दुसरा कर्मचारी गंगाधर नंतर ६ कंपनीचे मालक सोडून ते पण कंपनीचे नोकर-कर्मचारीचं असतात. त्यात वादच नाही. एक महिना आधी आम्ही २०-२५ जणांची टिम पण मुलाखात घेऊन तयार केली. मल्टीप्लेक्ससाठी व त्यात मी, भाऊजी, पंकज, गंगाधर आमचा समावेश होता मुलाखती घेण्यात व

२४ मार्च २०१७ पासून मल्टीप्लेक्स मध्ये चित्रपट प्रदर्शित झाले व आमच्या मल्टीप्लेक्सच नाव बुक माय शो वर दिसायला लागलं. लोकांना चित्रपटाची तिकीट आधीच काढण्यासाठी,सॉफ्टवेअरची सर्व कामं मी व पंकजने विस्टाच्या मनोजकडून करून घेतली व सर्व सेटअप करण्यासाठी ईस्क्वेरकडून प्रतिक आला. पंकजने सर्व व्यवस्थित करून घेतले. ऑफिसेस बसायला नव्हतेच मग प्रोजेक्शन रुमच्या समोरची जागा (मल्टीप्लेक्सच्या वरील गाळा) त्यामध्ये बॅकऑफिस, सर्वर रूम व पंकजची कॅबिन बनवली व त्या दिवशीपासून आजपर्यंत मी त्याच कॅबिनमध्ये बसतो. दुसऱ्या मजल्यावर आमच्या ऑफिसेसचे काम ५ वर्षातही झालं नाही. (२०१५-२०२०) दुर्भाग्य म्हणायचं. कंपनीचे चेअरमन असूनही एका साध्या कॅबिनमध्ये बसावं लागतंय. कदाचित पुण्याला असतो, नोकरीला असतो तरी यापेक्षा छान कॅबिन भेटली असती मला. त्याचं आमिष नाही मला २-३ वर्षे मी घरच्याच बेडरुमला ऑफिस करून तिथे टेबल-खुर्ची ठेवून काम केलंय व २०१७ ते आजपर्यंत या छोट्याशा कॅबिनमध्ये नंतर थोडं सिलिंगचं काम झालं पण मी इतकी छोटी व साधारण कॅबिन डिजर्व करत नाही पण मालकही मीच त्यामुळे सहन करावं लागलं. सुरुवातीचे ६ महिने श्री माझा शालेय मित्र आमच्याकडे एच.आर. म्हणून कामाला लागला. शाळेत आम्ही एकत्रच पण तो 'क' तुकडीत व मी 'अ' तुकडीत पण नवी आबादीच्या तिकडेच त्यांची पण किराणा दुकानं त्यामुळे लहानपणापासूनच आम्ही एकमेकांना ओळखतो. १०वी नंतर आजपर्यंत संपर्कात नव्हतो. पण या प्रकल्पाच्या निमित्ताने तो मला पुन्हा जुळला तशी आमची या ३ वर्षात आणखीन घट्ट मैत्री झाली. (२०१८-२०२०) व आजही तो माझ्याच कंपनीमध्ये आहे. मध्ये सॅलरीमुळे तो पार्ट टाईम होता पण पहिल्या दिवसापासून तो कंपनीशी जोडून आहे व आजही- पगाराची Payroll Salary व HR शी निगडीत सर्व कामं तोच बघतो. तसेच कंपनीचा अॅडमीन हेड म्हणून सर्व स्टोअर्स तोच पाहतो व त्याला सर्व स्टाफ चांगलाच भितो व भाऊजींना पण. माझा स्वभाव शांत व मायाळू त्यामुळे आजपर्यंत कुठल्याच कर्मचाऱ्याला कधीच नाही रागवलं. मी प्रेमानेच बोलून त्यांच्याकडून कामं करून घेतो. त्यात ते सर्वजण माझा खूप आदर व मला खूप प्रेम करतात. म्हणूनच माझी सांगितलेली कामं वेळेत व व्यवस्थित करतात. त्याचप्रकारे मी कंपनीचा चेअरमन आहे हे पण त्यांना माहिती आहे. असो चारही बोटं सारखी असल्यावर काम कसे निघेल. बाकी लोक कडक व मी मायाळू असं करत आम्ही स्टाफला सांभाळत आलो आजपर्यंत व खूप चांगल्या पद्धतीने व तसंच यापुढेही आम्ही करू. कंपनीच्या हितार्थ ओघामध्ये आपण बरंच पुढे गेलो. २०१५ डिसेंबर म्हणजे २०१६ ची सुरुवातच तेव्हा १२.६२ कोटींचं लोन मिळाल्यावर आम्ही आमचे प्रयत्न चालूच ठेवले. लहान भाऊ तिकडे बांधकामाकडे लक्ष देत होता. त्याच्या सांगण्यानुसार आम्ही लोन 'अकाऊंटद्वारे सर्व पेमेंटस करायचो. त्यामुळे पंपाच्या व या कामात मिळून ५-६ तास सहजच जायचे व यांना साईटवरच्या अडचणीमुळे पैसे (हार्ड कॅश) लागायचे. मग ती कुठल्या मार्गाने काढायची या प्रकारातही खूप ऊर्जा, वेळ वाया

जायचा आणि जसं मी सांगितलं बाहेरून घेतलेले पैसे त्याचं व्याज २०१५ ते २०१६ च्या दरम्यान काढण्यासाठी बऱ्याच गोष्टी फिरवून फिरवून करायला लागायच्या व त्या सर्वांची नोंदणी ठेवणं म्हणजे साधं-सोपं काम नव्हतं. ज्याचा माझ्या डोक्याला खूप त्रास झाला व असं करण्यामुळे ११-११.५० कोटी संपले व मार्केटमधून घेतलेला पैसाही संपला व फक्त बांधकाम आणि मल्टीप्लेक्स एवढंच झालं व मार्च २०१७ ची आर्थिक परिस्थिती म्हणजे आम्ही बँकेचे इतके पैसे संपवूनही मार्केटमधलं देणं ५-६ कोटी उभं राहिलं व जास्त टक्केवारीचा हा आकडा २-४ पण झाला असता. पण लहान भाऊव दादा हट्टाला येऊन सर्व गोष्टी महागड्याच घेत होते. ज्याची गरज नव्हती. मी खुपदा बोलायचा प्रयत्न केला. पण ते म्हटले आम्हाला एकदम लॅविश प्रकल्प करायचाय नांदेडमध्ये असं झालं नसावं असं इंटेरिअर करायचय. पुढे काय होईल ते आम्ही आमचं बघून घेऊ. आणखीन एक मोठी चूक जी महागात पडली पण मी या लोकांचे विचार बदलू शकलो नाही. नांदेडला येताना सुरुवातीलाच म्हटलं होतं मी या अडचणींबद्दल. भाऊजी पण या गोष्टीला हलक्यात घेऊ लागले. मी माझं कर्तव्य चांगलं मार्गदर्शन देण्याचं करत चाललो होतो व वेळोवेळी त्यांना आर्थिक अडचणींबद्दल सतर्क केलं पण ते आपल्याच धुंदीत होते. या काळातही आम्ही स्वस्थ न बसता ५-६ दिवसात एका तरी बँकेला कागदपत्र द्यायचो. हे १२ कोटींचं लोन बंद करून इतर बँकांनी आम्हाला २० कोटी द्यावं म्हणून पण ते पण नाही झालं. इतर बँका अभ्यास करण्यातच आयुष्य घालवू लागले. त्यात एकेदिवशी मला रातेशची चुक सापडली. त्याने ज्या प्लॉटवर बांधकाम आहे ते गहाण ठेवलंच नव्हतं व घर आणि मागची जागाच एसबीआयकडे गहाण होती. तोच मुद्दा धरून आम्ही इतर बँकांना, को-ऑपरेटिव सोसायटींना गाठलं व सांगितलं की हे गहाण ठेवून प्लॉट नं १ व बांधकाम आम्हाला वेगळं ८ कोटींचं लोन द्यावं. हे एसबीआय ला कळवलं व मग रातेशने पण हालचाल केली व जास्तीच्या लोनसाठी परत फाईल टाकली. सर्च व व्हॅल्युएशन परत करायची गरज नाही पडली. ३ वर्षे झाली नव्हती व त्यामुळे ऑक्टोबर २०१६ मध्ये आम्हाला १२.७२ ऐवजी १८.६२ कोटी असं वाढीव कर्ज मिळालं. जे मी आधी सांगायचं विसरलो व त्यामुळेच आम्ही एक तरी शाखा चालू करू शकलो. उत्पन्नाचा मार्ग म्हणून व त्यात मंगल कार्यालय जवळपास संपायला आलं व त्यांनी १.२५ कोटी थांबवून ठेवले आधीसारखे म्हणजे बँकेचे १८.५० कोटी बाहेरचे ७ कोटी व त्याच रोज वाढणारं व्याज आणि कमाईचा मार्ग फक्त एक मल्टीप्लेक्स असं आमच्या प्रकल्पाचं गणित मार्च २०१७ ला म्हणजे परिस्थिती बिकट होती. त्यात इतर सर्व बँका, सोसायटी यांनी फक्त कागद गोळा केली. काम काहीच नाही व आम्हाला दुसऱ्यांदा एसबीआयच्या शरणी जावं लागलं. २० कोटीच्या ऐवजी १८.६२ कोटींवर समाधान मानावं लागलं. पण एक आर्थिक चूक म्हणजे आर्थिकरीत्या चुका वाढत गेल्या लक्षात आलं नं. ज्याचे दुष्परिणाम, त्रास रोज व आजही होतच आहे आम्हाला व कधीपर्यंत होईल माहीत नाही. त्यात लहान भावाने चायनाला जाऊन आणखीन अप्रतिम गोष्टी घेतल्या (झुंबर इत्यादी) मंगल कार्यालय व पुढे होणाऱ्या

हॉटेल्ससाठी- मी खूप भांडलो-ओरडलो पण दादांनी त्याला पूर्ण पाठिंबा दिला. मी मदत करतो करा धाडस असं म्हणत व कंपनीमध्ये मी खलनायक ठरलो. भाऊजी व ताईला माझा त्रास व इतर गोष्टी कळू लागल्या. पण त्यांच्यापण हातात काही नव्हतं. दादा कुणाला बोलू देतील व लहान भाऊ आपल्याच धुंदीत होता. फक्त अप्रतिम बनवायचा प्रकल्प एवढंच त्याच्या डोक्यात. न बघता चालण्यासारखं होतं ते. एसबीआयचं जे ५-१०-१५ लाख व्याज लागायचं ते सुद्धा या १८.६२ कोटींमधून जात होतं. मग काय मार्ग एक व त्याच्यातून खर्चाचे जाणारे मार्ग अनेक असं झालं व इतकी मोठी रक्कमही चिंचुक्या इतकी वाटू लागली-मान्य आहे बांधकाम मजबूत झालं, इंटेरिअर अप्रतिम झालं पण त्यासोबत आर्थिक परिस्थिती खालावू लागली. एका चक्रव्यूहात फसल्यासारखे फसू लागलो. ज्याचं भान दादांना, लहान भावाला ठेवायचं नव्हतं किंवा असूनही त्याला दुर्लक्ष करायचं होतं. डेस्टीनी-दुर्भाग्य दुसरं काय आणि कुणाकुणाला जिम्मेदार ठेवायचं हा पण एक मोठा व अवघड प्रश्न होता. बँकेच्या कागदपत्रात सर्च व व्हॅल्युएशन हे दोन काम खूप अवघड होते जे करून घेताना लहान भाऊ-गंगाधर व मी आमच्या नाकी नऊ आले. त्यात रातेश साहेबांनी जो त्रास दिला तो वेगळाच. २ सर्च व २ व्हॅल्युएशन लागतात. त्याने सुरुवातीला १ सांगितलं एक केलं मग १ सांगितलं एक केलं म्हणजे एकच काम पुन्हा पुन्हा त्यामुळे वाद-विवाद भांडण-तंटा, आरडाओरड सगळंच झालं रोजचं. पहिल्या वेळी एसबीआयच्या पॅनलच्या औरंगाबादच्या २ जणांकडून व्हॅल्युएशन करून घेतलं व सर्च इथल्या २ वकीलांकडून. बरं या चौघांनी फिस व्यवस्थित घेतली पण काम आमच्याकडून करून घेतलं. आमचं भाग्य म्हणायचं म्हणजे प्रत्येक कागद त्यांच्या स्कोपचा पण आम्हीच बनवायचो व त्यात या दोन गोष्टी एन.ए. ऑर्डर झाल्यावरही रातेशने नवीन सल्ला दिला टि.ई.वी. प्रकल्पाची टेक्निकल वायबिलिटी- नवीनच त्यासाठी पुण्यतून एक महारथी भेटला- 'बडदोता' त्याने कागदपत्र दिली लवकर पण रातेशला एक पाहिजे असायचं हा एक द्यायचा. प्रकल्प टेक्निकली वायबल आहे याचे १००० कागदपत्र दिले मी त्यांना कारण गरज पडली तसा नांदेडच्या इतक्या लोकांना भेटलो होतो व ते सर्वजण आतुरतेने वाट बघत होते. मध्यम, उच्च मध्यम, उच्च वर्गीय सर्वच लोक आमच्या मल्टीप्लेक्सची व हॉटेल्सची वाट बघत होते. उलट आम्हीच २-३ वर्षे उशिरा चालू केलं म्हणायचं. २०१७ ला पूर्णपणे बिल्डिंग उभी राहून सर्व युनिटस चालू व्हायला हवे होते. हे झालं असतं तर आम्ही आर्थिकरीत्या खूप बळकट राहिलो असतो. लोकांना २-३ वर्षे आधीच या सर्व गोष्टी उपभोगायचं सुख मिळालं असतं. कधी कधी असं वाटायचं नं त्या रातेशला व बडदोताला दोघांना एका लाईनीत ठेवून उलटी थापड मारावी व मारतच जावं दोन दिवस पण नाही जमलं. मी व गंगाधर नेहमी म्हणायचो की आयुष्यात जर कधी वेळ व संधी मिळाली तर या रातेशला पोत्यात घालून मारावं मन भरेपर्यंत. मी या सर्व व्यापात वेळ काढून संध्याकाळी ५-६ च्या आत 'शेटल-कॉक' खेळायचो अंगणात. गंगाधर, कधी शिवा किंवा इतर कुणासह आपली तब्येत व फिटनेस रहावं म्हणून. वेळ कमीच

भेटायचा. मल्टीटास्कींगचं काम करून मध्ये ३० ऑगस्ट २०१४ रोजी देवाने मला आणखी एक मुलगी दिली. तिचा जन्म उमरेकर हॉस्पीटल इथे झाला व प्रतिमाची डॉक्टर माझी बालमैत्रीण-श्वेता लहानपणी १ली ते १० वी एकाच बिल्डिंग, एकाच शाळेत असून आम्ही कधी बोललो नाही पण प्रतिमाच्या डिलीव्हरी निमित्त आम्ही संपर्कात आलो. मी वेळ काढून प्रतिमाची काळजी घ्यायचो. ९ महिन्यात तिचं रेग्युलर चेकअप, सोनोग्राफी यासाठी मी तिच्यासोबत जायचो. हं प्रतितीच्या वेळेसारखं मी साराक्षीला जास्त वेळ देऊ शकलो नाही, त्या ९ महिन्यात कधी पोटावर हात ठेऊन तिच्याशी बोलू शकलो नाही पण तिच्या जन्माच्या वेळी मी खूप खूश होतो. मला दुसरीपण मुलगीच हवी होती. क्षणभरासाठी राग आला देवाचा. १ मुलगा दिला असता वाटलं. पण तिला बघितलं की माझे विचार कधीचेच पळून गेले. मी खूश झालो. माझ्यासारखी काळीसावळी झाली होती ती. आता खूप स्मार्ट दिसती. मी एकटाच खूश होतो. आई, घरचे सासरवाडीचे यांना मुलगा हवा होता. पण मी पुन्हा पेढे वाटले. यावेळी आणखीन जास्त. मला दुसरी मुलगीच हवी होती व या सर्वांना मला नाराज बघायचं होतं. त्यांच्या दु:खात माझा आनंद होता. मी साराक्षीला हातात घेतल्यावर मला दुसऱ्यांदा परमेश्वर असल्याची जाणीव झाली. माझ्या मुलींच्या जन्माच्या वेळी मला देव आहे असं जाणवलं म्हणजे ४% श्रद्धा वाढली माझी देवावर व ९६% वाढायची राहिली. ती पण माझ्या आयुष्यात १ परी म्हणूनच आली. मला देवाने २ एंजल्स देऊन कृतकृत्य केलं. आयुष्यातले ते २ वर्षे छान, २०१०-२०१२ व दोन मुलींचा जन्म, प्रतिमासह लग्न आणि तिचं माझ्या आयुष्यात आगमन या चार खूप अप्रतिम व आनंददायी गोष्टी घडल्या माझ्या पर्सनल आयुष्यात व २००५ पासून आजपर्यंतची भारतीय क्रिकेट संघाची खेळी व भारताचा या खेळात सुवर्णकाळ-ज्याचा मी वेळोवेळी भरपूर आनंद घेतला. खूप सामने लाईव्ह पाहिले जाऊन. नागपूर, पुणे, हैद्राबाद, पुणे, मुंबई इत्यादि शहरात. एक महिन्याने मामी प्रतिमाला माहेरी घेऊन गेल्या. पहिल्या बाळंतपणाला प्रतिमाला माहेरी पाठवलं नव्हतं व त्याचवेळी दुसऱ्या मुलाच्या वेळी नक्की पाठवू असं वचन दिलं होतं. पण माझी श्रद्धा श्वेतावरच होती. डॉक्टर (गायनॅक म्हणून) त्यामुळे इथे मुलं होऊ दिलं व मग तिला पाठवलं आरामाला. खूप बोर झालं. जेव्हापासून ती आयुष्यात आली (प्रतिमा) मी तिला सोडून राहूच शकत नाही व मुली झाल्यावर आमची एकमेकांची व आम्हा सर्वांची बाँडिंग जास्तच झाली, आजही आहे. चौकटी एक कुटुंब आहे आमचं नांदेडच्या या मोठ्या एकत्र कुटुंबात ज्यात आम्ही खूप खूश आहोत, राहतो व नेहमी राहू. प्रतिमा १-२ महिन्याने लातुरहून परतली व तेव्हा माझ्या घराला घरपण आलं. माझ्या बेडरूमपुरतं बोलतोय तसं बाकी घरी सर्वजण आहेतच. नुसती आमची आई घरात वावरली तरी आमचं घर भरून वाटतं मावशी, आजी आहेतच. साराक्षीच्या जन्माप्रमाणे याच वर्षात आमच्या परिवारात आणखी एक शुभ कार्य झालं, जून २६, २०१४ लाच लहान भावाचं दुसरं लग्न झालं. अमृतासह-नळेगावची आहे ती व शेवटी त्याचंही आयुष्य सांसारीक मार्गी लागलं. ताई

नवीन फ्लॅटला रहायला गेली व त्यात कामापुरतं फर्निचरही केलं. तीचं घर सेट करायला मी मदत केली. 'समिक्षा-सुचिर' नागार्जुना शाळेत जायला लागले बसने. सुचिर नर्सरी ते यु.के.जी इथे श्याम नगरच्या शाळेत होता. पहिले १ वर्ष शाळेत नाही जायचं म्हणून खूप रडला व त्रास दिला त्याने. मी प्रतीतीला २.५ वर्षालाच पोतदारमध्ये टाकलं. जवळच शाळा होती मी स्वत: सोडायला जायचो. इथे आल्यावर दसऱ्याला मी'सीबीझेड' ही नवीन टु व्हिलर घेतली. २-४ वर्षे दुचाकीनेच कामं करावी लागली व पुण्याची सवय होतीच न गाडी चालवायची. नंतर मी फेब्रुवारी २०१७ ला मस्त कार घेतली फोक्सवॅगन ॲमियो. पोलो गाडी विकली खूप वर्षे झाल्याने व मेन्टेनन्सही निघू लागले म्हणून. मल्टीप्लेक्स उद्घाटनाच्या आधीच फेब्रुवारी २०१७ ला फायनली मी स्वत:साठी एक गाडी घेतली (चारचाकी) या आधी सर्व नवीन गाड्या घेतल्या की जीजु त्या घ्यायचे व तसं करत माझ्याकडे पोलो आली पण आता मी त्यांना त्यांची स्कोडा रॅपीड वापरणं चालू ठेवा म्हणलं व मी ॲमियो घेतली पहिल्या दिवसापासून व आजपर्यंत छान मेन्टेन ठेवली. माझ्याशिवाय ती गाडी दुसरं कोणी वापरत नाही. क्वचित लहान भाऊ किंवा गंगाधर वापरतात व मला गाडी कोणाला द्यायला आवडत नाही. कारण इतक्या वर्षात पहिल्यांदा मी स्वत:साठी एक सेप्रेट चारचाकी घेतली व आता मला त्याचा उपयोगही होतो. आमच्याकडे २ इनोव्हा आहेत, एक दादा, लहान भाऊ पण त्यांनी या गाड्या त्यांच्या मित्रमंडळींना पण देतात व जास्तीच वेळेस स्वत:ला रिक्षाने फिरावं लागलं तरी, जे मला आवडत नाही व या लोकांना मदत करूनही ती काही आमच्या कामाला पडत नाहीत. त्यामुळे मी स्पष्ट सांगितलं की माझी गाडी स्वत:साठी किंवा परिवारातल्या सदस्यांच्या अडचणीला राहिल व मी त्यामुळे ती गाडी कुणालाच देत नाही. असो काळाच्या ओघात आपण परत थोडे पुढे गेलो. बँकेतून लोन मिळवायचा आमचा संघर्ष आजपर्यंतही चालूच आहे असं म्हणायला काहीच हरकत नाही. छोटे-मोठे पर्सनल लोन, कार लोन त्यावर परत टॉपअप लोन, ताईचं होम लोन हे सर्व चालूच आहेत. कारण पैशाची कमतरता पडतच राहिली. एवढ्या मोठ्या प्रकल्पाने व वेळोवेळी झालेल्या चुकांमुळे आणि मार्केटच्या उचललेल्या अधिक टक्केवारीच्या पैशामुळे. त्यानंतर क्रेडिट कार्डस त्यावर लोन्स असे एकंदरीत प्रत्येकाच्या नावाने ४-५ लोन तरी आहेतच व हे सर्व मी एकटाच बघतो. २०-३० लोन अकाऊंट, २५-३० कार्डस व गरजेनुसार त्याचा वापर प्रत्येकाच्या खरेदीसाठी, लाईट बील भरण्यासाठी व कमी जास्त पडले पैसे बँकेचे हप्ते भरण्यासाठी तरी पण. माझा दर महिना या कामात वेळ जातो. मार्च २०१६ पासून आजपर्यंत माझे प्रत्येक महिन्यात १०-१५ दिवस हे सर्व आटोपण्यातच जातात. कारण सर्व लॉगिन, डिपॉजीटस, आयटीआर मीच सांभाळतो. ज्यामुळे मला निर्णय घ्यायला सोपं जातं व तसंच काम मी पंपाच्या बाबतीत केलं. २०१५-१६ पर्यंत पण गेली ४ वर्षे झालं तिकडे १००% लक्ष देणं होत नाही. मध्ये ६-८ महिने तर लहान भावालाच दिलं होतं, पण त्याने परत हँडओवर केली जिम्मेदारी मला. सध्या ५०% काम पंपाचं मी व ५०% तो बघतो. रोजची हिशेब चेक करणं,

मांडणी, सर्व प्रकारचे ट्रान्सर्फस व सेटलमेन्टस् व माझ्याकडचं जितकंही काम आहे तितकं मी २००% परिपुर्ण व्हावं असंच करतो. माझी जी पण कामं आहेत ती मी खूप परफेक्ट करायचा प्रयत्न करतो. त्यात कुठल्याही प्रकारची चुक मला आवडत नाही. मी करून दिलेलं कुठलंही काम पुन्हा तपासणी करायची गरज नाही असंच ते करायचा प्रयत्न करतो. मी त्यात यशस्वी पण झालो व नेहमी राहिन अशी इच्छा करतो. मला माझं काम छान पद्धतीने करणंच आवडतं व लहानपणापासून माझे प्रयत्न तसेच आहेत जे आजही व पुढेही राहतील. एकंदरीत २०१३-२०१७ पर्यंत आम्ही सर्वांनीच खूप संघर्ष केला व तेव्हा कुठे हा प्रकल्प उभा राहिला व त्यातलं एक युनिट चालू करायला आम्ही यशस्वी झालो. पण त्यानंतरचा प्रवास अजून बिकट झाला. पंकज व मी यशस्वी पद्धतीने मल्टीप्लेक्स चालवू लागलो. आम्हाला २ टिम लीडर (गोविंद, किरण), ३ मुलींचा स्टाफ (मेघा, साधना व सोनल) प्रोजेक्शन हेड-बालाजी मेटकर असे चांगले व विश्वासू कर्मचारी मिळाले व आम्ही त्यांच्यासह इतर १०-२० स्टाफला पण उत्तम मार्गदर्शन करायचो.

२८ एप्रिल २०१७ ला बाहुबली २ प्रदर्शित झाला व आम्ही भरपूर यश मिळवलं पण मे-जुन नंतर जुलै २०१७ ते ऑक्टोबर-नोव्हेंबर २०१७ हा एक भयानक अवघड पॅच गेला. ज्यात चांगले चित्रपट आलेच नाहीत व आम्ही लोवेस्ट असा आर्थिक काळ घालवला पण देवाच्या कृपेने त्यानंतर असा वाईट काळ कधीच आला नाही. आम्ही फेब्रुवारी २०२० पर्यंत भरभराटीचं यश मिळवलं (मल्टीप्लेक्स). सुरुवातीला सर्व मालकांना वाटू लागलं की ५ लाख झाले दिवसाचे की ते सगळे आपलेच. त्यात डिस्ट्रीब्युटर व इतर जणांचा शेअर व पगार, लाईट बील हे सगळं असतं हे समजवायला वेळ लागला. खूप गतीने कॅश काढली जाऊ लागली. इकडच्या कामांसाठी त्यात SBI लोनच १६-१८ लाख महिना व्याज लोन खात्याचं त्यामुळे मल्टीप्लेक्सची आर्थिक समीकरणे बिघडणं चालू झालं, मग वर्षभर वाद-विवाद यात डोकं किर्र झालं. त्या युनिटवरून रोजचा गल्ला आपण काढून घेऊ तर ते आपोआप कसे चालेल. तिथे पण स्टॉक इत्यादि ठेवावंच लागत. बऱ्याच चित्रपटांना आधी पैसे द्यावे लागतात. दरमहा पर्सनल लोनसाठी २-५ लाख काढणं ते पण चालूच होतं. म्हणजे २२-२५ लाख कंपल्सरी काढण्यात येऊ लागले व मग त्यापेक्षा जास्त काढल्यावर कसं होईल? तसं मी ३०-४०% फायदा काढू लागलो चांगल्या पद्धतीने लक्ष देऊन, खूप मेहनत करून व त्यापेक्षा अधिक काढणं शक्य नाही व नव्हतं. आमच्यासह गजानन पण २०१६ पासून अकाऊंटंट म्हणून कामाला लागला व सर्वजण चांगल्या पद्धतीने सेट होऊ लागले. (पंकज, गजानन, श्री व इतर २०-३०) त्या सर्वांवर माझा अंकुश होताच व भाऊजी कंपनीचे सी.ई.ओ. म्हणून सर्व ऑपरेशन पहायचे. मी प्रत्येक रविवारी घरी असताना ते तिथे रहायचे. गर्दी, सुट्ट्यांच्या दिवशी व रात्री उशिरापर्यंत पंकज व त्यांनी रहायचे. मी हा सर्व आढावा लावून स्पष्ट सांगितलं की मंगल कार्यालय चालवण्यासाठी-मल्टीप्लेक्स बंद नाही पडणार. त्यांना ते मान्य करावंच लागलं सत्य असल्याने मग

त्यांनी परत काही मार्केटमधून पैसे किंवा इतर मार्गांचा शोध लावला. आम्ही एसबीआय वर आमचा दबाव वाढवला, उरलेले १.२५ कोटी काढून घेण्यासाठी व रोजच ऑपरेशन बरोबर चालवून महिन्याच्या गोष्टी सुरळीत ठेवायचा प्रयत्न केला. पण त्यामध्ये अजून एक पळवाट झाली पंपाला मदत करताना प्रा.लि. मधून पैसे जायचे. पंपातून लहान भाऊ इकडे व्याजाला, खर्चाला वापरायचा व शेवटी व्याज भरायला प्रा.लि. ला लागले की पंपातून नाही द्यायचा. म्हणजे मल्टीप्लेक्स फायद्यात असून नुकसानीत दिसायचं. ज्याचा त्रास परत मलाच, परत वाद, विवाद, विनाकारण गैरसमज कारण मार्केटची लोकं पण गप्प बसू द्यायचे नाहीत. व्याजासाठी दबाव टाकायचे-म्हणजे झालेली प्रत्येक चुक अंगाशी येऊ लागली. मी सांगितल्यावर व समजवल्यास, मंगल कार्यालयाचं इंटेरिअरचं काम करण्यासाठी मल्टीप्लेक्सच्या कमाईतून पैसे घेणं थांबलं. मंगल कार्यालय चालू झालं नाही व पैशाच्या तडजोडीनंतर फेब्रुवारी २०१८ मध्ये मंगल कार्यालय चालू झालं. ६ महिने वाट पाहिली आम्ही व सप्टेंबर २०१६ मध्ये मी डि.जी.एम. ला मेल केला व रातेशला कळू दिलं नाही. तोपर्यंत तोच इथे AGM झाला व मुकेश नवीन चीफ मॅनेजर. माझा मेल इतका छान होता की काही दिवसात एका रविवारी आम्हाला त्यांनी (राना सर) औरंगाबादला बोलवलं व माझी पाठ थोपटली- कारण त्यांनी जरी नवीन असले तरी मी मेलमध्ये इतकी छान माहिती टाकली की पुर्ण प्रवास या प्रकल्पाचा २०१३ पासून २०१६ पर्यंतचा त्यांच्या डोळ्यासमोर उभा राहिला व ते सत्य होतं. बँकेचं कर्ज वेळेवर न भेटल्याने आमचे ४-४.५ कोटी व्याजातच गेले बँकेच्या व हे सर्व प्रकल्प उशिरा उभं रहायला कारणीभूत ठरले व त्या मेलमुळे हे सर्व लक्षात यायला त्यांना काहीही वेळ लागला नाही व जेंव्हा त्यांनी माझं वय विचारलं तेंव्हा ते आश्चर्यचकित झाले व माझ्या लिहिण्याच्या कौशल्याचं व ज्ञानाची प्रशंसा केली. आमची इतर ४-५ ऑफिसर्स- मुकेश व त्यांच्याशी बोलणी झाली. तासभर तरी व शेवटी मार्ग निघाला. आम्ही चारही भागीदार होतो तिथं. ६ कोटींचं कर्ज मान्य झालं म्हणजे एकूण २४.६२ कोटी पण त्यात लॉजिंगपर्यंत सर्व व्हावं व जुने १.२५ कोटी पण त्यांनी देणार हे सांगितलं. राणा सरांनी रविवारी बोलवून हे काम करवून घेतलं. यातच मी जिंकलो व स्वत:बद्दल अभिमान वाटला. त्यांनी आम्हाला थाळी पण खाऊ घातली. प्रसिद्ध (भोज) औरंगाबादची व मगच आम्ही नांदेडला परतलो. सर्वच आश्चर्य होतं. पोलिसवाल्यांसारखं बँकवालेपण कधी कुणाला खाऊ घालतात पण आमचे वाद नंतरही झाले. मी दादांना म्हटलं कमी जास्त करून साधं बसवून यात सर्व पुर्ण व्हावं अजून बाहेरून पैसे लागू नये व नेहमी सारखं लहान भावाचं तिरकं उत्तर ते कसं सांगता येईल व मग मला कळलं की आणखी एक चुक झाली. अजून कर्ज घेणं. पण त्यानंतर कसंबसं हे पैसे संपेपर्यंत हॉटेल सांगितलेल्या तारखानुसार व मंगल कार्यालय पुर्णपणे तयार झालं मी व भाऊजी, पंकज-त्याद्वारे कमाई-फायदा कसा वाढवायचा याच्या नादी लागलो. आम्ही VITS च्या टीमच्या मदतीने सर्व मुलाखाती घेतल्या व अनिल कुमार याला बॅन्क्वेट मॅनेजर म्हणून घेतलं. त्याने ५-६ वर्षे नांदेडच्या सिटीप्राईड हॉटेलमध्ये काम

केलं होतं व आजही आमच्यासह ८ फेब्रुवारी २०१८ पासून जुळलेला आहे, दोन्ही हॉटेल्स झाल्यावर त्याला F&B मॅनेजर ची पोस्ट देण्यात आली. हळूहळू कामाचा लोड वाढू लागला. मला सर्वच विभाग बघावे लागायचे व त्यात डगमगीत आर्थिक परिस्थिती सांभाळत-भाऊजींनी कृषीचे व्यवसाय सांभाळले भोकरला पण त्यांच ज्ञान एखाद्या जिल्हाधिकाऱ्यापेक्षा कमी नाही पण त्यांना राग जास्त, संगणक न येणं या गोष्टींमुळे आम्हाला, मला त्यांना काही जास्त जिम्मेदारी देता येत नव्हती. तसं तर त्यांनी १२-१५ तास थांबून सगळीकडे छान काम करवून घेतलं. हळूहळू त्यांचा स्वभाव बदलला पण मला एक ऑपरेशन हेड शोधायचा होता. पंकजने वर्षभरात मल्टीप्लेक्स सुरळीत सांभाळली. त्याच्या हाताखाली दोन्ही टिमलीडर-गोविंद, किरण छान शिकले व २०००-३००० पॅट्रॉन्स आले तरी ते सहज सांभाळू शकत होते. मला त्याच्यात आतुरता व काम जास्त करण्याची इच्छा दोन्ही दिसलं. मग मी रोज २ तास जास्त वेळ देऊन त्याला सर्व शिकवायचा प्रयत्न केला. गंगाधर हळूहळू बँक व फायनान्स मध्ये परिपुर्ण होऊ लागला व इकडे पंकज झाला असता मग मला दोन बाजू मजूबत करून पुढे जाता येत होतं. जसं मी २-५ वर्षे गंगाधरला खूप काही शिकवलं तसं पंकजला पण खूप काही शिकवायचा प्रयत्न केला. भाऊजी पण हळूहळू खूप छान पद्धतीने सी.ई.ओ.चं काम करू लागले, लहान भाऊ रियल इस्टेट, पंप हे बघत आम्हाला मेन्टेनन्सच्या कामात मदत करत व त्याला कंपनीचा एम.डी. असल्याने आम्ही स्टाफ (कर्मचाऱ्यांपासून) दूर ठेवायचो म्हणजे काही झालं तर आम्हाला त्याची भिती दाखवता यावी व दादांची पण. माझ्या सर्वच योजना खूप दुरच्या व छान प्रकारे नियोजित होत्या. या असुशिक्षित लोकांना, शहराला, प्रकल्पाला पुढे नेण्यासाठी हळूहळू कर्मचारी वाढत गेले. सुरक्षेचं काम आम्ही तिऱ्याईत एजन्सीला (कंपनीला) दिलं. तो पुर्णपणे माझाच निर्णय होता व एकदम छान निर्णय होता. मंगल कार्यालयासाठी आम्ही एक छान शेफही हायर केला. त्यानंतर २-४ शेफ झाले आजपर्यंत पण नाही टिकले. काय आमच्या प्रकल्पाला शेफ न टिकायचा शाप आहे की काय माहित नाही. मंगल कार्यालय चालू असेपर्यंत १२-१५ चाच स्टाफ ठेवला व बार रेस्टॉरंट झाल्यावर ३०-४० असा केला. थाट-बाटला त्यांचाच राजस्थानहून एक कर्मचारी वर्ग यायचा. प्रत्येक युनिटमुळे झालेले त्रास, आलेले अनुभव नंतर सांगेन व व्यवसाय म्हटल्यावर हे होणारच त्यात काही मोठी गोष्ट नाही. पण आम्हाला काही वेळ थोडा जास्तच त्रास झाला- वास्तुदोष ज्याचं २०१९-२० मध्ये मी प्रयत्न चालू केला. वास्तूत काही बदल करायचा व चार पैकी दोन मध्येच मला यश मिळालं आत्तापर्यंत. घराचे पूर्ण बदल २०१९ मध्ये करून घेतले मी खूप वादावाद भांडण करून घरात तर १०-१२ बदल करावे लागले. पुण्यातल्या पंडित शिवकुमार यांच्या साहाय्याने हे बदल केले मी, हो फिस पण तगडी गेली. दुष्काळात तेरावा महिना-पण आई, प्रतिमा, ताई, भाऊजी व मला आम्हाला विश्वास होता ज्यापद्धतीने या ७-८ वर्षात आर्थिक समस्या व त्यामुळे विनाकारण वाद व गैरसमज वाढत गेले घरच्यांमध्ये पण त्यानंतरही विशेष काही झालं नाही व आजच्या

तारखेला पण सारखचं आहे. आर्थिक समस्या तर वाढतच चालल्यात व तेच मुळ कारण नात्यांमध्ये गैरसमज वाढत जाणं किंवा दरार पडणं कारण डोकं शांत रहात नाही माणसांचं या अडचणींमुळे. मंगल कार्यालय फेब्रुवारी २०१८ ला चालू होऊनही म्हणावं तशी कमाई-फायदा झाला नाही कारण हॉटेल व बार चालू नव्हतं व त्यामुळे या स्टाफचा उपयोग फक्त मंगल कार्यालयात कार्यक्रम आल्यावरच होऊ लागला. असो त्यात दोन मजली लॉजिंगच्या रूम्सही ३२-३८ तयार झाल्या नव्हत्या व मंगल कार्यालय पण नवीनच- मार्केटमध्ये नाव व्हायला वेळ लागतोच न. तिन्ही गोष्टींमुळे एक वर्षात आम्ही फक्त १ कोटी ३ लाख रुपयांचीच उलाढाल करू शकलो व २९ लाख कमाई झाली. पहिल्या १२ महिन्यात म्हणजे २-२.५ लाख प्रतिमहा जे खूप कमी होतं कारण ८-१० कोटी तरी टाकण्यात आले मंगल कार्यालयात व फक्त एवढ्याने त्याचं व्याजही निघत नव्हतं. त्याउलट मल्टीप्लेक्स ने १५-२० लाख कमावले दर महा. इतकेच पैसे ८-१० कोटी तिथंही लागले. पण सर्व मिळून व्याज महिन्याचं १६-१८ लाख निघू लागलं. महत्त्वाची चिंता होती की, आता ईएमआय चालू होणार होते म्हणजे साधारणत: २८ लाख प्रतिमहा लागणार होते. त्यामुळे खूप दबाव देऊन खूप ओरडून लहान भावाला आम्ही कसंबसं थाट-बाट जानेवारी २०१९ व बार आणि रेस्टॉरंट २०१९ एप्रिल मध्ये चालू करायला लावलं. नाहीतर खूप छान करायच्या नादात अजून वेळ गेला असता. ६ कोटी संपले पण लॉजिंग पुर्ण झाली नाहीच. बरचंस काम झालं व लहान भावाच्या याच गोष्टीचा सर्वांना राग येतो. त्याने नियोजन करून थोडं कमी किमतीचं सामान बसवलं असतं तर कदाचित चालू झालं असतं लॉजिंग- पण तो नियोजन करत नाही व त्यातले १-२ कोटी जास्तीच खर्च होणं म्हणजे थोडं काम वाढलं. एसी व डेकोरेशन (इंटेरिअर) पण काहीतरी करून त्याने हे मार्गी लावायला हवं होतं असं माझं, जीजु, ताईचं मत होतं व आम्ही बांधकाम पहायला जावं तर आमच्याकडे वेळ नव्हता(मी, जीजु, पंकज). जसजसं एक एक युनिट वाढत गेलं, आमचा ऑपरेशनल व आर्थिक कामाचा त्राण वाढत गेला. वेगवेगळे सॉफ्टवेअर, नवीन स्टाफ, ट्रेनिंग व रोजचं लक्ष देऊन मार्केटिंगकडे पण पहाणं. वर्षभरात अनिलने मंगल कार्यालय छान सांभाळलं व त्यामुळे तो टॉप मॅनेजमेन्टचा भाग आहे आज व पुर्ण मॉलचा एफ ॲन्ड बी मॅनेजर. थाट-बाटला म्हणावं तसं यश आलं नाही व ४०-५० थालीच रोज गेल्या.एक वर्षाच्या आढाव्यानंतर १ जानेवारी २०१९ ते १ जानेवारी २०२० याच काळात ते युनिट न फायदा न नुकसान असं मुद्दल मध्येच चालू लागलं. म्हणजे दु:खही मानता येत नव्हतं व सुखही मानता येत नव्हतं. पण लोक अतिउच्च, मध्यमवर्गीय किंवा उच्च मध्यमवर्गीय यायचे त्याची एक वेगळीच शान आहे. चांदीच्या ताटात जेवण व एकदम राजस्थानी थीममध्ये बसून पूर्ण इन्टेरीयर त्याच पद्धतीने केलं होतं. सुरुवातीला २० जणांचा स्टाफ होता. राजस्थानी व त्यांच खाणं २-३ वेळा चहा-पाणी खोली भाड्याने सर्व खर्च आमच्याकडेच त्यामुळे २-४ महिन्यांनी आम्ही स्टाफ कमी केला विनाकारणाचा व गिऱ्हाईक वाढल्यावर वाढवायचा निर्णय घेतला. दोनदा तिकडंची माणसं (१ वर्षात) पळून गेली. आमचे खूप

हाल झाले. मालक व टॉप मॅनेजमेन्टचा स्टाफ आम्हाला स्वत:ला वाढावं लागू लागलं. मग आम्ही तिसरी व चौथी टिम बदलून अजून बदल केले व ४-५ लोकल स्टाफ ठेवला व त्यांची ८-१० जणांचीच टिम ठेवली. व्यवसायात गरजेनुसार बदल करावे लागतातंच. थाट-बाट मध्ये राजु मामाला मॅनेजर म्हणून घेतलं डिसेंबर पासून पण जानेवारी २०१९ ते मे २०१९ कंपनीत इतकं काही झालं की अचानक सर्व घडी मोडल्या गेल्या. राजु मामाच अपशकुनी होता व आईचं ऐकून त्याला ठेवलं हीच खूप मोठी चूक झाली. थाटबाट नवीन असल्याने आम्ही नियमावली कडक केली व राजस्थानी संघ व राजू मामा दोघांना हे त्रासदायक वाटलं कारण हे सर्व लोक कमी शिकलेत, त्यांचे विचार नॅरो माईंडेड व अक्कल गुडघ्यात तिथे जे काही घडायचं ते प्रोफेशनली त्याच पर्सनल काहीही घेणं देणं नव्हतं. या पुर्ण प्रकल्पात माझ्याकडून झालेली सर्वात मोठी चूक म्हणजे मी राजु मामाला थाट-बाटचा मॅनेजर म्हणून निवडलं व त्याच्या अनप्रोफेशनल वागण्यामुळे आमचं खूप नुकसान झालं प्रकल्पाचं पण माझं स्वत:चही. पंकज, अनिल, गंगाधर, गजानन, श्री हे सर्वजण कंपनीला आपलं समजून ८-१०-१२-१४ तास काम करायचे व मग त्यांना मला काही हक्कपण द्यावे लागायचे व कधी काही खाल्लं, पार्सल नेलं ते पण मी परवानगी दिली होती व माझा १००% निर्णय बरोबर होता. दोन्ही हॉटेलच्या लोकांना दोन वेळंच जेवण फ्रि चहासुद्धा व मल्टीप्लेक्सच्या स्टाफला सध्या तरी काहीच नव्हतं कारण त्या इंडस्ट्रीमध्ये तसा नियमच नाही तरी आम्ही उरल्यावर समोसे, पॅटीस सर्व खाऊ द्यायचो. पॉपकॉर्न काही सॉफ्टड्रींक्स पण व त्याने कंपनीचं काही विशेष नुकसानही नव्हतं. इतक्या छोट्या-साध्या सुविधा स्टाफला द्याव्याच लागतात. त्याचा होणारा खर्च खूप कमीपण असतो. मग मला टॉप मॅनेजमेन्टला तर काहीतरी द्यावंच लागेल त्यामुळे परवानगी होती पण राजु मामाने गरजेनुसार नेलेल्या पार्सल व खाण्याचा इश्यू केला. पंकजच्या व इतर टॉप मॅनेजमेन्टच्या लोकांच्या. त्याला तिखट-मीठ लावून घरी सांगितलं आईला. त्यात आर्थिक समस्यांच्या त्या फेजमध्ये आम्ही सर्वच थोडे त्रस्त होतो व ही गोष्ट दादांकडे गेली. २६ एप्रिल २०१९ ला 'अॅवेंजर्स-एन्डगेम' मुव्ही रिलीज होणार होता व त्याआधी चार दिवसांपासूनच खूप तिकीट विक्री चालू झाली. दिवसभराचे सर्व तिकिट बुक झाले १ दिवस आधी त्यामुळे सर्वच जण खूप खूष होतो. जसं पद्मावत, गोलमाल अगेन व इतर मोठ्या चित्रपटांच्या वेळी झालं तसं. ह्या व्यवसायात चांगला मोठा मुव्ही आला की तिकिट आधी बुक होणं ही खूप आनंदाची व उत्साहाची गोष्ट असते. त्यानुसार जिम्मेदारी काम सगळंच वाढतं. तो चित्रपट ८-१५-३०-५० दिवस चालताना व त्याच्याआधी पण हार्ड-डिस्क येणं, कॉपी करणं त्याचे केडीएम येणं तेव्हाच कुठे आम्हाला पैसे कमवता येतात व काही नुकसान झालं ते कव्हर करता येतं. कारण बऱ्याचदा साधे मूव्ही येतात. काही वीकेन्ड वाया जातात. कधी कधी १००-२०० च लोक येतात दिवसभरात. त्यामुळे नवीन मुव्ही रिलीज झाला की युद्धासारखं लढणं गरजेचं असतं. जे आम्ही केलं २ वर्षे व खूप प्रॉफिट

कमवलंही पण या मुव्ही रिलीजच्या आदल्या रात्री पंकज ९लाच घरी गेला व दादा, लहान भाऊ, भाऊजी सर्वांनी पाहिलं त्याला व विचारलं हार्ड डिस्क आली का? सगळं ओके का? व त्याने होकार दिला. त्यांनतर रात्रभर १० वेळेस कॉल करून चकरा मारून बघणं त्याचं काम होतं. दुसऱ्याच दिवशी सकाळी ८.३०-९ च्या दरम्यान ८००-९०० पॅट्रॉन्स येणार होते (अॅडव्हान्स बुकींग) पण त्याने ते नाही केलं. मी फायनान्शीयल कामामुळे सकाळी ८-९ ते संध्याकाळी ६-८ पर्यंत असतो मॉलला व घरी परततो हा माझा २०१७ पासून आजपर्यंतचा शेड्युल आहे. जोपर्यंत काही अर्जंट इमरजन्सी येत नाही व त्याच रात्री प्रोजेक्शनची टिम झोपी गेली व पहाटे ५-६ ला त्यांना कळलं की हार्ड डिस्क फेल. कार्निवल कडून त्यांची हार्ड डिस्क आणली व परत कॉपी केली. मी ८ ला ऑफिसला पोहोचलो सकाळी. प्रोजेक्शनमध्ये गेलो. या काळात बालाजी आमच्यासह कामाला नव्हता. त्याला चांगली वाढीव पगार भेटल्याने तो ८-९ महिने आधीच सोडून गेला त्यामुळे प्रोजेक्शनचं काम बघणं हेड करणं पंकजचं काम होतं. जे तो हलगर्जीपणाने करू शकला नाही. व ८.३० ला आम्ही शो प्ले करू शकलो नाही. मग २२१ लोक त्या ऑडीतले, ९ च्या शोचे १५० व पुढचे अजून असं ६००-८०० लोक आले व सर्वजण ऑडीतही बसले पण शो रन नाही झाले. गोंधळ-गोंधळ पण मी घाबरलो नाही. मी त्यांना सामोरे गेलो व पंकजला तांत्रिक समस्या सोडव म्हणून सांगितलं. ९.३०-१०.३० ला कॉपी झालं व कसंबसं १ शो कॅन्सल करून मी ३ शो चालवले. बाकीच्यांना पैसे परत दिले. बऱ्याच जणांना खाली नाश्ता दिला. बरंच काही केलं व २ वर्षात मल्टीप्लेक्सची लाज पहिल्यांदा गेली पंकजच्या चुकीमुळे. मला ६००-८०० लोकांनी कदाचित मारलं सुद्धा असतं. दादा-लहान भाऊ-भाऊजी, पोलिस सर्वांना बोलवावं लागलं व तो प्रसंग त्यांनी पाहिला पण पाहण्याचा दृष्टिकोन चुक होता. फक्त पंकजने लक्ष दिलं नाही, कॉल केला नाही त्याचं घर समोर असून तो साईटला येऊन गेला नाही यामुळेच हे झालं असं दादांनी गृहित धरलं. पण कारण या व्यतिरिक्त १. प्रोजेक्शन टीमची असर्तकता, २. हार्ड डिस्क इतक्या गर्दीच्या वेळी खराब निघणं. ३. टिम लीडर रात्री झोपायला असून लक्ष न देणं, ४. मोठा मुव्ही व इंग्रजी म्हणून जास्त फाईल्स असणं. ५. वेळेवर UFO च्या टीमने (त्यांचे प्रोजेक्टर भाड्याने आहेत त्यातूनच चित्रपट प्रदर्शित होतो) व्यवस्थित मार्गदर्शन न देणं. ६. लोकांनी तितक अॅग्रेसीव रूप घेणं, ७. आम्ही ८.३० ला पैसे जास्त कमावण्याच्या नादात लवकर शो ठेवणं व असे बरेच काही फॅक्टर जिम्मेदार होते. मी साम-दाम असं सर्व करत पुर्ण परिस्थिती नियंत्रित केली व मी स्वत:च पंकजला तांत्रिक बघ खाली येऊ नको असं सांगितलं होतं. कारण दोन्ही झाल्याशिवाय शो प्ले होणं शक्य नव्हतं. मी दुपारी ३ पर्यंत पाणीसुद्धा पिलं नाही. गंगाधर, माधव, अनिल, पार्किंग संघ, दोन्ही टीम लीडर सर्वांनी सहकार्य केलं. माझे बॉडीगार्ड म्हणून सोबत होते ते. दुपारी जेवण करून मी सोशल साईटवर त्यांची (पॅट्रॉन्स ज्यांना त्रास झाला, वेळ गेला) जाहीर माफी पण मागितली व एचआर हेडच नाव लिहलं. लोकांनी आमच्या त्या पुढाकाराला खूप दाद दिली. कारण २ वर्षात

आम्ही त्यांच्या आनंदात कधीपण भरच पाडली. पहिल्यांदा ५०-१०० लोकांना मुव्ही पहाता आला नाही व ५००-६०० लोकांचा वेळ वाया गेला पण मुव्ही पाहता आला.

इतकं वाईट सकाळपासून झाल्यावर सर्व शिस्त करून मी ७-८ ला घरी आलो व मला दादांनी पंकजला एका सेकंदात काढ असा आदेश दिला. मी विनवणी केली. ५-६ महिने वेळ द्या. दुसरा माणूस शोधायला तर ते म्हटले मी आत्महत्या करतो. आजच्या आज नाही काढलं तर. माझे हात-पाय गळाले, बेडरूममध्ये आलो, खूप रडलो. २ तास ताईला ते बोललो. लहान भावाशी फोनवर बोलणं बंद करून २ महिने झाले होते. अशा वादांमुळे व गैरसमजामुळेच मी फक्त समोरासमोर बोलणं असं ठरवलं होतं थाट-बाट चालू झाल्यानंतर कारण त्याने अजून एक पंप घेतला. आर्थिक ताण वाढवत व प्रा.लि. चे सर्व पैसे व्याजाला वापरून घेणं बँकेचं व्याज नाही भरायचं हा त्याचा हेतू ,जे २००% चूकीच होतं - सिबील खराब होणं, एनपीए जाणं हे मला होऊ द्यायचं नव्हतं. माझ घर-परिवार पणाला लागल होतं. त्याचे चुकीचे उपदेश ऐकून मी सर्वांचं वाईट होऊ देणार नव्हतो. त्यामुळे मी त्याला जानेवारी २०१९ पासून फोनवर बोलणं बंद केलं व आजही बोलत नाही. त्याची रफ भाषा पण मला आवडत नाही व २-५ वर्षे सहन केल्यावर आता माझ्यात सहनशक्ती नव्हती. त्यामुळे मला तो उत्तम मार्ग वाटला असो ते रामायण एक वेगळं पुराण लिहून मांडावं लागेल. पण दादांचा निर्णय चुक किंवा अचुक मान्यच करायचं ठरलं एका सेकंदात मी त्याला काढून टाकलं, चुकुनही प्रॉपर्टी वर दिसायचं नाही हे पण सांगितलं. बाप मरू लागल्यावर कर्मचाऱ्याचा विचार करणं पापच म्हणाव न. पण मला खूप त्रास झाला २-४ महिने. पुढचे २ दिवस मी मॉललाच गेलो नाही. रोज ३००० हून अधिक किंवा जवळ जवळ पॅट्रॉन्स येऊ लागले पण हा दुःखाचा सागर मोठा होता. मला दुसऱ्यांदा जाणवलं की दादा देव नाहीत. साधारण मनुष्य आहेत. मला खूप राग आला पण मी त्यांच्याविरुद्ध आत्तापर्यंत काहीही बाललो नाही या विषयावर व आयुष्यात कधीच बोलणार नाही. कंपनीचे फाऊंडर म्हणून, मालक म्हणून पंकजच्या चुकीला त्यांनी ही शिक्षा देऊ शकतात. पण तो १. सर्वात ईमानदार व विश्वासू होता. २. त्याने दोन वर्षात कंपनीला इथपर्यंत आणायला खूप मेहनत केली. ३. कधीच सुट्ट्या नाही घेतल्या. ४. तो ऑपरेशन मॅनेजर कंपनीचा व माझा उजवा हात होता. ५. त्याची काल-परवाच प्रतिबद्धता ठरली होती व माणुसकी, प्रोफेशनलिझम बघता आम्ही त्याला ३-४ महिने द्यायला हवे होते. नोकरी शोधायला. ६. लगेच पाय ठेवायचा नाही- त्याचे दुसऱ्याला काम (हँडओवर) सोपवेपर्यंत त्याला प्रॉपर्टीत येणं गरजेचं होतं. ७. त्याची १०% चुक व शिक्षा १००%. त्याला एक महिन्याचा पगार न देता काम करवून घेता आलं असतं. ८. त्याने इतकी गर्दी व मोठा मुव्ही म्हणून १५ दिवस येतो याची मुभा मागितली-देणं गरजेचं होतं. ९. राजु मामाचं ऐकून त्याने २-४ दिवस खाल्लं-नेलं म्हणून त्याला काढणं चुक होतं. १०. त्याला काढल्यावर ऑपरेशन्समध्ये माझा त्रास किती वाढेल याचा विचार करायला हवा होता. ११. नांदेडमध्ये आधीच स्टाफ भेटत नव्हता. १२. तो नातेवाईक पण होता. १३.

उगीचच मुलीकडची लोक कमी दर्जाची असं समजून काढून टाकलं ते चुक होतं. १४. टॉप मॅनेजमेंट म्हणून त्याने दोनदा पार्सल नेलं तर माफी मिळायला हवी होती. १५. आमची खूप मेहनतीने जुळलेली घडी स्वत:च्या अहंकारासाठी असं अचानक मोडणं, ४-६ महिन्याचा वेळ न देता चुक होतं. १६. असे असंख्य कारणं होती.

एकंदरीत एक संधी किंवा ६ महिन्याची मुदत दिली तरी दादांचा मोठेपणा कायम राहिला असता. माझी तर प्रोफेशनल व पारिवारीक दोन्हीकडे नामुष्की झाली. माझ्या हातात काही नाही असंच वाटणार स्टाफला व पंकज, मामा, मामी, स्नेहल यांना मी काय तोंड दाखवणार होतो. मामा मामी माझे हात-पाय जोडून विनंती करू लागले पण कुठल्या तोंडाने सांगू की माझ्या हातात काहीच नाही व चुक नसणाऱ्याला शिक्षा भेटली तरी मी काही करू शकत नाही. इतका दुर्बळ व लाचार आहे मी. प्रतिमा व मी आम्ही २-३ महिने खूप रडलो. त्याला नांदेडला आणून त्याचं आयुष्य आम्ही वाया घालवलं का अशी गिल्ट घेऊन जगू लागलो. पण आमच्यात बळ नव्हतं इतक्या मोठ्या व्यक्तीला बोलण्याचं पण यामुळे त्यांचाच मोठेपणा खालावला याचं वाईट वाटू लागलं. सर्व स्टाफमध्ये प्रा.लि. कंपनी असून दहशत झाली कारण घडलेली गोष्ट प्रोसेसने नाही झाली. नोटीस पिरेड देऊन झालं असतं तर बरं दिसलं असतं. हा निर्णय हुकुमशाही सारखा झाला व ज्यापद्धतीने मी दादा आदर्श व्यक्ती आहेत हे स्टाफला सांगतो त्यामध्ये हा डाग लागल्यासारखा झाला. वाईट गोष्टी पसरायला वेळ लागत नाही व त्या पटकन सगळीकडे पसरल्या. १५-२० दिवस मी खाली मान असल्यासारखंच वागलो. कंपनीचे मालक लोक वेडे आहेत, नियमांचं काही नसतं असं सांगू त्यांना. मी माझ्या पद्धतीने सर्व सांभाळलं. बरेच महिने सरळ बोलणं बंद झालं दादांशी. मी कुणाचीच बाजू घेत नव्हतो. मी फक्त नियमाने घडवायचं, २-४ महिन्याचा त्याला वेळ देऊन आपण एकाला रिक्रुट करायचं एवढंच सांगितलं. ज्यामुळे दोघांचा फायदा व दोघांची (कंपनी व स्टाफ) इज्जत टिकून राहिली असती. हाच निरोप मी जीजु-ताई, गंगाधर यांच्याद्वारे कळवला पण मला खूपच भयानक उत्तरे आली व मग स्वत:ला स्वत:च्याच घरी, स्वत:च्याच कंपनीत जिथे जिव पणाला लावलं ५-८ वर्षे तिथे भिती वाटू लागली. या लोकांची मानसिकता अशी असेल तर अभ्यास न करता आपल्या बाबतीतही असा निर्णय घेतला जाऊ शकतो याच्या भीतीने घर केलं होतं मनात. लहान भाऊ व दादाचं जर स्वत:ला पुर्णपणे मालक समजत असतील तर मग मी कोण-गार्ड, चपरासी-म्हणजे माझ्या पण भविष्याची मला काळजी वाटायला लागली. त्याच दरम्यान पंकजची प्रतिबद्धता झाली. तिथे जायची सुद्धा लाज वाटू लागली. ऑफिसमधून गेलो कसंबसं मन घट्ट करून. कार्यक्रमाला हजेरी लावली (घरच्याघरीच गरीबीमुळे कार्यक्रम) व परत आलो. माझा व प्रतिमाचा विचार करून का माझ्या देवताने संधी किंवा २-३ महिन्याचा वेळ दिला नसावा याची लाज वाटली. मी खूप रडलो मामी, पंकज जवळ त्याला नोकरी भेटणार नाही, तो उपाशी राहिल हा भाग नाही पण २ वर्षांची माझी मेहनत, मला आता होणारा त्रास याची काळजी होती. ६०-१०० स्टाफ सांभाळणं सोपं नव्हतं. परत त्या

पोस्टसाठी विश्वासू मनुष्य भेटणं, परत त्याला ५-६ महिने शिकवणं माझ्यासाठी पुढचा १ वर्ष अजून अवघड जाणार होता. २-४ महिने आधीच मी लहान भावाशी बोलणं बदं केलं होतं व त्यानंतर हे घडणं माझ्यासाठी मानसिक धक्के व त्यामुळे वाढणारा कामाचा त्रास दोन्ही जास्त होणार होतं. आधीच इथे स्टाफ मिळत नव्हता. त्यात नात्यांचं दु:ख ते वेगळंच. एखाद्या महिन्याने मामा-मामी पाया पडले दादांच्या पण ते म्हटले "आम्ही तुमच्यासाठी मेलो, तुम्ही आमच्यासाठी" मी व प्रतिमा पुर्णपणे हादरलो. असं नात तुटणं कारण आमच्यासाठी दोन्ही नाते तेवढेच. मी तर हारलो. प्रतिमाशी नजरसुद्धा मिळवणं जमत नव्हतं मला. न केलेल्या गुन्ह्याची किंवा लहान चुक व मोठी शिक्षा तसच काहीतरी झालं आमच्यासोबत भाग्यच म्हणावं कि आम्हाला अजून नातं तोडायला सांगितलं नव्हतं. व मी सहनही करू शकलो नसतो.

एखाद्या व्यक्तीचे आई वडिल तोडण्याचा हक्क-मनुष्याला नाही देवाला असतो व मी ते पाप सहन करू शकलो नसतो. तिला अर्धांगीनी म्हणून आणल्यावर मी तिला तिचे नाते तुटतील असं कधी म्हटलं नव्हतं व मी इतका साधारण व्यक्ती मला काय हक्क तिचे रक्ताचे नाते तोडण्याचा. तसा काही निर्णय दादांनी सोपवला असता तर मी कधीचीच आत्महत्या केली असती. इतकं प्रेम आहे माझं तिच्यावर. मी इतका साधा असं जग बघून मला काही सुचत नव्हतं. सर्वकाही नवीन होतं आयुष्यात, काही काळात एक मराठी चित्रपट आला होता-सैराट. त्यामध्ये, त्या मुलीचं प्रेम होतं एका मुलाशी. ते पळून जाऊन लग्न करतात. त्यांना मुल होतं. छान जगतात व त्याशेवटी त्या दोघांना मारून टाकण्यात येतं. मी त्या चित्रपटाचा शेवट बघून खूप वाईट वाटून घेतलं होतं. कारण मला ती निर्घुण हत्या वाटली पण आज मला कळलं की अशी विचारांची वृत्ती आहे. दादांनी त्याला काढलं की माझ्या अंगावर ६००-८०० लोकं आल्यावर तो कुठे होता? तो त्याचं तांत्रिक काम करत होता व माझं कौशल्य मला त्या परिस्थितीत जास्त योग्य वाटलं म्हणून मी पुढाकार घेतला व त्यानंतर पंचामिया सरांकडून शाबासकी पण मिळवली. ज्या पद्धतीने मी ते सोडवलं त्यासाठी त्यांना या इंडस्ट्रीमध्ये २५-३० वर्षांचा अनुभव लागतो. वेळ पडली तर मला लोकांचा मारही खावा लागला असता व यांच्या चुकांमुळे मला नेहमी लोक मारायला येतील व दोन-चारदा काय त्याने पार्सल नेलं (भात-वरण-साधं) थाट-बाट मधून, म्हणून त्यांनी काढलं पंकजला पण मला २-४ महिन्यांचा वेळ त्यांनी नाही दिला- मग माझा एकच प्रश्न येणाऱ्या २-४ महिन्यात नवीन व्यक्ती भेटेपर्यंत मला ४-५ दा मार खावाच लागला तर या खोट्या प्रेमाचा काय अर्थ? त्याने २-४ दा इतकंसं अन्न पार्सल नेलं, दादांनी पंढरपूरला गेल्या ४-५ वर्षात ५ भंडारे केली ज्यामध्ये २-३ लाख लोक जेवले असतील. इथेपण डिसेंबर २०१८ मध्ये 'पद्मावत' मुव्हीला पोलिस लागले. त्या लोकांना यांनी उगीच जेवू घातलं मग १२-१६ तास काम करणाऱ्या कामगाराने एक पातेलभर अन्न खाल्लं तर ते चुक कसं? व आजपर्यंतही आमच्या सर्व युनिटमध्ये बरीच लोकं फुकट खातात, मुव्ही पाहतात व

मलाच शिव्या देऊन जातात. मग हा दोंगला विचार का? हा भेदभाव का? हो- त्यांनीच खरे मालक कारण शून्यातून विश्व निर्माण केलं त्यांनी. आम्ही तिघांनी फक्त वाढवलं. व त्याचा पुर्ण हक्क आहे त्यांना पण कारण नाही जुळली-शोभत पण नाहीत व त्यामुळे कंपनीचं नुकसानंच जास्त झालं. त्यानंतर परत आजपर्यंत खूप चोऱ्या होतात छोट्या-मोठ्या माझ्या सर्वच युनिटमध्ये व मी नाही थांबवू शकत. पण मी गेलं की पंकज रहावा ज्याला पूर्णपणे लक्ष देता येईल माझ्यासारखं म्हणून मी त्याला प्रशिक्षण दिलं व तो माझा नातेवाईक पण हे माहित असल्याने हे सर्व टाळता येऊ लागलं व जवळपास पुर्ण वेळ मालक तिथं आहेत असं घडू लागलं मी, दादा, लहान भाऊ, जीजु व पंकज आम्हा सर्वांचा वेगवेगळ्या वेळी तिथे सहवास असल्याने. बरं झालेली गोष्ट नियमाने व्हायला हवी होती. ज्यामुळे ज्या नावासाठी तुम्ही काढल त्याला ते नाव अबाधित राहिलं असतं. मग हा दोंगलेपणा झाला. सर्व अहंकारासाठी. ज्याचा माझ्या मनात खूप खोलात परिणाम झाला. उद्या माझ्याकडून नकळत अशी काही चुक झाली तर माझ्यासोबत पण असंच होणार का? या सैराट वृत्तीमुळे याची भिती मनात घर करून बसली. आजही आहे व कधीपर्यंत राहिल याची माहिती नाही. अशातच आणखी एक प्रसंग पुढे मागे याच्या आधीच बहुतेक झाला. आमचे एकच काका मोठे ते वर्षभर इथं राहिले. त्यांना ३ मुलं, १ मुलगी. त्यांनी सर्व संपत्ती या चौघात वाटप केली व रहायला आमच्याकडे. बरं आम्हाला जेव्हापासून कळतं या दोघा भावांमध्ये १% ही प्रेम नाही. दादा त्यांच्या त्या मोठ्या भावाला शिव्या देतात. रागावतात. तो व्यक्ती दादांना फालतू म्हणतो, त्याने आयुष्यात कधी त्यांना मदत केली नाही. गरिबीमध्ये आई-दादांना दोघांना त्रास दिला, आईने हे सांगितलं मला. त्याला आम्ही का पोसायचं ४ मुली असत्या ना त्याला तर मी आयुष्यभर स्वबळावर पोसलं असतं पण त्याची ३ मुलं त्याला कसं लाथाडू शकतात? मग हा व्यक्ती घरी खाली राहू लागला. वर आईला रोज ताण, त्याचा आहार जास्त, वागणं खराब. दादांच्या घरी राहून बाहेरच्या लोकांना तो आम्ही खराब म्हणून सांगतो. त्याच्या डोळ्याचं ऑपरेशन त्यांनी केलं तेव्हा मी बोललो चुकून. तर मला त्यांनी विचारलं लहान भावाला मदत लागली तर तू करणार का म्हातारपणी? मी स्पष्ट नाही सांगितल त्याला जर मुलं असतील तर, नसतील व मला तेवढ बळ पैसा असेल तर मी करेन. मी न केलेल्या चुकीबद्दल माफी मागितली. मुला-बाळांसह त्यांच्या पायावर डोके ठेवून नाक घासून तर ते म्हटले मी मेलो त्यांच्यासाठी. आई-ताई, वॉचमन माधव मामा (आमच्यासाठी फॅमिलीच आहेत ते) (७-८ वर्षे झालं) यांनी बोलून तो दिवस ढकलला. प्रसंग मिटवला. मी तयार होतो. मला त्यांच्या संपत्तीच्या एका कवडीची पण इच्छा नव्हती. मी केलेल्या ७ वर्षांच्या प्रयत्नांचं नांदेडमध्ये नाव मिळवलं याचा मोबदलाही नको होता. पण विनाकारण इतर राग काढून ते बोलले जे मला अजून तीरासारखं लागलं. १-२-३-४ प्रसंग विनाकारण- म्हणजे मग मी त्यांचा मुलगा नाही का? दृश्यम चित्रपट होता मध्ये आलेला तो त्याच्या दत्तक घेतलेल्या मुलीसाठी खून करतो. मग माझे वडिल माझ्यासाठी त्यांच्या इतक्या फालतू नात्याबद्दल मरून जा असं

म्हणू शकतात. ही गोष्ट पचली नाही मला माझ्या बुद्धीला. मला नाही बंड करायच होतं. मला नाही माझ्या हक्कासाठी भांडायचं होतं. कारण माझ्या वडिलांशी भांडण माझ्या तत्त्वात बसत नव्हतं. जन्म दिला, वाढवलं, शिकवलं, लग्न लावलं अजून काय द्यावं त्यांनी? मी ५-६ वर्षे इतर कुठे काम केलं तर २-५ कोटी स्वकमाईवर राहिले असते माझे. पण परत बोलवून इथे धुरा त्यांनीच दिली. मग मी काय समजू? डेस्टीनी. भाग्य का दुर्भाग्य पण २०१२ ला इथे आल्यावर २०१९ ला मी ठामपणे सांगू शकतो की मी चुक केली. मायभूमीत परतून तिकडे वडापाव गाडा टाकून जगलो तरी शानने जगलो असतो. पण इथे माझे कष्ट मातीमोल झाले. शिक्षणापर्यंत मला घरात सर्वात जास्त मान, प्रेम, पैसा नको म्हटलं तरी देणारच पण मी नाही घेतला. मी कुठल्या व्यसनात अडकलो नाही. सात्विक जीवन जगलो मी. एका मध्यमवर्गीय विद्यार्थ्यासारखं. मग व्यवहार व पुढचं पारिवारीक जीवन आलं की हा मोबदला म्हणजे २ वेगळे जग आहेत का एकाच आयुष्यात- लोकं तीच. मी त्यांच्यापासून हळूहळू दूर झालो. खूप कमी व कामापुरतं बोलणं होतं भितीपोटी. मान, पान किंवा खोट्या शानसाठी ही लोकं काहीपण करू शकतात, मला नाही आवडलं असं जीवन. मॉलला लॅविश करून खर्च करायचा निर्णय यांचाच व जास्तीचे लागलेले पैसे देणार हे पण तेच बोलले, मी कधीच त्या पक्षात नव्हतो. मी अंथरुण बघून पाय पसरणारा व्यक्ती व आता कठीण परिस्थिती खोट्या शोभेमुळे आलेली सहन न होऊन नात्यांमध्ये फट पडावी. माझ्या बुद्धीच्या पलीकडे गेलं हे. मला कळलं असतं तर २०१२ ला की २०२० ला माझ्या-दादांच्या, लहान भावाच्या मध्ये नातं व्यवस्थित नसणार व मालमत्ता १००-२०० कोटींची असणार व रोज मरून जावं इतका त्राण असेल तर मी कधीच इकडे आलो नसतो. मी जॉइंट फॅमिलीत रहायचं न भेटलेलं प्रेम मिळवायचं म्हणून आलो होतो. मग दुरच राहून प्रेम राहिलं असतं तेच बरं होतं ना, नाही का? नक्कीच. विचारसरणीचा फरक शिक्षणामुळे मग मुळात १९९८-९९ ला त्यांनी पाठवलच शिकायला का बाहेर? इथंच मस्त वकिल होऊन त्यांची रियल इस्टेटची लफडी-गुंता सोडवले असते. फिस न घेता व इतर केसेस घेऊन उदरनिर्वाह केला असता. पुण्याचा १ ब्लेम, मॉल काढलाच नसता मग सर्व सुरळीत राहिलं असतं. २-३ ते आरोप लागलेच नसते व चटणी भाकर का असेना आम्ही खाऊन आनंदाने नाते जपत जगलो तरी असतो. पण डेस्टीनी- त्या ब्रह्मदेवाने की काय लिहून ठेवलेलं असतं म्हणे ना, मग मनुष्य काय बदलेल त्याला, देवाच्या हातातल्या भातुकलीतल्या बाहुल्याच ना आपण. त्यानंतर एकदा ४ दिवस पुण्याला गेलो मी, प्रतिमा, लेकरं तेव्हा पण बवाल झाला. नुसतं लॉजमध्ये जाऊन थांबलो आम्ही. आयुष्याचा विचार करत. मी खूप रडलो. मुलांना काय सांगावं कळत नव्हतं. किती लहान ती पण. मला अभिमान आहे दोनही मुलीच आहेत. माझ्यावर खूप प्रेमही त्यांचं व मी त्यांना मित्रासारखचं वागवणार आहे. पुढे जे होईल ते होवो. मी असं म्हणत नाही की ही परिस्थिती बदलणार नाही- पुढे चांगलं होणारच नाही. आर्थिक गुंतागुंत एक मोठा प्रश्न तो सुटला की मग सगळं सुरळीत होईल. सर्वजण मनमोकळं

होऊन बोलतील. एकमेकांना कदाचित सॉरी म्हणतील. पण ते भविष्य आणि देव आहे न मग हे नक्की व्हावं, चमत्कार दिसला तरच देव मानायचा न कलीयुग म्हटल्यावर २-४ दा मानलं न मी त्या विधात्याला व आता ही विनाकारण ओढवलेली परिस्थिती त्यानेच तारावी. जागतिक नाही पारीवारिक प्रश्न व असंच काहीसं प्रत्येक परिवारात असेलही. लहान भावाला पहिली मुलगी २०१५ ला व मग दुसरा मुलगा मार्च २०१९ ला. आमच्या घरातला पहिला मुलगा. त्यावेळी १६ मार्च २०१९ मी, प्रतिमा व लेकरं मुंबईला गेलो होतो. पण दोन दिवसातच परतलो. अधीशचा जन्म झाला म्हणून मुंबईहून पक्ष्यासाठी २५ कि.ग्रॅम पेढे आणले मी. ट्रेननेच येणं-जाणं झालं आमचं. एक दिवस खरेदी केली व एक दिवस असाच गेला हे माझ्या काकांचं प्रकरण झालं होतं म्हणून चार दिवस राहणार होतो प्रकाशकडे पण नाही जमलं. आमचं कर्तव्य महत्त्वाचं वाटल्याने आम्ही परतलो. प्रतिमाने आजपर्यंत माझ्याकडे कुठलीच तक्रार नाही केली. माझ्या हो ला हो म्हणत राहिली, उलट मीच तिला माहेरी जाऊ देत नाही व माझ्यामुळे पंकजच्या आयुष्याची घडी मोडली. तिने तर मला १०-११ वर्षांचा सुखी संसार व २ गोंडस मुली दिल्या. प्रतीती आता चौथी व साराक्षी पहीलीला आहे. दोघीपण नार्गुजनामध्येच आहेत. पण मार्च २०२० पासून आत्तापर्यंत घरीच कोरोना व्हायरसमुळे शाळा बंदच आहेत २-३ महिने झालं. दोघींशिवाय-तिघींशिवाय मला क्षणभरही करमत नाही, ३ नट्या माझ्या आयुष्यात व आम्हाला आमचा चौकोनी परिवार पूर्ण, प्रेमळ व गोंडस वाटतो.

वेळेच्या अनुषंगाने पुढे राजू मामाला व त्या काकाला दोघांना हाकलवून लावलं वडिलांनी. कंपनीचा एक नासका कांदा व घरातला एक नासका कांदा दोघांची विल्हेवाट दादांच्याच हाताने झाली हो प्रश्नचिन्हच आहे. त्यांचं शिक्षण कमी आहे पण त्या व्यक्तीने २०० एकरच्या वर प्लॉटिंग केली. हजारो लाखो लोक त्यांना मानतात, स्वबळावर १००-२०० कोटींची मालमत्ता कमवली व मग या दोन प्रसंगीच काय चुकलं त्यांच? त्यांना जाणीव झालीच असणार. राजू मामा कंपनीत राहून जाळून टाकेल कंपनी व हा काका घरात राहून घर जाळून टाकेल तेव्हांच हे झालं असावं किंवा भाग्य म्हणावं प्रा.लि.चं व **विश्वनिवासच**- आईची पुण्याई कामाला आली असेल-असो. मे २०२० चालू आहे. वेळेनुसार जखमा भरल्या म्हणता येईल. पण मनाच्या कानाकोपऱ्यात बरंच काही साठलय असं म्हणायला काही हरकत नाही. लहान भावाने मध्ये ६-८ महिने पंपाचा पुर्ण व्यवहार सांभाळला व माझीच कामाची पद्धत सर्वात छान म्हणून परत मला व माझ्या डिपार्टमेंटला काम सोपवलं. सर्व आर्थिक व्यवहार माझ्याच हाताने होतात प्रा.लि. मध्ये तर एक पैसा पण माझ्या परवानगीशिवाय हालत नाही. मी माझ्या पदाचा वापर करून २०-२२ महिन्यांपासून प्रा.लि. मधून पैसे देणं बंद केले व घेणंही. या चारही युनिटची कमाई, व्यवहार, ऑपरेशन मी व जीजुचं सांभाळतो. आमच्या टॉप संघासह (५-६-गंगाधरला धरून) मी २-४ महिन्याने संदिप यादव पुण्याहून त्याला मल्टीप्लेक्सचा मॅनेजर म्हणून घेतलं व बालाजीला जास्त पगार देऊन-प्रोजेक्शन हेड म्हणून घेतलं. माझ्यापण डोक्यावर केस कमी झालेत त्यामुळे मी पण १०-१५

माणसांचं काम करणं सोडलं व थोडा वेळ व्यायाम - तब्येतीकडे लक्ष द्यायला चालू केलं. ८०-१०० जण कामाला आहेत. सध्या व लॉजिंग अपुर्णच आहे. बँकेचं ६ कोटींचं कर्ज ६० लाख व्याज १६.१२ कोटी कर्ज आहे व बाहेरचं २०-२१ कोटी कर्ज (मुद्दल+व्याज) ताण सर्व मालकांना ५००० कोटींच्या मालकांइतका आहे. संघर्ष रोज चालूच आहे. बोलत बोलत परत पुढे आलो आपण. पंकजला काढल्यावर २-४ महिने मला खूप जास्त काम व ताण झाला, मानसिक, शारीरिक व कामाचा पण. त्यात ऑपरेशनल लोड व स्टाफला समजावणं, अचानक असं काही झालं की ऑर्गनायझेशन मध्ये सर्वांना भिती वाटायला लागती. पण मी विश्वासात घेतल दोन्ही टिम लीडर्सला. त्यांची पंकजसह बाहेर भेट करून दिली व त्यांना पगार व पोस्ट वाढवून जास्तीची कामं सोपवली. अजूनही मुव्ही शेड्यलुचं काम पंकजलाच घरुन करायला सांगितलं. मला वेळ नव्हता व करायची मनस्थिती पण. जगायचीच नव्हती. इतकं नैराश्य आलं होतं. नैसर्गिक, तांत्रिक आपत्तींना सामोरे जाता येईल, १२-१८ तास काम करता येईल पण असं विनाकारणचा मानसिक त्रास, चुकीचे निर्णय, डोक्यात शंका, कुशंका, भिती हे थोडं अवघडच आहे. ज्या सर्वातून मी जात होतो व मला असं आवडत नाही, सहन होत नाही. स्पष्ट व ट्रान्स्परन्ट वागणं आवडतं व तसेच जीवनही. त्यामुळे सस्पेन्स, हॉरर चित्रपट पण आवडत नाहीत मला असो. आपल्याला आवडते तसेच आयुष्यात घडेल असं कसं होईल, आपण थोडीच देव आहोत. मानसिक स्थिती कशीपण असो मी माझं कर्तव्य समर्थपणे केलं त्या चार महिन्यातही नंतर 'संदिप यादव' आला त्याने पोस्ट व काम सांभाळायला चालू केलं व मी मल्टीप्लेक्स युनिटमधून थोडा दूर झालो व स्वत:कडे थोडं लक्ष देऊ लागलो. याच काळात पंपाची खूप कमी जिम्मेदारी घेतली मी व बार हॉटेल्सच्या व्हाटसअप ग्रुपमधून बाहेर पडलो. ज्यामुळे मला माझं पुर्ण लक्ष मल्टीप्लेक्सकडे देता आलं. ऑफिसला रोज येऊन प्रत्येक मजल्यावर एक-दोनदा तरी भेट देत होतो पण विनाकारण सर्वच छोट्या मोठ्या समस्यांकडे लक्ष देणं सोडून दिलं. दोघांना काम वाटून दिल्यावर त्यांनी ते करताहेत कि नाहीत हे बघणंही गरजेचं होतं जे मी व गंगाधर करू लागलो. पण ९ ते ६ बँकेची काम करून डोकं जाम व्हायचं व रात्री म्हणावं तितकं लक्ष देणं सोपं नव्हतं. मी मुलींना सुट्ट्यांत कराटे क्लास लावले, साराक्षीने जाणं बंद केलं २-४ दिवसांनी पण सुचिर, प्रतीती गेले. गंगाधर त्यांना कारने न्यायचा व मी सायकलने जायचो. सिटीतल्या स्टेडियमकडे रिस्की होतं. पण कॅनल रोडकडे मॉलकडे सायकलने जावंस वाटत नव्हतं. कधीतरी आपल्याला पण मॉलच्या हक्कातून काढतील की काय अशा भितीने. मनात खूप विचारांनी घर केलं-दुर्भाग्य सोबतच आहे असं वाटायचं. १. इन्फोसिस सोडून २. डि.आर.सी सोडून स्वत:ची कंपनी- सुचिर ग्रुप, ३. सुचिर ग्रुप सोडून पद्मावती ग्रुप स्वत:च घर, गाव, घरचेच भागीदार मग आता नंतर काय नको होतं आयुष्यात आता नं.४ हेच मार्गी लागून पुढे जावं अशी इच्छा होती. ३ वेळेस सर्व शून्यातून निर्माण करताना डोक्यावर आता ४०% केस राहिलेत त्याचे टक्कल होऊ द्यायची इच्छा नव्हती. १० वर्षे झालं मला थायरॉइड

आहे. त्याची १ गोळी रोज सकाळी असतेच. आता एखादा आजार व्हावा अशी काही इच्छा नाही. एकदा मानसिक आजारी होऊन ८-१० गोळ्या दरदिवशी खाव्या लागल्या होत्या त्याचा पुन्हा अनुभव येऊ नये अशी इच्छा होती. मध्येच साराक्षीच्या जन्माच्यावेळी कोलेस्ट्रॉल वाढ झाली होती. कामाच्या ताणाने ते पण वर्षभरात कमी करून मी कसंबसं शरीराची गाडी पटरीवर आणली होती. एकंदरीत आता सहन करायची ताकद नव्हती व या प्रकल्पामध्ये ५-६ वर्षात मी वेळोवेळी ७ कोटी बाहेरचं देणं झालंय. १५ कोटी बाहेरचं देणं झालं. २० कोटी झालं. बँकेच्या पैशात काम संपवा असं वेळोवेळी चेतावणी पण दिली तरीसुद्धा यांनी हलक्यात घेतल. लहान भाऊ खूप भारी करण्याच्या नादी लागला व दादा मी आहे पाठीशी असं म्हणून त्याला उगीच प्रोत्साहन देऊ लागले. मी, भाऊजी, ताई आम्ही राष्ट्रपती-आमच्या हातात फक्त मॉल जे आम्ही छान निर्णय घेऊन व्यवस्थित चालवलं. मराठीत म्हणी आहेत. १) अंथरूण बघून पाय पसरावं, २) मोठेपणाचा मार्ग मरणाच्या दारातून जातो. ३) पैशाचं सोंग घेता येत नाही. या तीनही म्हणी हे दोघं विसरून गेले होते कदाचित नाही तर वेळीच काही मार्ग निघाला असता. २०१९ च्याच वर्षात एक मार्ग निघाला. दादांनी १ साईट घेतली. ४-५ कोटी कमवले पण ते सर्व १५ कोटींच्या व्याजात गेले-एकत्र नाही आले पैसे व तसे शक्य पण नाही व दादांना शेवटी पटलं की मागची जमीन विकणं बाहेरचं देणं पुर्णपणे फेडणं व हे ६ कोटी बँकेचे फेडणं गरजेचे आहे नाहीतर खूप उशिर होईल. आम्ही २०-२२ महिन्यात रियल स्टेट, पंप दोघांना पैसे देणं व घेणं दोन्ही बंद केलं. जुन १९ ला 'संदिप यादव' कामाला आला पण तिथून २-३ महिन्यात त्याच्या आईचा आजार व मृत्यू नंतर यात त्याला खूप सुट्ट्या घ्याव्या लागल्या व जास्त वेळ लागला इथे सेट व्हायला पण शेड्युलचा ताण व पंकजची काहीही मदत न घेणं या दोन गोष्टीतून माझी सुटका झाली. नाहीतर त्याची ऑनलाईन मदत घेतोय हे कळल्यावर अजून काही व्हायचं याची भिती पण तो चालू गाडा चालवणं गरजेचं होतं बाय हुक ऑर कुक. जे मला योग्य वाटलं व मी केलं व इतका आर्थिक ताण असूनही मी प्रा.लि. वर काहीही फरक पडू दिला नाही. सर्व व्यवसाय नेहमीप्रमाणे कधी अप कधी डाऊन चालायचे. सर्व जागी तसंच आहे. थाट-बाट न फायदा न नुकसान असं चालू लागलं. मी पंकजला काढल्यावर जेव्हा पुण्यात गेलो तेव्हा दिप्ती ताईला भेटलो व शिल्पा ताईला व तिला ऑनलाईन पार्ट टाईम मदत मागितली व त्यांनी होकार दिला. तेव्हांपासून आत्तापर्यंत त्यांनी मला १० ते ५ रोज ऑनलाईन पेमेन्टस, पंपाचं काम प्रॉफिट-लॉस काढणं सर्व फेरतपासणं यात मदत करायला लागल्या व मला आणखी थोडं जास्त लक्ष देता आलं ऑपरेशनल गोष्टींकडे व आता मी माझा ताण कमी करण्याचा प्रयत्न करतोय. बालाजीला पण प्रोजेक्शन व मेन्टेनन्स हेड म्हणून घेतलं त्यामुळे मला दोन्ही डिपार्टमेंटकडे लक्ष द्यायची गरज नाही. अशातच २-५ महिने आधी मी PBDPL कोर टीम पण तयार केली. ज्यात सर्व मॅनेजर्स, हेड, टिम लीडर यांना सर्व युनिटकडे लक्ष द्यायची जिम्मेदारी व काही एक्स्ट्रा पॉवर दिले. एक वेळचं जेवण इत्यादी व ब्लेझर्स गरजेनुसार घालण्यासाठी.

भाऊजींच्या मदतीनेच झालं व त्यामागचा हेतू, फायदा नुकसान सर्व काही सांगितलं त्यांना. १५ मार्च २०२० पासून श्री पण त्याचं एम.आर.चं काम सोडून पुर्णपणे एच.आर. म्हणून जुळला व त्याला भाऊजींसह सर्व खरेदी-स्टोर चेक करण्याचा हक्कही दिला. कंपनीच्या भल्यासाठी आणखी कडक व चांगल्या ॲक्शन मी घेतल्या व ह्यातले बरेच निर्णय पंकज गेल्यामुळे घ्यावे लागले. होणारे नुकसान टाळण्यासाठी ज्याची कारणं मी आधीच सांगितली. थोडा आर्थिक लोडही वाढला पण चोऱ्या होऊ देणं हे मी माझ्या कंपनीत, मी असेपर्यंत कधीच होऊ देणार नाही. न कुठे होऊ दिलं. कंपनीचा चेअरमन म्हणून मी माझी कामं व जिम्मेदारी परिपुर्ण करतोय व करत राहीन. कामाच्या बाबतीत मी खूप कडक आहे व आजपर्यंत २०१७ पासून मी सोम-शुक्रवार कधीच माझा ब्लेझर घातल्याशिवाय मॉलला आलो नाही व शनिवारी कॅज्युअल नियम टॉप मॅनेजमेंटला पण लागू आहे. दाढी, फॉर्मल कपडे नसले तर सर्वांना फाइन लागतोच मला स्वत:लाही. नेहमी सारखं सिक्युरिटी एजन्सी आपली नाहीच त्यामुळे त्यांचा युनिफॉर्म तीच लोक ठरवतात. काही बदल असेल तर आम्ही सांगतो. एकंदरीत चारही युनिट चालू आहेत व त्यातून १८.६२ कोटींचा २६-२८ लाख रुपयांचा इएमआय कसाबसा जातोय व ५-६ लाख १-१० तारखेमध्ये इतर इ एम आय कधी निघतायत तर कधी नाही. गाडी ढकलगाडी सारखी चालतीय व तिला अजून वेगात आणण्याचा. सेल वाढवण्याचा, गिऱ्हाईक वाढवण्याचा मस्त सर्व्हिस देऊन तीच लोक परत येणं यासाठी होईल तितके सर्व प्रयत्न मी भाऊजी व आमची टीम करतीय. करत राहिल व अधिक यश मिळवेन. बरे २०१२-२०२० मध्ये रियल इस्टेट (प्लॉटिंग) व्यवसायात काहीच झालं नाही असं नाही. आधी सांगितलेल्या एकच साईटचे ४-५ कोटी सोडून दादांनी इतर १२-१५ कोटी कमवले असतील. १-२ मोठी विक्री व एक्सेंज पण त्यांचच या १५ एकर जमीन ठेवतानाच ६-८ कोटी देणं होतं ते फिटलं. थोडीशी जमीन, प्लॉट उरले पण असावेत व बाकी पैसे व्याजातच गेले आणि या क्षेत्रात इतकी मोठी रक्कम व्याजात जाणं मोठी गोष्ट नाही. कारण पैसा नसताना ॲडव्हान्स देण्यासाठी रिस्क घ्यावी लागते व लोक (मार्केटमध्ये) या क्षेत्रात जास्त फायदा म्हणून व्याजदर जास्त लावतात मग विक्रीला उशिर होतो व व्याजात फायदा जातो. तसंच काहीतरी इथं झालं व असं करतंच दादांनी १५ एकर जमीन ८ कोटींचं घर प्लॉट एवढं ठेवलं होतं मागे व त्यासोबत एकदम क्लास रॉयलही म्हणता येईल असं जीवन जगून घर नेहमी अन्नधान्य, दुध-दही-तुप, फळं, भाजी सर्व गोष्टींनी भरून असतं वर्षानुवर्ष झाले एकाही गोष्टीला तडजोड नाहीच. प्रत्येकाला प्रायव्हेट गाडी-कपडालत्ता सर्वकाही उच्च दर्जाचं वा महागडं-काहीही म्हणो त्याला. मुलं, सुना, नातवंडं, नोकर, चाकर कुणालाही काही कमी पडू देत नाहीत दादा-मग आर्थिक परिस्थिती कशी पण असो व मी त्यांना सलामी देतो त्यांच्या या स्वभावासाठी. त्यासोबत त्यांनी पंढरपुर यात्रेतल्या लोकांसाठी नातेपुते इथे ५ भंडारे केले आजपर्यंत व साईबाबा मंदिरात २-४ भंडारे वर्षाला असतातच. मंदिरांना दान देतातच व या सर्व गोष्टीचा आकडा २ कोटी सहज असेल इतकं अन्नदान केलं

त्यांनी. मानावं लागेल त्यांच्या धाडसी प्रवृत्तीला व मोठ्या मनाला ते आपल्यासारखे साधारण मनुष्य तर नाहीतच–संत, असामान्य मनुष्य किंवा देव असतील. मुद्दामुन कुणाच्या वाटी ते लागले नाहीत पण त्यांच्यावर उलट वार केला कुणी तर त्यांच्या संहाराला (म्हणजे तितकाच त्रास) त्यांनी मागे पुढे नाही पाहिलं. कित्येकांचं घर बसवलं (मदत करून त्याला धंदा, चाकरी, घर, बांधकाम इत्यादित) आम्ही बाहेर गेलो आसपास की त्यांना लोक खूप मानतात हे पाहतो–सहजच राजनिती क्षेत्रात गेले असते पण नाही गेले. तो पण त्यांच्या मनाचा मोठेपणा असं मला वाटतं. चुकून काही जणांना शिक्षा पण दिली असेल पण विधात्याने ते त्यांच्याद्वारे घडवायचं असं ठरवलं असावं. एकंदरीत माझे वडील खूप शूर, धाडसी, दानी, रागीट, तापट, संहारक व खर्चिक स्वभावाचे व्यक्ती आहेत. त्यांच्या स्वभाव गुणांमुळे बऱ्याचदा त्यांना त्रास किंवा फायदा झाला असेल पण त्याचं दु:ख किंवा सुख दोन्ही ते मानत नाहीत असं मला वाटतं. खूप जणांचे गॉडफादर आहेत. त्यांनी पुर्णा–कॅनल रोडवर ज्या काही जमीनी विकल्या त्याचा वाजवी भाव शेतकऱ्याला देऊन त्यांचं आयुष्य पुढच्या लेवलला नेलं. आर्थिकरित्या सुदृढ केलं त्या लोकांना–इतर व्यावसायिकांसारखं शेतकऱ्यांना लुबाडायची प्रवृत्ती त्यांची कधीच नव्हती, नाही व असणार पण नाही. त्यांच्यासह त्यांच्या हाताखाली काम करणारे हजारो कमवत असणारे आज लखपती, करोडपती झाले. काही जणांनी प्लॉट घेतले (बहुदाजणांनी) त्यांच्या प्लॉटच्या किंमती ५–१० पटींनी वाढल्या व ते लोक आजही त्यांना खूप आशिर्वाद देतात. त्यांच्यासाठी मला एक वेगळी पुस्तक लिहावी लागेल व त्या मनुष्याबद्दल मी कितीही बोलू, लिहू शकतो हं त्यांच्या जवळ मी जास्त काळ राहिलो नाही व त्यांच्या अवगुणांची मला काही माहिती नाही. पण जेव्हापासून ओळखतो – पाहिलंय त्यांना त्यांच्याबद्दल ऐकलंय लोकांकडून त्यांच्या अडचणी बघितल्यात. तेवढ्यावरून मला ते– संत, देव वा असामान्य मनुष्य वाटतात. माझे तर देवच पण कुणीतरी त्यांना या भक्तापासून दूर करू पाहतात असं वाटतं रहातं मला–काळ, भाग्य किंवा व्यक्ती काहीपण असो. पण ईश्वरचरणी हीच प्रार्थना की त्यांची कृपा मरेपर्यंत रहावी माझ्यावर–प्रतिमावर लेकरांवर. मी त्यांच्याबद्दल बोलणं–लिहणं थांबवलं नाहीतर मला दिवसेंदिवस पुरणार नाहीत व मी त्यांच्याबद्दल एक वेगळं पुस्तक लिहणार पण आहे. बऱ्याचशा वाईट गोष्टींबद्दल बोललो मी २०१३ पासून पण असं नाही की मॉलमुळे आईच्या नावावर ठेवलंय सर्व. वाईटच घडलंय खूप चांगल्या व सुखद गोष्टी पण झाल्या २०१७ ला मल्टीप्लेक्स चालू झाल्यापासून नांदेडमधले उच्च, मध्यम, उच्च मध्यम वर्गीय, शाळा, कॉलेज शिकलेली लोक सर्वचजण फक्त इथेच चित्रपट पाहतात. काही लोक खेड्यापाड्यातले ज्यांनी आयुष्यात कधी चित्रपट नाही पाहिला त्यांनी पहिल्यांदा इथेच चित्रपट पाहिला. आजपर्यंत हजारो शालेय विद्यार्थी आले वेगवेगळ्या चित्रपटांना. त्यांच्या त्या शो मुळे फायदा नुकसान काही का होईना मी त्यांना चॉकलेटस वाटले व त्यांनी माझ्या चित्रपटगृहात आल्याबद्दल त्यांच धन्यवाद मानलं. मुलं देवाचंच रूप असतात. तीन

वर्षात सर्व सोशल साईटसवर आमची ४.५/५ रेटिंग आहे. ४.८ पण होती. पंकज असताना पण स्टाफ बदलणं, गर्दीमध्ये काही चुका, काही तांत्रिक अडचणींमुळे झालेलं नुकसान या सर्वांमुळे ४.५ आहे. पण याखाली कधीच जाणार नाही. असा प्रयत्न आम्ही करतोय. लोक फक्त इंटेरियर, सुरक्षा, एसी, सेवा चांगली आहे म्हणून चित्रपट खराब असला तरी येतात व खूप शांतपणे लॉबी व इतर जागेत बसून खूश होतात. खूप फोटोस काढतात. मध्ये तर आम्ही फेसबुक उघडलं की आमचेच फोटोस दिसायचे ९०% लोकांच्या प्रोफाईलमध्ये व हे पुन्हा पुन्हा झाल थाटबाट-दालचिनी बार व रेस्टॉरंट चालू झाल्यावर. मंगल कार्यालयाच्या वेळीपण अजूनही आमचा मॉल बाहेरून साधाच आहे पण आम्ही खूप जास्त पैसा घातला इंटेरियरला व त्याची वाह वाह नांदेडकरांनी दिलीच वेळोवेळी आम्हाला पर्सनली बोलावूनही अभिनंदन केलं. तुम्ही नांदेडला एक नवी ओळख दिली. तुमची वास्तू नांदेडची शान आहे असं म्हणतात. छान वाटतं ते ऐकून पण लगेच विचार येतो मार्केटच्या देण्याचा व मग फुगलेली छाती परत मागे जाते. पण तो भाग वेगळा. आम्ही छान सर्व्हिस द्यायचा प्रयत्न करतो. कंपनीत येणाऱ्या प्रत्येक नव्या स्टाफला आम्ही पुन्हा सांगतो की कस्टमर्स म्हणजे आपल्यासाठी देव. सर्वच मालक नेहमीच स्टाफच्या चुका बघतोत व त्या दुरुस्त कशा करायच्या याची मी माहिती देतो व मोठा चित्रपट गर्दी काहीपण असलं की आम्ही स्वत: तासन्तास तिथे थांबतो. मी स्वत: बॉक्स ऑफिसमध्ये (तिकिट विक्री) व कॅन्डीमध्ये थांबतो. कॅमेरातून पण काही दिसलं तर त्याची माहिती घेऊन मी लगेच खाली जातो, बोलतो माहिती काढतो व स्टाफला समजावतो. असंच काम भाऊजी, गंगाधर, पंकज यांनी केलं व त्या प्रतिष्ठेला कायम तसंच ठेवलं. दादांना दिलेल्या वचनाचं पालन केलं मी व असंच नाव वाढत राहिल असा प्रयत्न करेन. नाव, पैसा, प्रतिष्ठा तिन्ही कमावलं आम्ही. पैसा हो पैसा कारण याच ४ युनिटद्वारे आम्ही २.५ कोटी मुद्दल फेडली व ४.५ कोटी व्याज म्हणजे सर्व खर्च जाऊन ८ कोटींपेक्षा जास्तची कमाई केली. निव्वळ फायदा हं आमच्या गोंधळ कामामुळे याची किंमत कमी किंवा शून्यच वाटती हा भाग वेगळा. आता कमाई करून तुम्ही वाटा का फेका हे मालकांच्या मनावर पण प्रत्येक व्यावसायिकाला पैसा नसला की बँकेकडून कर्ज घ्यावंच लागतं. त्यामुळे आम्ही काही वेगळं केलं नाही पण मार्केटचा पैसा घेणं चुकलं व बँकेने वेळेवर कर्ज नाही दिलं. या दोन गोष्टी चुक-चुक नाही गुन्ह्यासारख्याच झाल्या व सर्व अर्थव्यवस्था कोलमडली असं म्हणायला काहीच हरकत नाही. २४.६२ कोटी पैकी आम्ही ५ कोटी व्याजंच भरलं व २.५ कोटी मुद्दल व फायदा ८ च कोटी म्हणजे आम्हाला २४.६२ कोटी व ५० लाख इतकेच प्रॉपर्टी बनवायला भेटले व ४-५ वर्षात हळुहळु म्हणजे ठार मेलो एकत्रित सर्व उभ राहील असत एकदाच मार्च २०१७ ला तर आज परिस्थिती काही वेगळी व सुखद राहिली असती. असो. लोक-पॅट्रॉन्स जे वर्षात एकदा किंवा दोनदाच येतात ती लोक मला विशेषत: भेटतात व म्हणतात की पहिल्या दिवशी तुमची वास्तू प्रत्येक युनिटबद्दल जितकी छान, सुंदर व स्वच्छ होती तितकीच आजही आहे. याचं पुर्ण श्रेय माझ्या हाऊसकिपींग टिमला जातं. भलेही काही कारणाने काही

स्टाफ बदलला गेला पण स्वच्छता खूप छान ठेवली. प्रत्येक मॅनेजरने व हेडने जे काम केलं यांच्याकडून करून घेतलं त्यांचं पण श्रेय व मेन्टेनन्स टीमचं पण. विशेषत: बालाजी जो जास्तकाळ प्रोजेक्शन व मेंटेनन्स हेड राहिला त्याचं पण श्रेय. या सर्वांमुळे आम्हाला ही शाबासकी, दाद मिळत राहिली. पंकजचे पण धन्यवाद त्याने ही शिस्त लावली सुरुवातीला दोन्ही टिम लीडरसने पण वेळोवेळी चांगले खराब पॅट्रॉन्स सांभाळले वेळ पडली तर त्यांची चुक नसताना शिव्या खाल्या. पण आमच्या स्टाफची चुक नसेल तर मात्र मी आम्ही कधीच न भिता त्या कस्टमरशी नडलो भांडलो सुद्धा-एकदा एक मिल्ट्रीच्या माणसाला मारून काढल लहान भावाने त्याने दारू पिऊन टिम लीडरला मारल्याबद्दल रात्री अपरात्री पण लहान भाऊ मॉलला हजर राहून मदत करतो स्टाफला तो खूप धाडसी व त्याचे राजनितीक, पोलीस व इतर संपर्कही छान त्यामुळे असे प्रकरण तो एकटाच पहातो सुशिक्षीत लोकांना मी भांडतो त्यांच्याच पद्धतीने पुणेरी शिव्या देत शांत व सोज्वळ भाषेत. मंगल कार्यालयात लोकांनी २-३ दा नाही तर पाचव्यांदा कार्यक्रम ठेवलेत म्हणजे आम्ही छान जेवण दिल, सर्व्हिस दिली याचीच ती थाप म्हणा व त्याच पूर्ण श्रेय २-४ शेफ जे येऊन सोडून गेले, अनिल, भावजी, किचन टीम, सर्विस टीम ह्या सर्वांना जात. कारण इतके लोक असतात ५०० - ८०० -१००० काम सोप नसत. भावजी मालक असूनही अनिलच्या खांद्याला खांदा देऊन तासन्तास तयारी, प्रयोजना सगळ सगळच बघतात. मंगल कार्यालयाच्या यशाचं पूर्ण श्रेय भावजी व अनिललाच जातं. २०१९ तर खूप छान गेला. आमचं रेस्टॉरंट बार चालू झाल्यावर त्या प्रगतीत वाढ झालीच बार व रेस्टॉरंटच इंटेरीयर इतक छान आहे की स्वर्गात गेल्यासारखं वाटत जेवणाऱ्यांना व दारू पिणाऱ्यांना माझा थोडा कमी वेळ जातो तिथे मला वेळच भेटत नाही कामामुळे तरी कॅमेरा व इतर मार्गद्वारे मी लक्ष ठेवतोच. ८-१० डोळे असल्यासारख लक्ष द्याव लागतं. थाट-बाटमध्ये लोकांनी लग्न, प्रतिबद्धता, वाढदिवस भरपूर केली २७० रु. पोटभर थाली व २०-२५ खाद्यपदार्थ मजाच मजा, कदाचित शहरापासून दूर असल्याने आम्ही दररोज १००-१५० थाळी न करता ५०-६० च थाळी करतो व त्याचा वास्तू दोष पण आहेच. कितीही प्रयत्न करून मी ते बदल करून नाही घेऊ शकलो २-३ केले बदल पण एक महत्त्वाचा राहीला. मॉलमध्ये ४ होते वास्तूदोष त्यापैकी २ केले, २ मोठे राहीलेत बघू त्यात कितपत तथ्य आहे. देवाला तर मी मागतच नाही काही थाट बाट मध्ये जे राजस्थानी महाराज आले २-४ त्यांनी पण उच्च दर्जाची चव मेन्टेन ठेवली. त्यामुळे त्यांना पण श्रेय जात थाट-बाटमध्ये परत परत येणाऱ्या गिऱ्हाईकांच दादांनी मला १००-२०० लोकांना रोजगार दे, बँकेच देण फेड व नाव कमव एवढं सांगितल. आज माझ्या ४ ही युनिटद्वारे मी १) ६०-१०० लोकांना रोजगार दिला. २) त्यांच नाव पूर्ण नांदेडमध्ये वाढवल. ३) बँकेच वाजवीच कर्ज आम्ही सहज फेडू शकलोय, मी माझ्या कर्तृत्वावर पूर्णपणे खरा उतरलोय. ६ कोटी ही डेड इन्वेस्टमेंट झाली. लॉजींगच्या २ मजल्याचं जेवढ पण काम आहे त्याची किंमत सहजच ६ कोटी किंवा जास्त आहे व ते चालू झाल्याशिवाय त्याची कर्जाची परतफेड

करायला आम्ही समर्थ नाही व इथून पुढे २–४ कोटी त्यांना त्याच्या पूर्णतेसाठी लागले तर आम्ही त्याची जिम्मेदारी घ्यायला तयार नाहीत कारण इतकी कमाई व फायदा काढण शक्यच नाही व आम्ही आमच्या निर्णयावर ठाम आहोत मी व भावजी कारण मॉल पूर्णपणे आम्ही दोघच सांभाळतो. जर लॉजिंग चालू झाली तर कसबस आम्ही ह्या १६ व ६ कोटींच कर्ज फेडू शकू ह्या ७–८ वर्षात व व्यवसाय चांगले चालले तर लवकरही परतफेड करू शकतो. पण लॉजिंगसाठी लागणारे पैसे २–४ कोटी तो पण एक मोठा प्रॉब्लेम आहे. दादांनी मागची १०–१२ एकर जमीन विकायला काढलेली आहे. ती विक्री झाली व ६ कोटींची पूर्ण परतफेड केली व त्यातूनच बाहेरच देण फेडल व लॉजिंग पूर्ण केली तर मग सर्वच समस्या आपोआप सुटतील बघू परमेश्वराच्या मनात काय आहे. कर्ता–धर्ता तोच दादांच्या म्हणण्यानुसार आणि कधी तरी त्याची चांगली दृष्टी पडेलच इतके दिवस झाल वक्रदृष्टीच आहे. भविष्यात काय होतय ते तर थांबूनच बघावं लागेल. वाट बघा व पहा संयमाने, आणि देव आहे नाही यापेक्षा मनुष्य आशेवर जगतो हे मात्र त्रिकालवादी सत्य आहे व त्याच आशेवर आम्ही पण जगतोय इतर लोकांसारख, इतर सामान्य व्यक्तीसारख. जुलै २०१९ मध्ये पंकजच लग्न झाल जवळच्याच मंगल कार्यालयात, आमच स्वप्न होत ब्लेसिंग्समध्ये लावायच पण ते देवाला मान्य नव्हते, असो त्याच्या आजी–आजोबा, मामांनी मदत केली आर्थिक त्यालाच नोकरी नव्हती पण त्याचे सर्व ड्युज मी तेव्हाच क्लिअर केले त्याला मदत म्हणून बाकी मी काही करू शकलो नाही. मला लग्नाचे कपडे पण घ्यायचे नव्हते पण मामी–मामा, प्रतिमा ऐकलेच नाही व जबरदस्ती त्यांनी मला घ्यायला लावले. मला लाज वाटू लागली की त्याची नोकरी गेली व मी काहीच करू शकलो नाही त्याला ३–४ महिन्याचा नोटीस पिरीयडसुद्धा देऊ शकलो नाही. पण प्रतिमाला लेकरांना ४–८ दिवस पाठवल. मी पण ४ दिवसांचे सर्व कार्यक्रम अ‍ॅटेंड केले व सर्वांना प्रतिमाच्या मामा–मामींना, मुलांना, मोठ्या आई–दादांना खूष ठेवण्याचा प्रयत्न केला. जावई म्हणून नाही तर मुलगा म्हणून सर्व कार्यक्रमात सामील झालो. ते माझ कर्तव्य होत, ऑफीसची काम उरकवत तिकडे वेळ दिला, बाकी कार्यक्रम झाले त्याच घरात मॉलच्या मागच्याच सोसायटीमध्ये आहे त्यामुळे जेवायला ते जाण्यासाठी सोपं झालं मला. लग्नाच्या आदल्यादिवशीच मी मुक्कामाला होतो फक्त त्या काळात ३० मे ते १४ जुलै ५० षटकांच २०१९ च विश्वकप होत व जवळपास सर्व सामने १–१.३० ला लागायचे इंग्लडमध्ये विश्वचषक होत आम्ही मी व गंगाधर जेव्हां जेव्हां आपले सामने होते त्यादिवशी घरच्या ऑफीसला येऊन सामने पहात इकडून काम करायचो २०१५ प्रमाणे आपला संघ खूप मजबूत होता २०१५ मध्ये ऑस्ट्रेलियात आपण उंपात्यफेरीपर्यंत जाऊन ऑस्ट्रेलियाकडून हारलो होतो व धोनीला लगातार दुसरं चषक नाही भेटू शकलं पण यावेळी आपली टीम खूपच मजबूत होती कोहली कर्णधार पण धोनी होताच त्यामुळे १०१% विश्वास होता की आपणच विश्वचषक जिंकू व ९ पैकी आपण उत्तम खेळी करत १ च सामना हारलो व १ पावसाने गेला व ग्रुपमध्ये १ नंबरवर राहिलो व सातव्यांदा पाकिस्तानला हरवलं ८९

धावांनी पाकिस्तानविरुद्ध जिंकून सातव्यांदा आपण विश्वकपमध्ये ५० षटकांच्या पुन्हा एकदा परंपरा कायम ठेवली. पाकिस्तानविरुद्ध आजपर्यंत आपण ९ विश्वकपमध्ये कधीच हारलो नाहीत. या वर्षी फक्त ३१ धावांनी इंग्लंड विरुद्ध हारलो पण उपांत्य फेरीत आधीच पोहोचलो होतो. भारताचा न्युझीलंड संघासह सामना झाला ९ जुलैला व आपण त्यांना २३९/८ असं मर्यादीत ठेवल सहजच जिंकू असं वाटलं पण ६१/५ असं झाल व पाच फलंदाज परत आले त्यानंतर पाऊस पडल्याने सामना थांबला, पंकजच लग्न ११ लाच होत पण मी नाही गेलो ९ ला रात्री. दुसऱ्या दिवशी सामना झाला व धोनी–जडेजा ह्या दोघांनी खुप संघर्ष केला धोनी ५० व जडेजा ६६पण जडेजाला कुणीही सोबत न दिल्याने आपण १८ धावांनी हारलो २२१/१० – ५० षटकात. मी खूप खूप नाराज झालो २०१५ ला ऑस्ट्रेलिया विरुद्ध व २०१९ ला न्युझीलंड विरुद्ध उपांत्य फेरीत हारलो पुढे जाऊन इंग्लंडने पहिल्यांदा विश्वचषक जिंकला, धोनीसाठी संघाने हा विश्वचषक जिंकायलाच हवा होता. पण दोनदा लगातर उपांत्य फेरीत हारून आपण संधी सोडली हातातून २०११ ला सचिनसाठी जे संघाने केलं ते २०१५–२०१९ दोन्ही वेळ कोहली व संघाने धोनीसाठी नाही केलं–करू शकले नाही. या ७–८ वर्षांच्या काळात दोनदा क्रिकेटच्या खेळामुळे माझी नाराजगी झाली. खूप निराशाजनक वाटल त्या दोन्ही दिवशी २०१५ व २०१९ ला मी किती नाराज झालो होतो त्या भावना मी शब्दात मांडूच शकत नाही. १० जुलैला पंकजच्या घरी गेलो व तिथे सर्व बच्चेपार्टीसह खेळत वेळ घालवायचा, दु:ख विसरायचा प्रयत्न केला पण विसर पडतच नव्हता २०१२ पासून नांदेडला आलो. आत्तापर्यंत ८ वर्षात भारताने खूप चषक जिंकले ८–९ टेस्ट सिरीझ जिंकल्या भारतात ५० शतकीय खूप सिरीझ जिंकल्या व ऑस्ट्रेलियामध्ये पहील्यांदा २०१८ ला आम्ही टेस्ट सिरीझ जिंकलो असे खूप विश्व रिकॉर्ड कोहलीने कर्णधार म्हणून मोडले. धोनीच्या काळातल यश परत सातत्याने ठेवल व हा काळ २०११–२०२० भारतीय संघाचा सुर्वणकाळ आहे व तो मी पाहू शकलो याचा मला खूप आनंद आहे पण ह्या सुर्वणकाळात २०१५ व २०१९ चे दोन्ही उपांत्य सामने हारणे म्हणजे ह्या काळात लागलेले २ डाग म्हणता येतील पण सर्व दिशेने यश कस देईल देवपण १०० पैकी ८० सामने जिंकलोत मग विश्वचषक पण जिंकलो तर कस म्हणून त्यात अपयश आल असेल व २–३ दा २० षटकांच्या पण उपांत्य – अंतिम फेरीत आपण हारलो २०११ नंतर ८ वर्षात कुठलंही विश्वचषक जिंकू शकलो नाही पण श्रुखंला कुठल्या का देशाविरुद्ध असेना जिंकत राहीलो टेस्ट व ५० षटकांत नं.१ ची टिम राहीलो. बघू २०२३ ला ५० षटकीय विश्वचषकात व येणाऱ्या टि – २० चषकात जिंकतो का भाग्य साथ देईल का पंकजच्या लग्नात ११ जुलैला मी पूर्ण दिवस दिला, सर्व पाहुण्यांना भेटलो. आई–दादा वा घरून कुणीही आलं नाही, सर्वांनाच वाईट वाटल दादा तर भंडाऱ्यामुळे नाते–पोत्याला होते व असही त्यांनी दोन्ही परिवार एकमेकांसाठी मेलेत असं म्हटल्यावर विषयच संपला. असो याच दु:ख करण्याऐवजी मी व प्रतिमाने आमचं कर्तव्य पूर्ण केल. २ दिवसांनी प्रतिमाला घरी घेऊन आलो व पंकजच वैवाहीक

जीवन ६-८ महीने झाल छान चालू आहे. स्नेहल त्यांच्या परिवारात चांगल्याप्रकारे ॲडजेस्ट झालीय त्याला दुसरी नोकरी पण लागली; पण चांगल नशीब असत तर लग्न व चालू नोकरीमध्ये प्रमोशन हे दोन्ही झालं असत त्याच्या आयुष्यात नसाव बहुतेक व माझ्या कंपनीला पण चांगला कर्मचारी गमवावा लागला विनाकारण, चांगल्या कारणास्तव गमावला असता तर वेगळी गोष्ट होती; पण आपण दुर्भाग्य म्हणून मान्य करायच व पुढे जायच तेच आम्ही-मी केल ह्या वर्ष - २ वर्षापासून मी हिंदू-जनजागृती ह्या समितीला पण जॉइन आहे व बघू त्यामार्गे माझा देवावरचा विश्वास वाढतो का, जप वगैरे करण नाम-साधना ह्याची सुरवात केलीय मी व जमेल तेव्हा चालू ठेवतो. पुण्याहून परत आल्यापासून आजपर्यंत मी व प्रतिमा स्व:ताला असा विशेष काही वेळ देऊ शकलो नाही. प्रकल्प मोठा त्यामुळे २४ तास मी अडकूनच असतो त्यात व्यायाम, आराम, झोप हे सर्व आलं व मोठा परिवार व मुलांचा अभ्यास, शाळा यामुळे ती व्यस्त असती व त्यात प्रत्येकाच्या वेळा वेगळ्या असतात पण संध्याकाळी ७-८ पर्यंत घरी येण्याचा प्रयत्न करत काम उरकवतो व रात्री ११ पर्यंत मुलींना तिला छान वेळ देतो. बँकेच्या सुट्टीच्या दिवशी व रविवारी थकलेला असतो तरी त्यांना वेळ देतो, कधीतरी बाहेर नेतो खायला ते बाकी घरच्या हॉटेल्सद्वारे पार्सल जातच रहात व चांगले चित्रपट पहायला ते सगळेजण येतातच किंवा मीच घरच्यांना पहा म्हणून आग्रह करतो. शॉपींगला जास्त जाणं होत नाही पण कधीतरी हॉटेल-धाबा इकडे जेवायला, पावभाजी खायला, पाणीपुरी खायला जातो. जमल तेव्हा मुलींना शाळा-शिकवणीहून आणन, क्वचितच गार्डन वा इतर जागी खेळायला नेण हे केल मी. त्यांचे निकाल आणायला ॲडमिशनला प्रतिमासह जातो. होईल तस तिला मदत करायचा प्रयत्न करत असतो मुलींच्या जिम्मेदारी बद्दल, एकाच वेळी मी एक उत्तम-मालक व उत्तम-पती, पिता नाही होऊ शकत पण प्रयत्न करत असतो सर्वच बॅलन्स करायचा रोजचं. मुलींना, अधीशला, ताईच्या घरी सुचिर-समीक्षाला कुठल्याच लेकरांना काहीच कमी नसतं. हो पुन्हा दादांमुळेच- त्यांनी मागण्याच्या आधी सर्वच आणून देतात. खेळणे, कपडे, खायला चॉकलेटस्, फळे सर्वच. मला कधीच आठवत नाही की मुलांनी, आम्हीसुद्धा काही मागायची गरज पडली असावी. मागण्याच्या आधीच सर्व खायला आलेलं असतं. बऱ्याचदा काही नवीन नवीन खाद्यपदार्थ खाण्याचं भाग्य दादांमुळेच होते. त्यांना इतकं कुठून सुचतं, त्यांनी इतक्या तत्परतेने पटापट उतरून कसे घेतात काही पण देव जाणे? ड्रायव्हरला पण कळत नाही कुठं थांबवायची गाडी व कुठं नाही. ते कुठलं पण प्रसिद्ध व चवीष्ट फुड आयटम असो वा फळ ते आणतातच. रोडवरंच किंवा फाईव्हस्टार थ्री स्टार हॉटेल. मुलांना इतके चॉकलेटस् पडून असतात की, कधी कधी वाया जातं व आईच्या शिव्या खाव्या लागतात. मी, लहान भाऊ, ताईने मुलांसाठी खूप कमी वेळेस कपडे घेतले कारण दादा ऊठसुठ कपडे-महागडे, छान व्यवस्थित मापाचे आणतच राहतात. घरात गोड पदार्थ इतके की खाऊन खाऊन साखरेचा आजार होईल पण तो व्यक्ती काही आणायचं थांबत नाही. कशी का आर्थिक परिस्थिती असेना,

किती का कामाचा त्राण असेल, किती का काम असो त्यांनी या बारीक सारीक गोष्टी विसरतच नाहीत. अवाढव्य खर्च व अति असतं त्यांचं व त्यांच्यासोबत प्रवास म्हणजे पोट बिघडून घेणं कारण प्रवासात खायला जात व ते आणत राहतात. ५५-५६ वयाला पण ते तसेच आहेत. आज कित्येक वर्षांपासून- अशी दुसरी व्यक्ती मी तर अजून कुणी पाहिली नाही, असतील बरेच लोक कदाचित. प्रत्येकाचेच आई वडिल आपल्या मुलांना काही कमी पडू नये याची काळजी घेतात पण आळस, वेळ, काम या सर्वांमुळे कमी जास्त होऊ शकते. पण दादांच्या शब्दकोशात हे शब्दच नसावेत. २-३ दिवसात रोडने तिरुपतीला जाऊन येतात कारने व परत आले की लगेच फ्रेश कामाला लागतात कुठून येत असेल त्यांना ऊर्जा इतकी- पुन्हा एकदा तेच. त्यांच्या प्रत्येक गुणाबद्दल बोलायचं म्हटलं तर एक वेगळीच पुस्तकं लिहावी लागेल. या ६-८ वर्षात मुलांचे छोटे-मोठे वाढदिवस मी-प्रतिमाने पुढाकार घेऊन घरच्या घरी का होत नाही नेहमी केले. गल्लीतली बच्चा पार्टी बोलवून सुचिरचा, मग प्रतीतीचा, साराक्षी, प्रितीका सर्वांचाच. प्रतीतीचा ५ वा वाढदिवस इथे अंगणात केला. साराक्षीचा मंगल कार्यालयात, प्रीतीकाचा पहिला वाढदिवस खूप मोठा लीलामध्ये केला, खूप पाहुणे पण बोलावले होते जसा पुण्यात थाट-बाटमध्ये प्रतीतीचा पहिला केला तसा. साराक्षीचा पहिला वाढदिवस अमृताच्या सातव्या महिन्याच्या कार्यक्रमासह उरकवला व खूप मोठा झाला तो कार्यक्रम. वामनराव पावडे मंगल कार्यालयात. आता मोठी मुलं सुचिर, समीक्षा, प्रतीती त्यांचं ते ठरवतात काय करायचं ते. बाकी नवीन कपडे घालून जाणं रिटर्न गिफ्टस देणं हे तर असतंच शालेय-बाल मित्रांना आजकालची नवीन पद्धत. चॉकलेटसची परवानगी शाळेत नाही व पाचवी पर्यंत पेन द्यायची परवानगी नाही. मी वेळ काढून मार्केटमध्ये जाऊन त्यांना छान छान रिर्टन गिफ्टस आणून दिल्या नेहमीच व त्यामुळे मी त्या सर्वांनाच आवडतो. बाकी २-३-४ दा असं घरच्या घरीच काहीतरी छोटे-मोठे वाढदिवस केलेत, ताईच्या फ्लॅटवरही २-४ दा, रेग्युलर सण गणपती बसवणं ते सर्व काही वर्षे मीच केलं पण गेल्या २-३ वर्षात वाढणाऱ्या कामाच्या त्राणामुळे सोडून दिलं. तिकडे मॉलला पण आम्ही ३ वर्षे झालं छान गणपती मोठा बसवतो. बाहुबली चित्रपट खूप चालला म्हणून पहिल्या वर्षी बाहुबलीचा गणपती, तिथली आरती सर्वजण मिळून करतो रोज एक एक जण. पहिली आरती मीच करतो. लक्ष्म्यांचा सण वगैरे नाही आमच्या इथे, ताईच्या इथे-सासरवाडीत व गंगाधरकडे आहे,मी नेहमी गंगाधरच्या गावाकडे जातो जेवायला, गंगाधरचं गाव आलेगाव. १०-१२ कि.मी. आम्ही सर्वजण दोन-चारदा त्यांच्या इथे शेतात मस्त जेवून आलो व ऑफिसचा खूप ताण असला की असंच मी व तो शेतात बसून पोहे खाऊन परत येतो. हो पुण्यासारखं, गंगाधरसह इथे पण खूप जागी मी खाद्यपदार्थ जाऊन खाल्ले पण नाही इतके प्रसिद्ध व जास्त स्पॉट. आता तर आमचेच हॉटेल्स, थाट-बाट, मंगल कार्यालयात खुपदा खाल्लं-जेवलो पण दालचिनीत मी पाणीसुद्धा पित नाही कारण ते बार रेस्टॉरंट व व्हेज-नॉनव्हेज आहे व नांदेडमध्ये तिथलं नॉनव्हेज, मासे सगळं प्रसिद्ध आहे. आपण

खातच नाही त्यामुळे त्याच्याबाबत काही नाही सांगू शकत. असो इथे मला व्यायामासाठी खूप झगडावं लागलं. ५-६ महिने ट्रेडमिल, ३-४ वर्षे शेटल कॉक व मग सध्या २ वर्षात सायकल-प्रीडायबेटीक झाल्यानंतर व डायबेटीक होऊ नये म्हणून. मॉल चालू झाल्यापासून आजपर्यंत कधीच मी लिफ्टने खालच्या कुठल्याच मजल्यावर नाही आलो-नेहमी पायऱ्यांचाच वापर न विसरता व सर्व स्टाफला पण तब्येतीसाठी हे करा असं नेहमी सांगतो. माझं ऑफिस प्रोजेक्शन रुमच्या जवळ-शेवटचा मजला त्यामुळे मी रोजच खालीपर्यंत पायऱ्याने येतो व इतकी मोठी वास्तू झाली याचा अंदाज लावतो. ३ दिशेला पायऱ्या आहेत. पुर्ण वास्तू पायी फिरायची म्हटलं तर तास दिड तास सहज लागणार. एक एकरवरच आहे सगळं पण बांधकाम खूप अवाढव्य आहे. दोन मजली खोल्या लॉजिंग (३४-३७ रूम्स नंतर २ हॉटेल्स-ऑफिसची जागा-मंगल कार्यालय मल्टिप्लेक्स) व त्यावर ऑफिसच्या जागा आणि एकदम शेवटी गच्ची. २.५-३ कोटींचा खर्च, ए.सी.चाच आहे. इतक्या मोठ्या जागेचा, मशिनरी, पॅनल्स स्वतंत्र, डि.जी. सेट व युपीएस पण प्रोजेक्शन रुममध्ये प्रोजेक्टरस-डॉल्बी साउंड सिस्टीम हे सर्व फक्त प्रोजेक्टर यु.एफ.वो. कडून भाड्याने आहेत. ३ व ४ थ्या ऑडी मोठ्या २२१ व १९९ कारण ४थ्या मध्ये १४ रिक्लार्यनर सीट आहेत. चांगले चित्रपट तिथूनच बघतो मी व सर्वजण ऑडी १ व २ १६१/प्रती जुने मुव्ही झाले की तिकडं जातात व नवीन रिलीज मोठ्या ऑडीमध्ये. मी बऱ्याच शनिवारी रात्री मध्येच राऊंडला जातो व न सांगता चित्रपट पाहून सर्व्हिसेस बघतो. सरप्राईज भेट. मंगल कार्यालयात पार्टीशन करून २ भाग करता येतात. छोटा हॉल (२००) मोठा ५०० व एकत्रित १०००-१२०० त्याचा लॉबीचा एरिया पण चांगला मोठा आहे. आमच्या सर्व मजल्यावरचे बाथरूम-रेस्टरूम इतके लॅविश व स्वच्छ आहेत की खेड्यातले लोक म्हणतात इथे पांघरूण द्या, झोपतो आम्ही. प्रत्येक मजल्यावर लॉबीच्या जागेत प्रसन्न वाटतं व मल्टीप्लेक्सच्या लॉबीमध्ये तर स्पेशल मार्बल बसवून लोकांना बसायची जागा आहे. समोरची पहिल्या मजल्यावर बॉक्स ऑफिसच्या बाजूला भव्य दिव्य मोठी लॉबी आहे चारही लिफ्टसच्या समोर व तिथूनच लोकांचं आगमन होतं. वर १०-१५ मुव्हीचे पोस्टर्स आहेत. त्यामुळे तिथेपण खूप फोटो काढतात लोक. संपूर्ण मॉलमध्ये आलेले लोक फोटोच काढतात. आमचा मॉल एक फोटो काढायची चांगली जागा झालीय. या फोटोंना पैसे लावले असते ना तर आत्तापर्यंत १-२ कोटी बँकेचे फिटले असते (हा: हा:). थाट-बाट व रेस्टॉरंटसमध्ये पण खूप फोटोज काढतात लोक. मल्टीप्लेक्स ला काढणं तर साहजिकच आहे पण उरलेल्या रेस्टॉरंटस मध्ये लॉबीच्या जागेतही लोक फोटोज काढतात याचं मात्र आश्चर्य वाटतं पण नांदेडमध्ये आमचा मॉल (मल्टीप्लेक्स, हॉटेल्स, मंगल कार्यालय) वर्ल्ड फेमस आहे बरं व या सर्वांचा आम्हाला खूप अभिमान आहे व तो असाच वाढत रहावा अशी इच्छा आहे आम्हा सर्वांची मालक-कर्मचारी सर्वांचीच. बघू कुठपर्यंत कसा पल्ला गाठतोय आम्ही पण पुढचे १०-१५ वर्षे तरी असंच प्रगती करावी अशी इच्छा आहे माझी. हो प्रयत्न सारखेच ठेवावे लागतील, वाढवावे लागतील-

गरजेनुसार बदल करावे लागतील. लोकांच्या गरजा समजून घ्याव्या लागतील, स्टाफ न बदलता टीकायला हवा. नवीन आला तर त्याला शिकवणी तशी द्यावी लागेल व असे भरपूर आवाहन आहेत आमच्यासमोर. इतर सर्व व्यावसायिकांसारखंच पण लोक म्हणतात की नांदेडमध्ये प्रगती व्हावी याची सुरुवात आम्ही केली. नांदेडचं नाव सगळीकडे वाढवलं- लोक आम्हाला पुण्या-मुंबईसारखी तुलना करतात. काम करणाऱ्या सर्व कर्मचाऱ्यांना पण प्रगतीची छान संधी आहे. इतक्या युनिटमध्ये कला, कौशल्य दाखवून पुढचं पद सहजच मिळवू शकतात. फॅमिली प्रवास तसे खूप जास्त नाही झाले परत कारण तेच इतक्या मोठ्या प्रकल्पाची जिम्मेदारी व रोजचं काम त्यामुळे एकत्र सर्व मालकांना हलायला मुभा नाही पण एक तिरुपतीचा प्रवास झाला ट्रेनने (प्रतिमा, गंगाधर-त्याच्या फॅमिलीसह, लेकरं, मी, आई-दादा, जीजु-ताई, अमृता-प्रीतिका, विठ्ठल-पाटील, सुचिर, समीक्षा) व मस्त झालं ट्रेनने येता-जातानाचा प्रवास तिथला राहण्याचा अनुभव, दर्शन इत्यादि- गंगाधर व त्याची फॅमिली आयुष्यात पहिल्यांदा आले होते त्या पवित्र ठिकाणी व त्यामुळे त्यांनी आम्हाला खुपदा धन्यवाद म्हटले. सर्वांसोबत फिरण्याची मजाच वेगळी. खूप खायला नेलं होतं. खेळायला पण. त्यामुळे बच्चा पार्टीने मजा केली, साराक्षी थोडी लहान होती पण तिने पण मजा केली, मस्ती केली. प्रतीती, सुचिर, आर्यन जवळपास एकाच वयाचे असल्याने त्यांचं मस्त जमलं. मी गंगाधर पुण्याला, नागपूर, हैद्राबादला क्रिकेट सामन्यामुळे खुपदा गेलो पण ट्रेनने प्रवास नसायचा. तो रोडनेच. मग आम्ही हा प्रवास तसा मजेदार केला. पंकज व लहान भाऊ नांदेडलाच होते मॉलकडे लक्ष द्यायला. मला आली तशी कामं मोबाईलद्वारे करावीच लागत होती. श्री व त्याची फॅमिली पण होती. पण त्याच्या मित्रांच्या ग्रुपसह दुसऱ्या डब्यात असंच आधी एक प्रवास लग्नानंतरही प्रतिमाच्या आई-वडिलांसह झाला होता. म्हणजे लग्न झाल्यानंतर ३-४ वेळेस तिरुपतीला जाणं झालं असावं आमचं. आमच्या लग्नानंतर लगेचच जो प्रवास झाला तो मोठ्या गाडीने रोडद्वारे व पंकजही आला होता. त्यानंतर मामा-मामी व आम्ही सगळे आणि अशात गंगाधरसह दादा-लहान भाऊ-आई यांच्या दर्शनासाठीच्या ट्रिप आमच्यापेक्षा खूप जास्त वेळेस झाल्या. विमानाने पण गेले ते पण आम्ही ट्रेननेच २-३ वेळेस व मला तोच प्रवास सुखकर वाटतो. प्रकाशकडे मार्च २०१९ ला अधीशच्या वेळेस मी, लेकरं, प्रतिमा तेव्हापण ट्रेननेच. गाडीचे प्रवास खूप जास्त झाले फक्त ऑफिसच्या कामासाठी व क्रिकेट सामने पाहण्यासाठी जेव्हा आम्हाला पटापट परत यावं लागत होतं. पुणे-२, हैद्राबाद ४-५ व नागपूर-१ सामने पहायला मी, शिवा, गंगाधर, श्री व एक एक वेळेस पंकज व मामाला लातुरच्या सोबत नेलं. मी कॉलेजच्यावेळी खूप सामने पाहिले लाईव्ह गंगाधर व शिवासह पण ५-६ झालेच आणि ग्राउंडला आम्ही खूप खूप मस्ती केली. मी खूप जास्त सामने पाहिलेले असल्याने मला ते पाहण्यात मजा येत नाही व त्या फॅन्स सह दंगामस्ती करायलाच आवडतं व त्यात माझे नवीन जोडीदार गंगाधर व शिवा ते तर खूपच आरडाओरड करतात. मी आंतरराष्ट्रीय जितके पण सामने पाहिले त्यातले २-३

च आपण हारले त्यामुळे माझे पैसे वसुल झाले दरवेळी व आयपीएल सामने, टी-२० कुणी का हारल काही फरक पडत नाही. त्यामुळे तिथे मजाच करायची असती. इंग्लंडला वर्ल्ड कप पहायला जाणार होतो पण जमलं नाही व तसंही इथेच पंकजचा वर्ल्ड कप झाला त्यामुळे जमलं पण नसतं कदाचित. प्रतीती लहान असताना २-५ वर्षांची मी व ताईची फॅमिली आम्ही हैद्राबादला गेलो होतो. गंगाधर पण आला होता सोबत व एक आयपीएल सामना व रामोजी फिल्मसिटी पहाणं झालं आमचं. अशात मुलांच्या हट्टामुळे २०१९ ला मी-ताई व आमच्या फॅमिली आई नाही आली कमरेच्या त्रासामुळे. आम्ही वंडरला पार्क (वॉटर) मध्ये खूप मजा केली दिवसभर. पंकजचं एक्झिट झाल्यानंतरची गोष्ट- साराक्षी व सुचिर तर परत यायला पण तयार नव्हते व समीक्षा-जीजुंनी इमॅजिका पाहिल्यामुळे इथल्या कुठल्याच राईडस त्यांनी सोडल्या नाहीत व ती दोघंपण खूप धाडसी आहेत. प्रतिमाने आमच्यासह मध्यम दर्जेपर्यंतच्या राईडस केल्या. नाहीतर मला, प्रतिमाला व ताईला भयानक राईडस नको वाटतात व सहनही होत नाहीत. पण मी २-४ राईडसला थोडं धाडस केलं. जीवनातले धक्के खाऊन खाऊन थोडी भिती मारायचा प्रयत्न केला. त्यात ओरडतो न मनुष्य त्यामुळे काही राग-कुणाबद्दल राग असेल तर तो आठवून ओरडायचं. पण पाण्यात मजा आली. छोट्या-मोठ्या राईडसनेपण. मी तर काही लहान मुलांच्याच खेळल्या. पोहता येत नाही व भितीमुळेपण. सर्वांचेच पैसे साराक्षीनं वसुल केले म्हणायला हरकत नाही व सुचिर-प्रतीतीने. एक खूप मोठा व उंच आकाश पाळणा होता पण मी, ताई नाही गेलो या सर्वांनी चक्कर मारली छान. जवळच्याच गावी दर्शनही करून आलो. बालाजी मंदिरचं १ दिवसाचा मुक्काम होता फक्त. मुलांना स्नो वर्ल्ड दाखवायचं राहिलं. शॉपींग काही दिवस आधीच दादांनी सर्व आणलं होतं लेकरांना त्यामुळे आम्हाला काही करायची नव्हती. एक बाटाची चप्पल घेतली मी येता येता. आंध्रप्रदेश-तेलंगणा म्हटलं की खायचे हाल होतातच. जाता येता निजामाबादचा प्रसिद्ध चहा पिलाच आम्ही व नरसीहून जाताना प्रसिद्ध भजे खाल्ले. शेगावला मॉल चालू होईपर्यंत २-४ दा सहज गेलो,आईला घेऊन दर्शन, तिथे रहाणं, मुलांना पार्कमध्ये खेळवणं व परत रात्री पर्यंत अंतर जास्त नसल्याने हे सोपं होतं पण महाराष्ट्राबाहेर असं काही नेणं नाही झालं फॅमिलीला. लहान भाऊ तसं वेळ काढून मित्रांसह जातो पण मला फॅमिली ट्रीपचं जास्त आवडतात. मला त्यांच्यासह मजा येती व सुरक्षित वाटतं. त्यात मित्र मंडळी कमीच व दूरदूर. एकदा मध्ये जवळच परभणीला हुर्डा पार्टी करून आलो (मी, गंगाधर, श्री, पंकज, शिवा) व तिथलं जेवणंही छान झालं. एकदा शिर्डीला जाऊन आलो. आई, अमृता, प्रतिमा व लेकरांसह. नोटबंदी झाली की लगेच व गंगाधरला इथे अडकून ठेवलं कामात. ताई-जीजु यांना पुण्यात असताना एकदा अष्टविनायक-माझं सप्तविनायक असं झालं ते त्या प्रवासातच सांगितलं पण त्यानंतर २-४ दिवस पुण्यात राहून आई, ताई, मी, लेकरं, अमृता, प्रतिमा अष्टविनायक दर्शन करून आलो. ३-४ दा झालं माझं

अष्टविनायक दर्शन. सरड्याची धाव खुपाट्यापर्यंत म्हणतात तसंच मला माहितीच्याच जागी जावं वाटतं जिथं मी सुरक्षित फिल करू शकतो तिथंच. नाहीतर मग खूप जणांनी जावं लांबचा, माहितीचा प्रवास नसेल, माहितीची जागा नसेल तर म्हणजे भाऊजी, लहान भाऊ, दादा असले तर बरं वाटतं, हिम्मत वाढती पण अजून काही नाही झाले तसे प्रवास. आईला गुजरातला न्यायचं आहे एकदा. मला स्वत: मुलींसह दिल्ली–आग्रा प्रवास करायचा आहे. विमान, ट्रेन कसा का होत नाही. विमानाने परत मला भिती वाटते, हवेत मरू नये असं वाटतं. पण प्रतिमा व मुली यांना खूप इच्छा आहे व मी त्यांना एकदा धाडस करून फिरवायला नेईन नक्की. यांच्यासाठी तरी मला माझ्या भितीला मारून कधीतरी धैर्य करावं लागेल व मी नक्की करेन. त्यांना हेलिकॉप्टरने पण मला फिरवायचं आहे. बघू कधी होईल ते पण प्रवासाशी निगडीत स्वप्न आहेत ही छोटी–मोठी माझी. ३८ वर्षे वय आहे अजून २–३ राज्यात फिरणं झालं नाही. भारत दर्शन कधी होईल व विश्वदर्शन कधी होईन पण खूप मनातून इच्छा आहे. जीजु–ताई लेकरं आई यांना घेऊन भारतात खूप ठिकाणी व जगात पण फिरवायचं, प्रतिमा पण आलीच, तिच्याशिवाय मी कुठेच जात नाही, माहेरी तर जाऊ देत नाही मी तिला. तिच्याशिवाय आयुष्यातला क्षणभर प्रवास करावा वाटत नाही तर जगभर कधी करेन. आयुष्याच्या शेवटच्या क्षणापर्यंत मुलींना तिला काही कमी पडू नये व मी भरपूर प्रेम द्यावं असंच प्रयत्न करेन. दादांच्या छायेखाली त्यांना खायला तर काहीच कमी पडणार नाही व मी भरपूर प्रेम करतो व वेळ देतो रोजच. या मार्च २०२० ते मे २०२० मी भरपूर छान व उत्तम वेळ घालवला (मजबुरीनेच) बळंच कोवीड– १९ या जगभरात पसरलेल्या वायरस व आजारामुळे मार्च २०२० पर्यंत व्यवस्थित रोजच्यासारखं चालू होतं. पण २–४ महिने आधी जगभरात पसरलेला आजार कोविड–१९ या व्हायरसमुळे भारतातही आला व चीन आणि इटली या देशांमध्ये जे झालं तसेच अमेरिका व इतर काही देशात तसं भारतात होऊ नये म्हणून मोदी सरकारने लॉकडाऊनचे निर्णय घेतले व १७ मार्च २०ला आम्हाला मल्टीप्लेक्स बंद करावं लागलं. लगेच २–४ दिवसात दालचिनी व त्याच काळात 'थाट–बाट' आम्ही स्वत: बंद केलं व सर्व स्टाफला घरी पाठवून दिलं. आम्हीपण घरीच बसलो. हळूहळू लॉक केलं. एकेदिवशी मी व टिम जाऊन सर्वच मॉल बंद करून आलो. जवळपास सीलच–मार्चपासून आज ३० मे २०२० पर्यंत सर्वच बंद. कसंबसं घरी बसून वेळ काढणे व काळजी घेणं स्वत:ची. भाऊजी ३ महिन्यात रोज मॉलला जाऊन चक्कर मारून यायचे. ४ गार्ड आहेत ड्युटीला व ८–९ जणांचा दालचिनीचा स्टाफ जो प्रवासाची साधनं बंद झाल्याने इथे अडकला त्यांचं जाणं–येणं त्यामुळे सर्व तपासणी होऊ लागली. मी त्या दिवशीपासून आजपर्यंत घरीच आहे. ३० मे २०२० पर्यंत खाणं–आराम नेटफ्लिक्स व अमॅझॉन वर चित्रपट पाहणे, मुलांचा अभ्यास घेणे, घरातल्या घरात व्यायाम करणं हेच रोजचं काम.

भारतातले रोगी वाढत वाढत गेले. मुंबई सर्वात जास्त व जवळपास १.८० लाख रोगी भारतात झाले. त्यातले ८३ हजार बरे झाले व ५ हजार मृत्युला बळी पडले.

जगभरातला हा आकडा वाढतच गेला. काही काही देशात तर खूप भयानक परिस्थिती. जगभराचा आजचा आकडा ५९ लाखाच्या जवळ आहे. व ३ लाख ५३ हजार लोक मृत्युमुखी पडले. सुरुवातीला खूप लोक घाबरले. त्यामुळे भारताच्या पंतप्रधानांनी इतके दिवस लॉकडाऊनचा निर्णय घेऊन लोकांना सुरक्षित करण्याचा प्रयत्न केला. ट्रेन, बस, सर्वच बंद होतं. मी हे ३ महिने खूप छान घालवण्याचा प्रयत्न केला व हे लिखाण केलं या महिन्यात मे २०२०. सायकलींग पण बंद केली मी, मला इतकी भिती वाटली सुरुवातीला व मी जीवाला घाबरतोच. त्यात नवीन काय व हा तर जगभरात इतक्या लोकांना पिडीत करणारा आजार-व्हायरस व ७०-७२ तास एका जागी राहणारा, शिंकणं, खोकणं याने पसरणारा व हा आजार जगात पहिल्यांदा आला. त्यामुळे त्याचं वॅक्सिन-इलाज सर्वच अवघड व अजूनही जग त्याचं व्यवस्थित औषध व इलाज शोधण्यावरच आहे. मी घरच्या घरी खोलीतच व्यायाम (चालणं) केलं व दिवसात १०-१५ दा हात धुणे, बाहेर न जाणे, मुलींना घरी सर्वांना पण मी होईल तेवढी काळजी घ्यायला सांगितली व शिकवलं सुद्धा. पण लहान भाऊ व दादा रोजच बाहेर १ महिना फिरले ते कोणाच ऐकत नाहीत. आजच्या तारखेला नांदेड्चा आकडा १०८ आहे व ७ मृत्यू आणि ८२ जण बरे झाले व २० जण रोगी आहेत (अॅडमिट) म्हणजे इतर शहरांपेक्षा बरीच छान परिस्थिती आहे म्हणावी. सुरवातीला मी व लेकरांनी प्रतिमाला खूप त्रास दिला. इडली, डोसा, गुळपांगुळ असं बनवायला लावलं पुलाव पण. त्यानंतर ती बनवून व आम्ही खाऊन थकलो. काळजीचा भाग म्हणून बाहेरून आलेल्या वस्तू २-३ दिवस ठेवल्याशिवाय मुलींना खाऊ दिल्या नाहीत. आबंट खाणं पण बंद उगीचच खोकला वगैरे येऊ नये म्हणून. मी पण आंबट-तेलकट खाल्लंच नाही. उगीच आजारी पडा व मनात शंका अनेक म्हणून. असो मी रोज सकाळी मिठाच्या पाण्याने गुळण्या केल्या कुठलीही गोळी खाण्याच्या आधी, म्हणजे दिवसाची सुरवात गुळण्या केल्यावरच. माझ्या इतकी काळजी घरात दुसरं कुणी घेतली नसावी. अमृता, मावशी व प्रतिमा यांनीच किचन सांभाळतात व दादा भाजीपाला, फळं सततच आणत राहतात. मग या तिघींना मी होईल त्या सुचना दिल्या. गरम पाण्यात धुणे-मिठाच्या पाण्यात काही वेळ ठेवणे. रोजचे वाढते क्रमांक ऐकून सर्वांनाच भिती वाटायची पण बाहेर जायचा विषयच नव्हता. ५-६ दिवस ताईला इकडे बोलवलं होतं लेकरांनी हट्ट करून. ते ५-६ दिवस ताई व बच्चा पार्टी असल्याने कसे गेले कळले नाहीच. मी मध्ये मध्ये खाण्याचा क्रम बदल केला. कधी जेवण-नाश्ता-जेवण, नाश्ता-जेवण-जेवण असं काही पण दोन-अडीच महिने मी छान व्यायाम केला. प्रत्येक दिवशी ६ ते ७ किंवा ५.३० ते ६.३० ज्यामुळे काहीतरी व्यायाम होऊ लागला. १-२ महिने दररोज संध्याकाळी नामजप केला व युट्युबवर ऑनलाईन काही कार्यक्रम पण पाहिले. हिंदुजनजागृती समितीने प्रसारीत केलेले. रोज खूप जास्त वेळ नाही देऊ शकलो. पण होईल तसा होईल तेवढा अर्धा-एक तास दिला. १-२ दा ऑनलाईन चर्चा पण झाल्या, ४-४ तास हिंदुराष्ट्र स्थापनेबद्दल त्याही खालच्या खोलीत जाऊन ऐकल्या व सहभागी झालो त्यात हलाल सर्टीफिकेट

बद्दल पण छान माहिती मिळवली. दूरदर्शन वर रामायण लागलं. रात्री ९ ते १० व काही दिवस सकाळीपण. भारतातल्या १२-२० कोटी जनतेसारखं आम्ही ते पाहिलं. मुलांना दाखवलं. आम्ही लहानपणी पाहिलेले ते त्यामुळे आम्हाला पण खूप मजा आली. इतक्या वर्षांनी ते पाहिल्यावर. जसंजसं लॉकडाऊनचे दिवस वाढले रामायण पण वाढवलं व मग संपलं. त्यानंतर आता श्रीकृष्ण व महाभारत चालूच आहे पण आम्ही महाभारत काही नाही पाहिलं. मोबाईलचा करमणुकीसाठी मात्र खूप उपयोग झाला. माझ्या मोबाईल फोनचा तर पहिल्यांदा रोज २-४ तास मराठी-हिंदी चित्रपट, काही वेब सिरीज पाहिल्या. कोरोना व्हायरस आला नसता तर आयुष्यात कधी इतका वेळ घरी राहणं, फॅमिलीसह रहाणं, अशी करमणूक करणं झालंच नसतं. व हुशारी असा आजार असताना बाहेर न जाऊन घरी राहण्यातच व स्वत:ला व इतरांना सुरक्षित ठेवणं यातच आहे. जे मी केलं. लेकरं खाली अंगणातच खेळायला गेले तरी त्यांना वर आल्यावर हात धुवायला लावले. त्यांना पण बरंच ज्ञान भेटत होतं. या आजाराशी लढण्याचं. अजूनही वॅक्सिन किंवा गोळ्या-औषध आल्याच नव्हत्या. जी लोक बरी झाली त्यांच्यावर इतर आजाराच्या औषधांचे उपचार केले जात होते व कसं बस बर होऊन ते लोक परत घरी आले. दळण-वळणाची साधने तर पुर्णपणे बंदच होती. मी ६०-७५ दिवसात फक्त २-४ दा बाहेर गेलो व ते पण खूप अर्जंट गोळ्या-औषध आणण्यासाठीच. कारनेच शिवाला सोबत मागच्या सीटवर बसवून व बहुतांश जागी तोच खाली उतरला. काहीपण घेण्यासाठी. रोज पंपाची १ तासाची तरी कामं यायचीच व त्यात थोडा वेळ जायचा. सुरुवातीला खूप कंटाळा आला पण नंतर सवय पडली. मार्च नंतर एप्रिल-मे दिप्ती ताई, शिल्पा ताई यांना सुट्टीच दिली. कामंही नव्हती व कंपनीच्या सर्व कर्मचाऱ्याला पण कामही नाही व पगारही नाही.

लॉकडाऊनच्या या काळात मी माझं कुकींग कौशल्य पण दाखवलं ५-६ वेळेस. नाश्ता बनवला मी मुलींसाठी व सर्वांनी खाऊन पण पाहिलं. एक-दोनदा खिचडी पण बनवली व एकदा दादांनी सुद्धा खाल्ली. पुण्यात ३-४ वर्षे मी खिचडी- सर्व भाज्या बनवायचो, नाश्त्याचे सर्वच प्रकार पण कुणी घरचं आलं की मग त्यांच्याच हातचं बनवलेलं खायला मी तरसायचो किंवा त्यांना बाहेर चांगल्या चांगल्या ठिकाणी चवीचं खायला न्यायचो. त्यामुळे कुणाला माझ्या हातचं काही खायची वेळच नाही आली. पुण्यात बंटी दादा, बबलू, विनोद, सोमेश, प्रकाश इतर मित्र दादासाहेब सर्वांनाच आवडायचं व मला ही लोक बऱ्याचदा सुट्ट्यांच्यावेळी मदत करून बनवायला सांगायचे कारण बाहेरचं ते खाऊन बॅचलर लोकांना त्रास व्हायचा. बोरलेपवार व माझा चुलत भाऊ अंबरीश पण यायचे. मला आधी मसाला खिचडी-पिठलं, भाज्या सर्वच जमायचं व पोळ्या बाहेरून भेटायच्या पुण्यात. त्यामुळे आम्ही सर्व व्हेज पार्टी चांगलीच करायचो. टि.व्ही. किंवा इतर करमणुकीची साधने नव्हती. क्वचित पीसी वर चित्रपट वगैरे पहायचो व खाणं बनवणं त्यांच्या सर्वांच्या आनंदापेक्षा व शाबासकीपेक्षा या लॉकडाऊनच्या काळात माझ्या हातचं खाऊन माझ्या मुलींचा आनंद व आईचा पण

पाहण्याजोगा होता. प्रतिमाला पण माझ्या हातचा नाश्ता आवडला. ती ऐकून होतीच माझ्या आयुष्याबद्दल पण आता योग आला प्रत्यक्ष खाण्याचा. इथे एकत्रित कुटुंबामुळे तिला काही मदत करू शकलो नाही मी कधी वेळ भेटलाच तर, पण ही संधी मात्र मी नाही सोडली व तिला दोनदा चहा व नेहमी नाश्त्याला केलं की खायला भागच पाडलं. माझ्यासारखंच खूप जणांना लॉकडाऊनचे फायदे व नुकसान दोन्ही झाले असतील. पण सर्व हॉऊस वाईफसना खूप काम लागलं असेल एवढं मात्र नक्की. पुरुषांची मुला मुलींची खूप मजा झाली. बऱ्याच जणांना घरून काम करता आलं ते लोक कामात होते म्हणा व्यस्त पण इतर जणांनी घरी बायकांना स्वयंपाक बनवायला लावून त्रासच दिला. मुलांना शाळा-कॉलेजने ऑनलाईन अभ्यास दिलाच- पहिला एखादा महिना सोडला तर आता देशात २-३ प्रकारचे झोन तयार झाले आहेत. रेड म्हणजे खूप जास्त पेशंट, ऑरेंज म्हणजे कमी व ग्रीन म्हणजे शून्य. पण ग्रीन झोन असं काही राहिलंच नाही. सगळीकडे काही ना काही प्रमाणात पेशंट आहेतच. नुकतंच ३०-३१ मे ला पुढील लॉकडाऊन बद्दल सांगताना १३ शहरं देशभरात पुर्णपणे कडकरीतीने ३० जुनपर्यंत बंद ठेवायला सांगितलं. मुंबई-पुणे आहेच कारण महाराष्ट्रात सर्वात जास्त पेशंटस् या २-३ शहरांमुळेच आहेत. १/३ तरी पेशंट मुंबईत आहेतच. मोठं शहर. जास्त लोकसंख्या इत्यादिमुळे. जगभरात युद्धपातळीवर वॅक्सिन औषधं शोधायचे प्रयत्न चालूच आहेत. बघू या प्रयत्नांना लवकरात लवकर यश येऊन सर्व काही सुरळीत व्हावं. कलीयुग असल्यामुळे असे आजार, महामारी होणारच व मृत्युयुग म्हणजे मनुष्याचं मरणं आहेच. निमित्त काही का असेना अपघात, हृदयरोग, शुगर, बी.पी., थायरॉइड, किडनी, लिव्हर असे लाखो प्रकारचे आजार आहेतच ज्यामुळे मनुष्याचा मृत्यु होतो. नाहीतरी ६०-७०-८० वये झाली की मरतोच मनुष्य- त्या वयानंतर असंही जगणं म्हणजे पुढच्या पिढीवर ओझंच असतं ते. मनुष्याचं बळ-डोकं सर्वच कमी गतीने काम करायला लागत किंवा काही आजाराने तरी पिडीत असतोच मनुष्य. अशा वयात क्वचितच लोक शेवटपर्यंत हात-पाय मजबूत असून स्वावलंबी असतात.

प्रतीती-साराक्षी मी काही बनवू लागलो की इतक्या खूश व्हायच्या. छोटी-मोठी मदतही करायच्या मला व खाल्ल्यावर छान झालं म्हणून माझी खूप प्रशंसा करायच्या. मला खूप छान वाटायचं. प्रतीतीला तर सर्वच कळतं पण साराक्षीला अजून तितकं ज्ञान नाही पण तिला पण चव कळली. एकदा मीठ कमी पडलं तर चव तपासणी करून तिनेच सांगितलं. आजकालची लेकरं खूप गतिवान व हुशार आहेत. बऱ्याच गोष्टी त्यांना आपोआप कळतात. लवकर कळतात. आमच्या पिढीपेक्षा व पिढी दर पिढी गतीचा अंतर वाढतच जाणार आहे. प्रत्येक पिढी आधीच्या पिढीपेक्षा हुशार व गतीवान असणारच हे त्रिकालवादी सत्य आहे. पिढी दर पिढी विचारही बदलतात. मागच्या पिढीतल्या लोकांना पुढच्या व चालूच्या पिढीसह ॲडजस्ट करावं लागतं. तरंच निभाव लागतो नाहीतर विचारांचे मतभेद, भांडण होतच राहणार. याबाबतीत मी आजीला मात्र मानलं आता ती पणजी आजी झाली तरीसुद्धा तिचं सर्वांशी जुळतं. मागच्या नाहीतर

नाही पण पुढच्या पिढीशी जमतंच. आत्तासुद्धा प्रतीती, साराक्षी, प्रितीका, अधीश सर्व लेकरं तिच्याजवळच खेळतात. मला आई-दादांनी कमी जास्त समजून घेतलं असेल पण तिने सर्वात जास्त समजून घेतलं. पुण्याला असताना पण, आजोबांपेक्षा जास्ती. त्याउलट आम्ही सर्वचजण मी सुद्धा, आई-ताई, दादा, लहान भाऊ, जीजु आम्ही कुणीच न मागच्या पिढीला सांभाळू शकतो ना पुढच्या. म्हणजे इतरांसाठी आपल्यामध्ये थोडापण बदल न करणे सांभाळून घेणं म्हणजे हेच न कदाचित माझे-दादांचे, माझे-लहान भावाचे वाद-विवाद भांडण ह्या सर्वांचं एक कारण हे पण असावं. कदाचित आम्ही आजीसारखे समजदार असतो तर यातलं प्रमाण कमी झालं असतं किंवा हे घडलंच नसतं किंवा तीव्रता कमी झाली असती. भाऊजींचा स्वभाव शांत असल्याने व ताईचं परिवारातलं स्थानच ते असल्याने हे लोक सर्वांच्या बाजू शांततेत ऐकून घेतात व जेवढं समजेल तेवढं समजावून सल्ला देतात, पण मला नाही जमत हे. अजूनतरी नाही माझे स्वभावदोष जे काही आहेत त्यांना मी बदलू शकत नाही घरच्यांसाठी. हं कामाच्या जागी वेळ पडलीच तर यशासाठी लोकांचा मारही खाईन व त्यातही चुक आपल्या बाजूची असेल तर नाहीतर मी कसलाही विचार करणार नाही. बऱ्याचदा माझ्या स्टाफची चुक नसताना त्यांना कुणी काय बोललं, इतर मालकांना तक्रार केली, सोशल नेटवर्किंग मध्ये आम्हाला काही म्हटलं तर मी लगेच त्यांची बाजू घेतो (स्टाफची) व या सर्वांशी वेळ पडेल तसा भांडतो. आमच्या टिम लीडरसाठी तर मी कितींदा भांडलो फेसबुकवर व माझ्या उत्तरांनी त्यांचे आवाज बंद केले. दादा-लहान भाऊ-जीजुंना तर मी नेहमीच भांडतो माझ्या स्टाफची कड घेऊन कारण त्यांना लोक बऱ्याचदा चुक किंवा अर्धवट माहिती देतात. नांदेडमध्ये त्यांची संपत्ती कमी असली बऱ्याच लोकांपेक्षा तरी त्यांच नाव मोठं आहे. यावेळी मार्केटच्या देण्याने कमी झालं असेल नाव पण ही लोकं नेहमी नाव-नाव हा जप करतात व बऱ्याचदा नुकसानही करून घेतात. आत्तापर्यंत त्यांनी ४-४.५ लाखांचे मुव्ही तिकीट फुकट वाटले व ५-६ लाखांचे मंगल कार्यालयात फुकट कार्यक्रम केले. दालचिनी-थाट-बाट पण ५० हजारच्या कमी नसेलच- काय असल्या खोट्या नावाची गरज स्वार्थी लोक असतात ही. असो त्यांचा दृष्टिकोन वेगळा असेल पण मी जे काही पाहिलं ८ वर्षात ही जी काही लोकं आमच्याकडून फुकट सेवा करून घेतात त्यांनी आम्हाला नेहमी दगाच दिला वा आमचं नाव बाहेर खराब करायचा प्रयत्न केला. त्यामुळेच स्वार्थी असं म्हटलं या लोकांना. मी ह्या शहरात असे पण अनुभव घेतले की काही लोक मला दादांपासून दूर करायचा प्रयत्न करतात. किव येते अशा संकुचित बुद्धी असणाऱ्या लोकांची व असं होतं असावं छोट्या शहरात लोक बरीच रिकामी, अशिक्षित असतात मग काय. बऱ्याच गोष्टी नकारार्थकच झाल्यात आयुष्यात त्यामुळे मी छोट्या मोठ्या निरर्थक गोष्टींकडे दुर्लक्ष करून पुढे जायचं शिकलोय. तेवढंच तर आपल्या हातात. लोकांना नाही बदलू शकत तर स्वत:मध्ये बदल करावे लागतात. माझा मित्र राहूल दोन-चारदा माझ्या मॉलला येऊन गेला, दोनदा काकुंसह व एकदा

मिसेस सह. नेहमी तो माझ्या कर्तृत्वाची प्रशंसा करतो व मी त्याच्या काकुंना तर मीच केलेला व्यवसाय आवडतो. प्रत्येकवेळी त्यांची थाप पाठीवर मिळतेच मला. सध्या तो बीडला जिल्हाधिकारी आहे कोविड-१९ च्या काळात. हे असं आकर्षण असतंच नोकरीवाल्यांना-व्यवसाय वाल्यांचं जीवन छान वाटतं व व्यवसाय करणाऱ्यांना नोकरी-सरकारी नोकरीवाल्यांचं जीवन. मनुष्याचा जन्म एक मायाजाळ आहे. मग ही मायाच आपल्यापेक्षा इतर सुखी असावीत असं वाटणं व अशा कित्येक गोष्टी रोजच्या आयुष्यातल्या घडतातच. किरण, पण दोन-चारदा येऊन गेला मुंबईलाच आहे तो पण नोकरीला.

८ महिन्याच्या आधी शिल्पा ताईची गर्भाशयाची पिशवी काढण्याचं ऑपरेशन झालं. श्वेताने प्रतिमाच्या डिलिव्हरीच्या वेळी छान केल्याने मी इथेच ताईचं ऑपरेशन करून घेतलं. श्वेता व तिच्या हसबंडचं नवीन हॉस्पीटल आहे. त्याआधी त्यांनी उमरेकर हॉस्पीटल ला सचिन दादासह होते. ताईच्या ऑपरेशनच्या वेळी मी पहिल्यांदा मोठा निर्णय स्वत:च्या मनाने घेतला. जिम्मेदारी घेतली. लॅप्रोस्कोपी ऐवजी पारंपारिक पद्धतीने ऑपरेशन करायला लावलं व नांदेडमध्येच, खूप दिवस पुणे, औरंगाबाद, मुंबई हे डोक्यात होतं व त्यात तिला पटकन ऑपरेशन करून घ्यायला भाग पाडलं. मी स्वत: त्या प्रोसेसचा खूप अभ्यास केला. मला कुठल्या पण गोष्टीचं ज्ञान घेण्याची कुतुहलता आहेच. प्रतिमाच्या दोन्ही प्रेग्नेंसीच्या वेळी मला औषधांचा इतका अभ्यास होता की डॉक्टरला पण नसावा- असंच मजेने म्हणतोय. पण तब्येतीविषयीचं काही असेल तर मी त्याचा होईल तेवढा अभ्यास करतो, माहिती काढतो व यावेळी पण माझा निर्णय छानच ठरला. नुकतंच माझ्या मित्राची आई फुफ्फुसाच्या कॅन्सरने वारली व ताईचं ऑपरेशन झाल्यावर आम्ही ते पण स्पेसिमन हैद्राबादहून चेक करून घेतलं व ते नॉर्मलच निघालं व तेव्हा कुठे मी सुटकेचा श्वास घेतला कारण सर्व निर्णय माझेच होते. ताईला १-२ महिने इकडेच आराम करायला लावलं जे गरजेचं होतं. श्वेताच्या-प्रविण भाऊजींच्या सहकार्याने आम्हाला हॉस्पीटलमध्ये नसून घरीच असल्यासारखं वाटलं. मला त्या काळात महिन्यात खूप काम होतं पण मी दोन तरी चकरा मारायचो हॉस्पीटलला. ऑपरेशनचा पुर्ण दिवस तर मी लॅपटॉप घेऊन तिकडेच होतो. आमचा फायनान्शियल क्रंच त्या महिन्यात पीकवर पोहचला होता. सर्वचजण खूप ताणात होते. यातून जमीने विकणे व मार्केटचं देणं फेडणं हाच एक मार्ग पण दादांची इच्छा दिसत नव्हती. त्यांची आयुष्याची पुंजी आहे ती. पण वेळोवेळी मालक, बँका या सर्वांच्याच चुकांमुळे ही वेळ आली होती व त्यातून लवकर निघणं गरजेचं होतं अजून वाईट परिस्थिती येण्याआधी. आमच्या सर्वांच्या चर्चेत जीजु-ताईंची फार ओढाताण झाली. सर्वांना सांभाळायची, समजावून सांगायची तसं ७-८ वर्षात यांच्यामुळेच हा परिवार टिकून आहे म्हणायला हरकत नाही. माझ्या सल्ल्यांची दादांना गरजच नाही. ते देवाला मानतात व आपल्या मनावर वागतात. डायबेटिक पेशंट असूनही त्यांच्या मनानेच डॉक्टर दवाखाना व उपचार. मी त्यांना इतका भितो की त्यांच्या फायद्याचा सल्ला पण

त्यांना देऊ शकत नाही तब्बेतीबाबतीतही, पण घरातले सर्वजण दादा सोडून माझ्या सहाय्यानेच मेडीकल व हॉस्पीटलशी निगडीत गोष्टींचा निर्णय घेतात. मला पण जी माहिती आहे वा काढून मी चांगला सल्ला द्यायचा प्रयत्न करतो. प्रतीती खूप लहान असताना तिच्या अंगावर मामीच्या हाताने छातीवर चहा पडला होता. मी खूप घाबरलो होतो. पण देवाने वेळ टाळली. योग्य उपचार झाला. मला वाटतंय या बद्दल थोडसं आधी लिहलंय मी. पण एक पिता म्हणून खूप चिडलो होतो–मामींना रागवलं होतं. तो एक अपघातच होता. मला वाईट वाटलं रागात मी त्यांना बोललो. सासु–सासरे, आई–वडिल यांची जागा इतर कुणी घेऊ शकत नाही. कारण आई–वडिलच पहिले दैवत मग मुली चे आईवडिल काय व मुलाचे काय? २–४ वर्षांची असताना साराक्षीने पण गुडघ्यावर चालून हनुवटीला लागून घेतलं. तिची सर्जरी पण करावी लागली व मी संयमाने वागून त्यावेळी उपचार करवून घेतला तिचा परत एकदा तसंच पायऱ्या चालत तिने त्याच जागी मार लागून घेतला . उपचार पट्टी व औषधाने कमी झालं ते पण तिला हनुवटीलाच कसं लागलं पायऱ्या चढताना हे आम्हाला कळायला १ वर्ष लागला. ते पण तिने माझ्या कानात सांगितलं कारण ती माझ्या अंगावर उंदीर सिंहाच्या अंगावर मारतो तशा उड्या मारती. रोजच ३–४ वर्ष झालं. व आमच्या दोघांची चांगली गट्टी आहे. मग तिनेच एकदा सांगितलं 'पप्पा मी गुडघ्याने पायऱ्या चढते म्हणून तसं लागलं.' मग मला कळालं की प्रतीतीसारखी भोळी नाही ही. पटकन नाही सांगायची काही. सर्वांना तर मुळीच नाही व तिला खूप वेगाने गोष्टी आकलन होतात. सहाही मुलांपैकी ती सर्वात वेगवान व हुशार व सुचिर दोन नंबर. अभ्यासात प्रतीती तरी सध्या सर्वात हुशार आहे. बघू पुढे पुढे काय लंका आहे. अधीश व प्रितीका खूप लहान आहेत सध्या. प्रीतिकाला पण कॅल्शियमच्या कमतरतेमुळे एकदा ॲडमीट करावं लागलं १–२ दिवस पण अधीशचं हे पहिलं वर्ष. प्रतीतीसारखं नॉर्मल गेलं व तो थोडा सुदृढ आहे. हं त्याच्या पहिल्याच वर्षीच्या वाढदिवसाला जागतिक कोविड–१९ संकट आलंय पण ते कुणाच्या हातात नाही. विधात्यानेच त्या वायरसशी लढा म्हणून आदेश दिलाय. बघूया किती वर्षे लढावं लागेल मनुष्याला. अशा कित्येक आजारांना सामोरे जावं लागतंय कलीयुगात. सुचिर इतका मस्ती करतो व त्याला इतकं बळ आहे की तो कित्येकदा शाळेत पडला असेल. आताही १०–१२ वर्षांचा असून तो २–२ दिवस जेवत नाही पण त्याला पूर्ण ऊर्जा असतीच ज्याचं आम्हा सर्वांना आश्चर्य वाटत, पण तो खूप बलशाली आहे व राहिल एवढं मात्र नक्की आहे. हट्टी आहे. नर्सरीला शाळेत जाताना रिक्षातून बाहेर पडायचा, लोळायचा. हे तो वाचेल व तरी मला भांडेल माझ्यावर रुसेल, समीक्षा लहानपणापासूनच आज्ञाधारक आहे. ११वीला असूनही आता पण ती तशीच आहे. तिच्या कौतुकाला शब्द कमी पडतील. आई–वडिलांना तर त्रास देतातच थोडा–बहुत. मुलं–मुली तिने पण दिलाच असावा. तो भाग नाही पण सर्वांच्या तुलनेत ती जास्त समजदार आहे व होती पण हे मात्र सत्य आहे.

बहिण–भाऊ, बहिणी–बहिणी यांचं भांडण चालूच असतं. लहानपणी

मारामारी, त्यात काही नवीन नाही. जी आम्हीपण केली लहानपणी व मुलही करतायत, किंबहुना सर्वच भावंडांनी कमी जास्त प्रमाणात भांडणं-मारामारी केलीच असेल. मॉलमधला सर्वच स्टाफ मला खूप मान देतो व खूप प्रेम करतो. माहीत नाही मी अशी काही जादू नाही केली पण चांगल्या पद्धतीने त्यांना समजावता येतं. कंपनी-स्टाफ यांचं नातं त्याचे परिणाम, दुष्परिणाम व ते कसं असावं जे काही आयुष्यात शिकलो मी ते ज्ञान त्या लोकांसह शेअर करतो. त्यांचं ज्ञान वाढावं याचा मनापासून प्रयत्न करतो. माझा कुठला पण सेशन असला की मी त्यांना आवर्जुन सांगतो की इथे रहा, कुठं पण काम करा पण पद्धत-सत्य व ज्ञान वाढवा. आपोआपच प्रगती होईल. बऱ्याचवेळा सुट्टी असताना जाऊन स्टाफला बोलायचा प्रयत्न करतो. आमच्या गुंतागुंतीच्या आर्थिक व्यवस्थेमुळे सध्या मला वेळ भेटत नाही. नाहीतर रोज २-४ तास ऑपरेशनसमध्ये वेळ घालवणं मला खूप आवडेल. पण 'प्रायव्हेट लिमिटेड-६ डायरेक्टर', 'डेव्हलपर्स- ३ भागीदार', 'पंप-१ मालक व आम्ही घरचे ६ जण यांचे बँक खाते, कार्ड, कर्ज, ईएमआय या सर्व गोंधळाने व परत PBDPL च्या खाली मल्टीप्लेक्स, बँक्वेट हॉल, थाट-बाट, रेस्टॉरंट व बार-कागदोपत्री बँकेचं सर्वच काही इतकं सोपं नाही. नवीन माणसाला हा गोंधळ कळायलाच वेळ लागतो. त्याचं डोकं जाम होतं काही वेळ पण माझ्या टॉप मॅनेजमेन्टच्या सर्वच कर्मचाऱ्यांचं मला कौतुक आहे. पंकज व गंगाधर खूप आधीच जुळले गेले. पंकजने तांत्रिक व इतर सर्व प्रकारचे प्रशिक्षण छान घेतले. पुणे-ईस्क्वेरहून, गंगाधर चांगला वर्षभर माझ्या हाताखाली सर्व काही शिकला, दोन्ही टीमलीडर किरण-गोविंद, आधीच पीवीआर व इतर जागी काम केल्याने त्यांना जास्तीच शिकवावं लागलं नाही. पण त्यांनी नेहमी सांगतात की आमच्याकडून त्यांना खूप काही शिकायला मिळालं. बालाजी प्रोजेक्शन हेड होता व आत्तापण आहे. त्याचं काम खूप प्रोफेशनल आहे व ते पण मला आवडतं. कामाचा पर्फेक्टनेस तो माझ्यासारखा ठेवण्याचा प्रयत्न करतो. माधवला १-२ वर्षच होताहेत पण तो खूप तरुणही. सर्व ऐकतो माझं व मला गुरु मानतो. त्याआधी गजानन-अकाऊंटस सांभाळायचा पण त्याचा आळस त्याला खूप सतवायचा, १२ ला ऑफिसला येण, त्याच्या कामाबद्दल काहीच शंका नाही. जे काही करतो तो एक नंबर करतो. सीए सारखे कागद पण बनवू शकतो व माझ्यासारखं शिकत शिकत तो पुढे आला. त्याच्या कौशल्याचं, ज्ञानाचं व स्वभावाचं मला खूप कौतुक वाटतं. मी त्याच्यात माझ्यासारखं काम करता येईल अशी छबी पाहिली व वेळोवेळी मी त्याला म्हटलं पण की मेहनत कर तुला कंपनीचा AVP करतो. पण काही कारणास्तव त्याला जावं लागलं. मध्ये त्याच्या आईचं निधन झालं व परत २-४ नोकऱ्या सोडाव्या लागल्या त्याला पण काहीतरी विशेष आहे त्याच्यात. पंकजसारखं उशिरा लग्न झालं त्याचपण. मी कुठेतरी स्वत:ला त्याच्यात पाहतो. व तो माझा आत्तापर्यंतचा सर्वात आवडता कर्मचारी आहे. मला कर्मचारी, एम्प्लॉयी, स्टाफ असे शब्द नको वाटतात. ते माझ्यामुळे नाहीत मी त्यांच्यामुळे आहे. माझं जगण्याचं इन्स्पीरेशन आहेत हे सर्वजण असं मला वाटतं.

त्यामुळेच DRC असो वा सुचिर कन्सल्टींग प्रायव्हेट लिमिटेड व PBDPL सर्वांचा मी आवडता बॉस राहू शकलो व मला त्याचा खूप अभिमान वाटतो. एच.आर कन्सल्टन्सी मध्ये ५०-६० मुलींनी काम केलं व वेगवेगळ्या वयाचे त्या सर्वांना माझ्याकडून कामाबद्दल पुर्ण माहिती मिळायची व मी त्यानां मोठ्या भावासारखा वाटायचो. त्यातल्या काही जणींनी परदेशात जाऊन आपलं नाव कमवलं. प्रतिमा पण ऑफिसला यायची व त्यांना आम्ही कधीच बाहेरचं नाही मानलं. आमच्या फॅमिलीसारखंच मानलं त्यामुळेच माझा स्टाफ माझ्यावर नेहमीच प्रेम करायचा व कामात तत्परता दाखवून माझा आदर करायचा. बँक्वेट व हॉटेल सांभाळताना अनिल ही माझ्या खूप जवळ आला डायरेक्ट रिपोर्टिंगमुळे. तो लोकांना जी जी म्हणून खूष ठेवण्यात चालाख व तल्लख आहे- ज्या पद्धतीने तो कार्यक्रम सांभाळतो कदाचित दुसरं कुणी करू शकलं नसतं. त्याच्या व इतर सर्वच स्टाफच्या इंग्रजीच्या समस्या आहेत पण त्या पण कमी व्हाव्यात असा मी नेहमी प्रयत्न करत राहिलो. आजही मी त्यांचं प्रत्येक वाक्य-मेल करेक्ट करून त्यांना सांगतो. बरेचजण नकळत शिकत गेले. टॉप मॅनेजरस यांच्याशिवाय खालच्या स्टाफचा माझा इतका संबंध पडत नाही व आलेले २-३ शेफ मला कधीच नाही आवडले. शकील पहीला शेफ मस्त होता. त्याला इथं अ‍ॅडजस्ट करायला थोडा वेळ लागला पण तो उगीच परत गेला नाहीतर अनिल इतकंच छान काम करून तो जीएम राहिला असता आता. खालच्या स्टाफला (CSA, HK, waiters, stewards, kitchen staff, security guards etc.) मी जास्त बोलत नसेल तरी मला त्यांचे चेहरे पाठ असतात. मी जाता येता त्यांना सहज बोलतो. पैशाची कुठली मदत कधी नाही केली पगार सोडून व काम चुकलं तर रागवलं सुद्धा कारण मी त्याबाबतीत खूप प्रोफेशनल आहे. मी स्वत:सुद्धा कंपनीचा नोकर मानतो स्वत:ला. कारण त्याशिवाय काम परफेक्ट होणं शक्य नसतं व हीच शिकवणुक मी त्यांना देतो. सर्वच युनिटमध्ये मी मुलींना-वुमन पॉवर शब्द वापरतो. नेहमीच प्रोत्साहन देण्याचा प्रयत्न करतो. मोठ्या शहरात वेगळी गोष्ट आहे पण नांदेडमध्ये काम करणाऱ्या सर्व मुलींच, वुमनचं मला कौतुक वाटतं. मल्टीप्लेक्सच्या सुरुवातीपासूनच 'साधना, मेघा, सोनल' ह्या मुली सीएसए म्हणून होत्या नंतर मेघा प्रमोशन घेऊन थाट-बाटला गेली व नंतर जॉब सोडला. आता पुन्हा थिएटरला काम करेन म्हणतीय पण इतर दोघीजण आहेत व त्यांना काही चुका झाल्या तरी मी सपोर्ट करण्याचा प्रयत्न केलाच. एचके मध्ये 'नरवाडे मॅडम' म्हणून आहेत. त्यांनी पण कमी वेळात छान काम केलं. किरण व मुकेश 'हाऊसकिपिंगमधले आत्तापर्यंतचे सर्वोत्तम कर्मचारी आहेत. दोघंही सध्या असिस्टंट सुपरवायझर म्हणून काम करतात व त्यांनी इथपर्यंत पोहोचले याचा आनंद होतो. मला आमच्या हाऊसकिपिंग टिमचा अभिमानच वाटतो कारण काहीपण असो त्यांचं काम जेवढ्याचं तेवढं असतं. सगळीकडे स्वच्छता ठेवणं मग ५०० लोक मॉलला येवो का ५००० त्यांना मेहनत करावी लागते. रात्री जागावं लागतं. याबाबतीत मी आजपर्यंत स्त्रीयांना-मुलींना १० च्या नंतर कधीच काम करू दिलं नाही बहुतांशी जागी. भांडे वगैरे घासणाऱ्या जवळच असणाऱ्यांना

१२-१२.३० पर्यंत हॉटेलमुळे काम करावं लागतं पण भाऊजी त्यांना सुरक्षित घरी पाठवायची सोय करतात. मंगल कार्यालयापासून 'संजु हलवाई समोसा सर्व स्वीटस तोच बनवतो. त्याने समोस्याची चव एक नंबर दिली व आमच्या मल्टीप्लेक्सला लोक खास ते खाण्यासाठी येतात. मंगल कार्यालय, हॉटेल्समुळे आम्ही सर्व फ्रेश बनवूनच विक्री करतो. (सँडविच, बर्गर, पॅटीस) सुरुवातीला बाहेरचे वेन्डरस होते. लहान भाऊ व दादा आम्हाला डायरेक्ट मदत करू शकत नाहीत पण जीजु ऑपरेशन्समध्ये आहेत. त्यांनी पण सुरुवातीला खूप रागीट. या १-२ वर्षात मात्र त्यांनी आत्मसात करून छान सांभाळल्यात बऱ्याच गोष्टी, बरेच डिर्पाटमेन्टस. किचमधले राहुल ढोले, नरेश, शुक्ला (आता नाही काम करत) नेगी असे पण काही छान स्टाफ आहेत. सिक्युरिटीमध्ये पण सुरेश (आता नाही) व चालू काही जण छान करतात (उद्धव). सीएसए चा स्टाफ खूप बदलत गेला मल्टीप्लेक्सचा व त्यातही खूप छान छान जण होते. पंकजच्याच काळात ट्रेन झालेला राहूल पण प्रोजेक्शन मध्ये परफेक्ट झाला होता. इतरही खूपजण असतील-थाटबाट तर ४-५ टीम्स बदलल्या त्यामुळे मला नाही आठवत त्यांचं काही पण सर्वच जण छान करून गेले. काही टक्के खराब चोरही होते. मोठ्या पोस्टचे पण १-२ काही डोक्याने गेलेले पण, त्यांच्यापैकी एकही जण आमच्या सोबत अताा नसेल- एवढा प्रयत्न मी नेहमीच केला. एकंदरीत मी ज्या काही कंपनी चालू केल्या त्यातल्या सर्व कर्मचाऱ्यांना मी नमन करतो. त्यांच्या कष्टांना पण कारण मी स्वत: एक कर्मचारी म्हणून माझ्या आयुष्याची सुरुवात केली. डि.आर.सी. तर मी जीव पणाला लावला होता. १६ तास काम करायचो त्यामुळेच की काय मला त्यांच्या भावना पोहोचतात. असं नाही की मालक लोकही खूप सुखात असतात. त्यांनी इतके पैसे टाकून जीव पणाला लावून २४ तास लक्ष देतात पण दोन्ही वेगवेगळ्या बाजू आहेत. त्यांचं दोघांचं बॅलेन्स होऊनच कुठलीपण कंपनी व तो कर्मचारी वर्ग पुढे जाऊ शकतो. एखाद्या कर्मचाऱ्याने जास्तीत जास्त काळ एका जागी टिकून काम करणं गरजेचं असतं त्याच्या भवितव्यासाठी व हाच नियम कंपनीलाही लागू होतो- इतकं साधं सरळ समीकरण आहे माझ्या दृष्टिकोनातून. कर्मचाऱ्यांनी चोरी-खोटेपणा न करणंही तितकंच गरजेचं व वेळोवेळी प्रगीती, पैसा, नाव हे सगळं पाहून कंपनीने त्यांच्या पगारवाढ बोनस व इतर सुख-सोयी (त्यांना द्यायच्या) याकडे लक्ष द्यायला हवं. एका नात्यासारखंच आहे हे सर्व. त्याला नाव कुठलं द्यावं? का? याचं माझ्याकडे व्यवस्थित ज्ञान नाही. पण माझा जो काही अनुभव आहे त्यातून मी एवढंच मांडू शकतो या विषयांवर (कंपनी-कर्मचारी) लहानपणापासून माझी काही स्वप्नं होती, आहेत. सर्वांचीच असतात. काही जणांची पूर्ण तर काही जणांची अपुर्ण राहतात. मला इंजिनिअरिंगचं इंग्रजीत स्पेलिंग सुद्धा येत नव्हतं. अर्थ पण नाही कळायचा पण मी सर्वांना सांगायचो की मला अभियंता व्हायचं आहे व मी झालो म्हणजे डिग्री मिळवली छानशी. पण त्या क्षेत्रात नोकरी नाही केली. हा भाग वेगळा. त्यानंतर मी नेहमीच व आताही दादांना देव मानतो व त्यांचा दान-धर्माचा स्वभाव बघून मी म्हणायचो की मी एक वृद्धाश्रम व एक अनाथाश्रम बांधेन दादांच्या

नावाने. ती दोन्ही स्वप्न माझी तशीच आहेत व ते पुर्ण करायची अजूनही इच्छा आहे पण इथे एकत्रित व्यवसायामुळे फायदा कुणाचा किती हे काढणं अवघड. त्यात इतकं देणं डोक्यावर आहे पण मरण्याआधी ही २ काम मी स्वत:च्या हिम्मतीवर, स्वत:च्या पैशाने नक्की करेन. कारण ही तीनच लहानपणापासूनची स्वप्न मला आठवतात. त्यातलं एक पुर्ण झालं मी अभियंता झालो. पेट्रोकेमिकल सारख्या अवघड शाखेतून व मी यशस्वी अभियंता झालोच असतो नोकरी करून व याचा प्रत्यय माझी पहिली नोकरीची संधी- रशियातून आलेली. त्याहून अधिक मला बोलायची गरज नाही. वेगवगेळ्या कारणांमुळे मी क्षेत्र बदललं व त्यात घरी व्यवसाय म्हटल्यावर व्यवसायातच यावं लागेल ही काळ्या दगडावरची रेषच होती. त्यामुळे आज जे चालू आहे त्यात आश्चर्य नाही. उलट मी डि.आर.सी मध्ये काम करून(म्हणजे इतरांच्या कंपनीत) कष्ट करून ज्ञान मिळवलं व त्याचं पुर्नरापण इथे नांदेडला आल्यावर या प्रकल्पाला केलं व मी इतक्या प्रतिकुल परिस्थितीतही इतकं छान यश मिळवलं याचा मला अभिमानचं आहे- त्यामुळे मी स्वत:ला यशस्वी व्यावसायिक पण मानतो. PBDPL मध्ये २४ कोटींच्या आसपास उलाढाल झाली. मार्च २०१७ पासून आजपर्यंत व सर्व युनिटमधून मी ८ कोटी म्हणजे ३०-३५% फायदा मिळवला व दिवस रात्र या सर्व युनिटकडे खूप लक्ष दिलं. स्वत: ८-१० माणसांचं काम आटोपलं व तसंच करतोय आजही व मी नसतो तर अशा परिस्थितीत कुणीही इतका फायदा काढू शकला नसता. हे पण मी तितक्याच आत्मविश्वासाने सांगतो. त्यामुळे मी स्वत:ला एक चांगला अभियंता, चांगला व्यावसायिक, चांगला मालक (बॉस) समजतो व आहे पण आणि नेहमीच माझ्या कर्तव्यात कुठलाही कसुर न होऊ देता इतकाच चांगला व यशस्वी राहण्याचा प्रयत्न करीन. कारण मला माझ्या व्यावसायिक क्षेत्रात माझं कणभरही नाव किंवा कर्तृत्व कमी झालेलं पटणार-खपणार नाही. मी तितक्याच तत्परतेने नाती कितपत सांभाळेल हे मला माहित नाही. पण प्रोफेशनल जीवनाबाबत मी १००-१५०% प्रयत्न करत राहिन तिथंल माझं नाव अबाधित राहू देण्यासाठी एवढं मात्र खरं. सध्याच्या दिवशी मी स्वत:ला एक उत्तम पती, उत्तम मुलगा, उत्तम पिताही मानतो हं हि शाबासकी त्या त्या नात्यांनी मला द्यायला हवी पण मी उत्तम भाऊ तर आहेच याबाबतीतही मला ताईला विचारायची गरज नाही. ती म्हणेलच की माझा भाऊ जगातला सर्वोत्तम भाऊ आहे. या नात्याबाबत मी मात्र हमी देऊ इच्छितो. उत्तम जावई नसेल मी पण माझे मामा मामी नसतानाही मला सर्वोत्तम जावई म्हणतील याची पण मला हमी आहे. पंकजसाठी व भावजींसाठी मी नेहमीच मित्रासारख राहून सर्वोत्तम किंवा उत्तम मेहुणा होण्याचा प्रयत्न केलाय पण त्यांचे मत गरजेचे आहे असो मी सगळीकडे छान वागायचा सगळ्यांसह छान वागायचा प्रयत्न केला पण मीच स्वत:ला चांगल म्हणून घेण चुकीचच आहे, माझ्या जवळच्या नातेवाईकांना मी खूष ठेवायचा प्रयत्न केलाय व माझं कर्तव्य पार पाडायचा प्रयत्न केलाय खूप मनापासून. माझ्या पत्नीसाठी जानुसाठी मात्र मी सर्वोत्तम पती, प्रियकर, मित्र, सखा व सर्व काही आहे याची पण मी हमी देतो. तसेच माझ्या काही

मित्रांचा पण मी सर्वोत्तम मित्र आहे. कारण मला मित्रच कमी. सध्याला तर प्रकाश, गंगाधरच सर्वात जास्त सोबत आहेत. राहूल, अविनाश यांच्याशी थोडाबहुत संपर्क होतो श्वेताशी पण श्री, मित्र-नातेवाईक सर्वकाही आहे व तसाच राहिल आम्ही एकमेकांकडून अपेक्षाच करत नाही. त्यामुळे आमचं नातं मैत्री तशीच राहील याची पण आम्ही हमी देवू शकतो. पुण्यापासून नांदेड पर्यंत माझा जो काही कर्मचारी वर्ग होता त्यांच्यासाठी मी सर्वोत्तम बॉस असेनच त्यात काही वादच नव्हता व नाही. उगीच माझ्या तोंडावर म्हणून ते तसं बोलत नाहीत तर त्यांच्या सोशल जीवनात पण सतत ते सांगून मिरवतात. हे मी पाहिले-ऐकले व त्यांना नेहमी म्हणतो की तुम्ही छान आहात म्हणून मी.

नाती रक्ताची असो, मानलेली वा प्रोफेशनल वा मैत्रीची यात घेणं-देणं असल्यासारखंच आहे. प्रेम, मान द्या-घ्या. नाती जपण्यासाठी दोन्हीकडून तितक्याच प्रमाणे चांगली व सारखी वागणूक आवश्यक आहे. त्याचप्रमाणे एकमेकांशी खोटं न बोलणं, काही न लपवणं, दगा-फटका न करणं हे पण तितकंच गरजेचं व महत्त्वाचं आहे. आपल्या आयुष्यात माझा तर ३६-३७ वर्षाचाच प्रवास झालाय. पण ६०-७०-१०० वर्षांचा प्रवास करणाऱ्याचं पण हेच मत असेल-आपण संपर्कात असो वा नसो, आठवण करो ना करो पण त्यांच्याबद्दल आपल्याला व आपल्या बद्दल त्यांना (एकमेकांना) आत्मीयता असणं व सुख-दुःखात सहभागी असण्याने परत शरीरानेच नाही तर मनाने असलं तरी चालतं पण ते असावं तरंच त्याला खरी नाती म्हणता येतील. आमच्या लहानपणीच्या शिक्षकांचा फोन येतो व ते म्हणतात तुमच्या प्रगतीबद्दल अमुक-तमुक माणसाकडून ऐकलं व खूप अभिमान वाटला. शिक्षक म्हणून आमचं जीवन सफल झालं. खूप आनंद झाला. एवढं बोलून आपले आनंदाश्रू लपवत ते चटकन फोन ठेवतात. तेव्हा कळते खरी आत्मीयता. त्यांना कुठल्याच मदतीची अपेक्षा नसते. फक्त त्यांच्या भावना त्यांना आमच्यापर्यंत पोहोचवायच्या असतात. पैसा, इतर मदत काही-काही एक नको असतं त्यांना. व माझ्याच नाही तुम्हा सर्वांच्याच आयुष्यात असे कित्येक लोक असतील. हो या कलयुगातही व त्यामुळेच माणुसकी टिकून आहे व राहिल याचा विश्वास मनुष्याला आहे. परिस्थिती नुसार काही लोक बदलतात. चुक वागतात पण ज्याचा त्याचा तो भाग आहे. आपण नाही बदलू शकत. स्वभावदोष सर्वांनाच आहेत त्याचं निर्मुलन करणं ज्या त्या व्यक्तीच्या हातात आहे इतरांच्या नाही. सध्याच्या काळात तर आपण आपली मुलं-मुली कसं वागतील हे पण ठरवू शकत नाही. प्रयत्न करू शकतो त्यांना चांगलं शिकवायंच पण पुढे त्यांना जी संगत मिळेल त्यांना जे जगात शिकायला मिळेल, जे धक्के ते खातील, त्यानुसार त्यांचं विश्व त्यांची वागणूक ठरेल व जे मनात कोरलं जाईल त्यानुसार ते चांगले कि वाईट व्यक्ती बनतील. पिढीनुसार व्याख्या पण बदलतात चांगल्या-वाईटच्या तो तर विषय दूरच राहिला. २०१३ साली क्रिकेट जगताचा देव-'सचिन रमेश तेंडुलकर' याने संन्यास घेतला त्यादिवशी वेस्ट इंडिज विरुद्ध सामना झाल्यावर त्याचे बोलणे ऐकून सर्व भावूक झाले. मी पण खूप रडलो. १६

नोव्हेंबर २०१३. त्यादिवशी त्याने त्याचा २०० वा ५ दिवसीय सामना खेळून संन्यास घेतला.

२००-५ दिवसीय व ४६३ एकदिवसीय सामने व ५१-५ दिवसीय सामन्यात आणि ४९ एकदिवसीय सामन्यात शतके, जगात २०० धावा एकदिवसीय सामन्यात काढणारा पहिला खेळाडू. १५,९२१- पाचदिवसीय खेळीत व १८,४२५ धावा एकदिवसीय खेळीत काढणारा व फर्स्ट क्लास मध्ये २५,३९६ धावा असे विश्वविक्रम त्याच्या नावाने आहेत- क्रिकेटचा देव. २०१० ते २०२० आयुष्याचा सारांश व ठळक बातम्या घडामोडी माझ्या आयुष्याच्या म्हटलं तर पुढील प्रमाणे आहेत.

१) २०१० ते २०१२ हा माझ्या आयुष्यातला आत्तापर्यंतचा सुर्वणकाळ होता- प्रतीती माझ्या पहील्या मुलीचा जन्म, माझं वाढतं काम कार्यालये व वाढता कर्मचारी वर्ग सुचिर गटाचा ७०-१०० जण माझ्या हाताखाली काम करत होते. भारताने दुसऱ्यांदा विश्वविजेतेपद मिळवलं एकदिवशीय सामान्यात १९८३ नंतर व सचिनला एक सर्वोत्तम भेट दिली त्याच्या २४ वर्षाच्या खेळाची शाबासकी म्हणून, मी प्रतिमासह एक उत्तम आयुष्य जगलो पुण्यातल्या इतर जोडप्यासारखच व आमच्या गोंडस मुलीला आम्ही भरपूर प्रेमही दिल, आजी पण आमच्या सोबत होती व काही काळ पंकज.

२) २०१२ मे मध्ये नांदेडला आलो परत जन्मभुमीला दादांच्या एका शब्दावर, ८ महीने मी खूप संघर्ष केला मानसिक व चूक नसताना गैरसमजांमुळे.

३) २०१३ ते २०१६ मी जिजूंच्या मदतीने पद्मावती पम्प सांभाळला खूप उत्तम पद्धतीने व दरमहा ५.५० लाख फायदा करून माझ कौशल्य दाखवल हो व्यावसायिक कौशल्य, त्याच काळात नांदेडच्या एका मोठ्या प्रकल्पाची तयारी सर्व्हिस इंडस्ट्रीमध्ये आमचा मॉल नांदेडचा सर्वात मोठा प्रकल्प म्हणायला हरकत नाही.

४) २०१७ मार्च मध्ये मल्टीप्लेक्सचे उद्घाटन व नांदेडकरांना चित्रपट पहाण्यासाठी १ सर्वोत्तम मल्टीप्लेक्स दिली व तिथून ३ वर्षे हे युनिट मार्च २०२० पर्यंत खूप यशस्वीरित्या चालवल. ह्या एकाच युनिटच्या फायद्याने पूर्ण ग्रुपच व्याज व इएमआय भरला ३ वर्षात ६०-८०% उत्पन्न करून बाकी युनिट उशीरा चालू झाल्याने पण त्यांचे उत्पन्न कमी टक्के वारीत झाल म्हणायला हरकत नाही.

५) फेब्रुवारी २०१८ ला बँक्वेट हॉल - लग्न कार्यासाठी एक उत्तम हॉल मॉलमध्येच व २ वर्षे १ महिना त्याला पण यशस्वीरित्या चालवलं.

६) जानेवारी २०१९ ला ३रे युनिट - थाटबाट ज्यात नांदेडकरांना चांदीच्या ताटात जेवणाचं भाग्य प्राप्त झाल. या युनिटद्वारे फायदा वा नुकसान न होऊ देता लोकांना मात्र भरपूर आनंद मिळवून दिला-चवीष्ट पदार्थांची थाळी खाऊ घालून.

७) एप्रिल २०१९ ला मल्टीक्युझिन रेस्टॉरंट मॉलमधील ४ थे युनिट सुरू झाले. कोरोनामुळे ११ महीनेच ह्या युनिटचे काम चालले पण नांदेडमध्ये सर्वोतम सी फुड व नॉनव्हेज म्हणून आम्ही नावरूपाला आलो व रेस्टॉरंट आणि बार याच्या डेकोरेशन मुळे (इंटेरीयरमुळे) लोकांना खूप छान वातावरणात खाण्या-पिण्याचा आनंद घेता आला.

८) मार्च २०२० पासून जून २०२० पर्यंत मॉल बंदच राहीलं - कोविड-१९ मुळे व जगभरातच असे बरेच व्यावसाय बंद आहेत लॉकडाऊनमुळे.

९) ३ वर्षात ह्या सर्व युनिट्सद्वारे माझ्या कंपनीने २४ कोटींची उलाढाल करून ८ कोटींचा फायदा कमावला जो ३५% होतो व मी एक उत्तम व्यावसायिक आहे हे पुन्हा एकदा सिद्ध केले.

१०) या ८ कोटींमध्ये बँकेचं व्याज व २.५ कोटी मुद्दल भरुनही सर्वच मालक खूष आहेत असं नाही कारण त्यांना प्लॉटिंगसारखं पटींमध्ये फायदा हवा होता की काय माहित नाही व या प्रकल्पाला खूप लॅविश करण्याच्या नादात त्यांनी मार्केटचे पैसे पण त्यात टाकले व त्याच्या व्याजाने त्यांचं कंबरडं मोडलं.

११) आर्थिक निर्णय माझं न ऐकता चुकीचे घेऊन आमच्या घरातली शांती नष्ट झाली. लहान भाऊ व दादांच्या व त्या बाजू (आर्थिक) दृढ करण्यासाठी त्यांना आणखी जास्तीचे कष्ट घ्यावे लागत आहेत.

१२) २०१४ ला परमेश्वराने मला माझी दुसरी मुलगी-साराक्षी देऊन कृतकृत्य केले. मला नेहमीच दोनही मुली हव्या होत्या व माझ्या आयुष्यातल्या स्वप्नपरीच आहेत त्या.

१३) मॉल यशस्वी व उत्तम करण्याच्या नादात मनाने आम्ही सर्वजण मी, लहान भाऊ, दादा, जीजु एकमेकांपासून दूर दूर झालो. होत गेलो.

१४) याच प्रकल्पाच्या नावासाठी, यशासाठी आम्ही सर्वजण मुलांना व परिवारातल्या सदस्यांना पुरेसा वेळ देऊ शकलो नाही. तरीसुद्धा होईल तेव्हा प्रयत्न करून मी व ताईने मुलांना जवळ जवळच्या ठिकाणी फिरायला नेले.

१५) मला ८ वर्षात अजूनही कळलं नाही की मी नांदेडला येऊन योग्य निर्णय घेतला का अयोग्य? चुक का अचूक पण पुढे चालून गोष्टी बदलल्या तर माझा दृष्टिकाने व जजमेंटही बदलेल.

१६) विनाकारणच्या गैरसमजांमुळे माझ्यात व माझ्या देवरूपी वडिलांमध्ये तात्पुरती दरार पडली. एकमेकांपासून दूर झालो आम्ही आणि ईश्वरचरणी प्रार्थना करतो की हे तात्पुरतंच असावं व कधीच वाढू नये.

१७) नेहमीप्रमाणे वर्षानुवर्षे आई जे करत आली तेच तिने केलं व घरात सर्वांना सांभाळून ठेवलं, विनाकारण वाढणाऱ्या नात्यांच्या दुराव्यांना जवळ करायचा प्रयत्न करत. एका आईची भुमिका कुठल्यापण घरी सोपी नसतेच.

१८) शिल्पा ताई जीजुंनी ८ वर्षात आम्हा सर्वांना कंपनीच्या कार्यात व कौटुंबिक कार्यातही खूप मदत केली व आईसारखच त्या दोघांचं पण काम व कष्ट वाखाणण्याजोगं आहे.

१९) दादांनी त्यांचं अन्नदानाचं कार्य कितीही अडचण आली तरी खंड न पडू देता ५ वर्षे नातेपोते इथे चालू ठेवलं. व कित्येक हजारो भक्तांना पंढरपुरच्या वारीच्या त्या अन्नदानाचा उपभोग घेता आला.

२०) बघता बघता आमची वये वाढली मी–३८, ताई–४०, प्रतिमा–२९, भाऊजी–४५, प्रतीती–१०, सुचिर–१२, समीक्षा–१६, लहान भाऊ–३६, आजी–७२, आई–दादा–६० च्या जवळ, अमृता–२४, अधीश–१ व प्रितिका–५ व साराक्षी ६ वर्षांची झाली. बारीकशी दिसणारी समीक्षा जेव्हा आम्ही तिचा पहिला वाढदिवस केला होता ती आता कॉलेजला जायला लागलीय म्हणजे आम्हीपण ४० गाठायला आलोतच आता. लहान मुलं आम्हाला तो काका वो काका म्हणतात. मी सायकलींग करताना मला कुणी ओ काका म्हटलं की खूप राग येतो पण थोडेसे झालेले पांढरे केस व वाढतं वय कसं लपवता येईल.

२१) भारतीय क्रिकेट संघाने २०१५ व २०१९ च्या विश्वचषकात उपांत्य फेरी गाठली व दोन्ही वेळेस हारले. एकदा तरी विश्वचषक जिंकायला हवा होता तसंच टी–२० च्या विश्वचषकताही २०१८ ला उपांत्य फेरीत हारले तो पण विश्वचषक भारतातच होता व जिंकायला हवा होता पण वेस्ट इंडिज विरुद्ध खराब गोलंदाजी मुळे आपण हारलो.

२२) मी एक व्यावसायिक म्हणून पुर्णपणे त्या कामात परिपुर्ण झालो व त्याच नादात थायरॉइड असतानाही प्री डाइबेटिक हा आजार ओढवून घेतला.

२३) व्यायामासाठी सतत प्रयत्न केले, सायकलींग (२–३ वर्षे) चालू आहे अजून. शेटल कॉक, ट्रेडमिल (१दा वर्ष) असे सर्व प्रयत्न नेहमी चालूच ठेवले.

२४) या सर्व काळातल्या महत्त्वाच्या घडामोडीत मी एक विसरलोच. ८ नोव्हेंबर २०१६ ला 'मोदी' पंतप्रधानांनी (बीजेपी सरकार) नोटबंदी केली अचानकच ज्याचा बऱ्याच सामान्य माणसांना विनाकारण त्रास झाला व काळा पैसा असणाऱ्यांना शिक्षा मिळाली. असं नाही की खूप घडामोडी झाल्या नाहीत पण जगातल्या सर्वच देशातल्या सर्वच घडामोडींचा मी उल्लेख नाही केला व करू शकत नाही. कारण इथे मी फक्त माझ्या आयुष्याच्या प्रवासाचं वर्णन करतोय पण आमचं पण त्या काळात पंप व रियल इस्टेट हे दोन व्यवसाय असल्याने आम्हाला पण त्याचा त्रास झाला असता. २०१२ पासून मी आल्यावर या वर्षापर्यंत मी सर्वच व्यवस्थित केलं. सर्वांचे व्यवस्थित टॅक्सेस भरले व त्या दिवसाच्या आधी आमच्याकडे ५०–६० लाख कॅश होती. जी मी दोन दिवस आधीच कामानिमित्त बँकेत टाकली होती त्यामुळे ८ नोव्हेंबर ला मोदीजींना नोटबंदी जाहिर केल्यावर आम्हाला काहीच त्रास झाला नाही. पंतप्रधान नरेंद्र मोदी यांची ही दुसरी टर्म आहे व त्यांनी देश सांभाळताना पाहण्याचं भाग्य आम्हाला लाभलं यासाठी देवाचे आभारच मानायला हवेत. नोटबंदी, सर्जिकल स्ट्राइकद्वारे पाकिस्तानमध्ये असणाऱ्या आतंकवाद्यांना मारून धडा शिकवणं, कोविड–१९ सारख्या जागतिक आजाराला लवकरच लॉकडाऊन लावून पसरू न देणं, सर्व देशांशी चांगली संधी ठेवणं–असं वाखाण्याजोगी कामं केली त्यांनी. त्याआधी काँग्रेसने काहीही विशेष कामं केली नव्हती (सोनिया गांधी, राहूल गांधी) व त्यांचं वर्षानुवर्षे चालतं वर्चस्व मोदींनी संपवलं. इंदिरा गांधी, पंडित नेहरु, राजीव गांधी यांच्याबाबत आम्ही चांगलं ऐकलं पण त्यानंतर भारताची राजनिती अस्थिरच होती. मध्ये वाजपेयी यांनी पण बीजेपी द्वारे (भारतीय

जनता पार्टी) २-२.५ वर्षे कारकिर्द केली पण शेवटी कॉंग्रेसचा अस्त करून मोदींजीनी भारताच्या राजनितीत नवीन इतिहास घडवला व दुसऱ्यांदा निवडून येऊन आपण चांगलं काम केलं याची लोकांकडून पावती घेतली. मला राजनितीमध्ये कवडीची पण आवड नाही. पण माझ्या जन्मापासून सध्याची भारताची स्थिती राजनैतिक-सर्वोत्तम आहे असं म्हणायला काहीच हरकत नाही व हे सर्व फक्त - पंतप्रधान मोदी व त्यांच्या सहकार्यामुळेच शक्य झालं. आज कोविड-१९ ला लढतानाही ५-१० हजाराच्या आतच भारतात मृत्यु झाले. जिथे जगातल्या प्रगत देशात हजारो-लाखो लोक मेले व याचं पुर्ण श्रेय बीजेपी सरकार व पंतप्रधान मोदींनाच जातं. अमेरिका, चीन, ईटली सारख्या देशात आज लाखो लोक मेलेत. या व्हायरस-आजारामुळे व अजूनही त्याचा इलाज नाही निघाला. मी हे सर्व सांगत-लिहत असताना या आजाराने बाधित झालेला जगभराचा आकडा ६८ लाखांच्या वर व भारताचा २.३६ लाखांच्या जवळ असावा. ६ जून २०20 रोजी अंदाजे- हो लोक बरे पण होताहेत. भारतात तर ४५-५०% बरे होतात पण या सर्वात जगभरामध्ये डॉक्टरस, नर्सेस यांची मेहनत खूप जास्त आहे. सामान्य जनतेने पण लॉकडाऊन पाळून घरी राहून देशाला सहकार्य केलंच आहे व घरी बसून लढा दिलेलाच आहे.

२५) २०१०-२०१२ पासून आजपर्यंत भारतीय क्रिकेटचा सुवर्णकाळच आहे. या ८-१० वर्षात भारतीय संघाने धोनी, कोहली यांच्या कारकीर्दीत सर्वच सामन्यात खूप छान व यशस्वी कामगिरी केली. पाच दिवसीय खेळात कित्येक वर्ष नंबर १ वर राहिलो. आजही आहोत. एक दिवसीय सामने जितके या शतकात आपण जिंकले असतील तितके इतर कुठल्याही देशाच्या संघाने जिंकले नसावेत. २०११ चा विश्वचषक जिंकणे ही तर खूप मोठी कामगिरी होतीच. पण त्यानंतरचा हा काळ सुवर्णकाळ एवढं नक्की. बाहेरच्या देशात जिंकणं-सतत जिंकणं, आजपर्यंत न मिळवलेल्या ट्रॉफी मिळवणे- सौरभ गांगुली २०००-२००६ जिंकायचं शिकवलं, २००७-२०१५ धोनीने सातत्याने जिंकणं शिकवलं, २०१५-२०२० कोहलीने न घाबरता जिकंणं शिकवलं, बाहेर देशात जिंकणं शिकवलं. रोहित शर्मा, शिखर धवन, चहल, बुमराह, शमी, भुवनेश्वर, अश्विन, जडेजा, कुलदीप यादव, कोहली स्वत:, उमेश यादव, मुरली विजय, चेतेश्वर पुजारा, राहुल व अजूनही काही या सर्वांना त्या यशाचं श्रेय जातं पण १९९५ पासून मी पाहिलेल्या क्रिकेट संघाचा हा सुवर्णकाळ होता हे मात्र नक्कीच आहे. इंग्लंड, आफ्रिका, ऑस्ट्रेलिया, न्यूझीलंड, श्रीलंका व इतर सर्व संघांना धाराशाही केलं भारतीय संघाने ते सुद्धा सातत्याने मध्ये तर असा काळा आला की मी व गंगाधर म्हणत होतो कंटाळा येतोय कितींदा जिंकतात हे लोक. एखादा सामना हरायला हवा व आम्हीच हसायचो. बरं हारलं की हिरमुसले तोंड करून बसायचो कधी कधी मी जेवायचो पण नाही. तिच जुनी सवय माझी आधीपासूनची व त्यात खूप कमी फरकाने हारलो तर खूपच वाईट वाटायचं. विश्वचषक सामन्यात आम्ही बऱ्याच अंधश्रद्धा पाळायचो व योगायोगाने त्यातलं काही चुकलं की हारायचो- क्रिकेटचे शौकीन असेच असतात आमच्यासारखे

वेडे. मला इतर कुठला खेळ आवडत नसल्याने त्याची माहिती नाही माझ्याकडे आपल्या देशाची सुद्धा.

२६) मी हिंदु जनजागृती समितीत सामील झालोय त्याद्वारे माझा ईश्वरप्राप्तीचा मार्ग कदाचित चालू झालाय तसं पुर्णपणे नास्तिक असाही नाही मी.

२७) नांदेडचा प्रवास ७-८ वर्षाचा माझ्या आवडीसारखा नाही झाला. मला संघर्षच जास्त करावा लागला. इथले लोक त्यांचे विचार यांच्याशी म्हणावी तितकी सांगड झाली नाही माझी. मी व प्रतिमा एकत्र परिवार या लालसेने इथे आलो पण मोठ्या प्रकल्पाच्या नादात परिवारच कुठे आहे दिसत नाही. पैसा, गाडी व इतर सुखांचा आम्ही कधीच विचार केला नव्हता कारण दादांनी ही सुख असंही आम्हाला कुठेही कमी पडू दिली नसती. पण आई-दादांचे आशिर्वाद त्यांचा सहवास, लहान भाऊ व त्याचं कुटुंब यांचा सहवास, भाऊजी-ताई यांची सोबत व आशिर्वाद या लालसेने आलो. आम्ही सर्वजण एकत्र आहोतच पण आर्थिक त्राणामुळे, आर्थिक ओझ्यामुळे थोडेसे दुरावे निर्माण झालेत एवढं मात्र खरं आहे. भाऊजी-ताई यांची तर पदोपदी आम्हाला सोबत मिळते व आईचीपण.

२८) विचारांचे मतभेद असतातच व तसेच प्रतिमाच्या व माझ्या परिवारांचे होते पण ते तडाला गेले. पंकजमुळेही जोडले गेले नाहीत याचं दु:ख सातत्याने बोचतं मला- पण शेवटी दुर्भाग्य व जे आहे त्याला स्वीकारून पुढे जाणे.

२९) प्रतिती-साराक्षी यांना आजी-आजोबा व इतर सर्वांचं प्रेम मिळालं, नोकर-चाकर, गाड्या-घोड्या हे सर्व सुख मिळाले व आम्ही सोबत छान शिकवणूक देण्याचा प्रयत्न करतोच रोज जसे इतर आई-वडील मुलांसाठी करतात तसच कतर्व्य पार पाडणं प्रत्येकाचा धर्म आहेच जो धर्म आम्ही पण पाळतोय. चांगल्या भवितव्यासाठी मुलींच्या व शिकुन खूप मोठं नाव करावं त्यांनी माझं-दादांचं अशीच इच्छा आहे.

३०) भविष्यात काय होईल माहित नाही पण कॉलेज-शिक्षण संपल्यानंतर आजपर्यंतच्या आयुष्याच्या प्रवासात मला वाटतंय या जगात पैसाच मोठा आहे. नाते, ज्ञान याची किंमत त्यापेक्षा कमीच आहे. माझा दृष्टिकोन अनुभवातून कदाचित बदलेल किंवा तसेच अनुभव आले तर कायम राहीन.

३१) या प्रकल्पानंतर मी शिकलेल्या काही गोष्टी-१) मोठेपणाचा मार्ग मरणाच्या दारातून जातो. २) अंथरुण बघून पाय पसरावेत. ३) पैशाचं सोंग घेता येत नाही.

३२) काही म्हणी मी तयार केल्या-१) पैशामुळे नाती दुरावतात.२) कुठला पण व्यवसाय यशस्वी होण्यासाठी परत परत तपासणी व त्यानुसार निर्णय घेणे (Planned finance is better than unplanned)

३) व्यवसायात प्रत्येक खर्च नफा मांडून लोक सांगतात तसे जमा-नावेची खाते असणं कधीही फायद्याचं-जे रियल इस्टेट व पंपात गेल्या १ वर्षात मला यांनी व्यवस्थित ठेवू दिली नाही व मग काय त्याचा त्यांना फेरतपासणी करताना हिशेब लागला नाही पण प्रा.लि. मध्ये आमचं सर्व तंतोतंत जुळलं आमच्या व्यवस्थित मांडणीमुळे, जमा-खात्यामुळे.

३३) शिवकुमार पंडित या वास्तुतज्ञांना बोलवून आम्ही घर व मॉल दाखवला व घरातले सर्व बदल वास्तुनुसार करून घेतले. मॉलचे सर्व नाही झाले बदल पण येणाऱ्या काळात करून घेऊ जमल तसं. पण घरात केलेल्या बदलांमुळे बरेच निकाल चांगले आले, अनुभूती चांगल्या आल्या व वास्तुशास्त्र असतं यावरचा विश्वास दृढ झाला आमचा. माझा, प्रतिमा व ताईचा तर आधीच होता विश्वास व आमच्या हट्टामुळेच दादांनी परवानगी दिली. आई तर नेहमीच आम्हाला पाठिंबा देत असती. बघू मॉलचे बदल झाल्यावर व्यावसायिक काही फायदे होतात का व्हायला तर हवेतच.

३४) मला नांदेडमध्ये मित्र म्हणून जवळ म्हटलं तर गंगाधरच, पी.ए. पण व मित्रही कुठे बाहेर जायचं तर आम्हीच जाणार पण आम्ही सोबत असलो की ऑफिस सोबत नेण्यासारख कुणाला न कुणाला फोन येणारच. शिवाला चित्रपट पहायला, कुठे जेवायला गेलो तर नेतोतच आम्ही पण तो मेडिकलला कामाला त्यामुळे त्याच्या आमच्या वेळा कधी कधी जमत नाहीत. हं विश्वकप सामने पाहताना सर्व अंधश्रद्धा पाळत कसंही वेळ काढून आम्ही एकत्र आलो. (२०१५, २०१९, २०१६, २०१८) बऱ्याचदा सामने पाहत डबा पार्टीपण होते. तिघंही व्हेजच आहोत. (शिवा कधी कधी खातो नॉनव्हेज पण आमच्यासोबत नाही) प्रविण,श्वेता, सुमित यांच्यासह चॅट किंवा मेसेज ने, कॉल ने बोलणं होतं. असं एकत्र जेवायला ते भेटणं होत नाही. राहूल,अविनाश, किरण आले की मॉललाच भेट होते. विनोदचं खूप कमी होतं येणं. मग काय भाऊजी, ताई, प्रतिमा यांच्यासह काही गप्पा व मित्र असल्यासारखंच त्यांना बोलणं. ऑफिसमधून पंकज, श्री, गजानन नंतर संदिप, अनिल सर्वांसोबत एक प्रकारच मैत्रीचं नातं आहेच म्हणा. पण जसं जमेल तसं ही लोक पण कधी कधी येतात जेवायला किंवा गंगाधरच्या गावी कधी गेलं तर. श्री तर नेहमीच आहे. बाहेरगावी क्रिकेटचे सामने वगैरे पाहताना काहीही करून त्याला नेतोच आम्ही-पण १-२ वर्षे माझ्या कंपनीसह व बाकी वर्षे एम.आर. म्हणून काम केले त्याने त्यामुळे वेळा होत नाहीत-जुळत नाहीत कधी कधी पण आम्हा चौघांचंच जास्त करून प्लॅन होतं काही (मी, शिवा, गंगाधर, श्री) सर्व क्रिकेट सामने, पुणे ट्रिप आम्ही चौघं व ड्रायव्हर देवा-ऑफिसचं काम असेल तर मग फक्त देवा व एखादं कुणीपण. रोजचा माझा विरुंगळा म्हणजे मग आलं की मुलांसह खेळणं, टि.व्ही. पहाणं, फॅमिलीला वेळ देणं हाच. सुट्टी असेल तर आराम करून नवीन ताकद मिळवण्यातच दिवस जातो. तरीसुद्धा गंगाधरच्या आग्रहामुळे त्याच्या गावी-शेताला आम्ही सर्वजण घरचे मिळून जेवायला गेलोच गरम-भाकर-पिठलं, शेतातल्या ताज्या गोष्टी (बोर, ऊस, मिरच्या, शेंगा) व पापड-भजे म्हणजे एकदम गावरान पार्टी पण शाकाहारी. दिवस सहजच जातो. जाणं-येणं, खाणं-बच्चा पार्टी मस्त खेळतात. संध्याकाळी चहापाणी करून मगच येतो. मी वाढदिवस साजरे केलेच नाही. मौन व्रत धरले पण गंगाधरच्या आग्रहास्तव २०१९ चा शेतात केला. लहान भाऊ व दादा सोडून घरचे सर्वजण आले होते- ते दोघं असंही विलिप्तच असतात आमच्यापासून-मला फॅमिलीची जबाबदारी सोपवून, त्यांना त्यांच्या मित्रमंडळीतच

आवडतं. घर सांभाळायची जबाबदारी त्यांनी मला पुर्णपणे सोपवलेली आहे. त्यांचे खर्च वगैरे पण पहाणं, सर्व फॅमिली ट्रिपची जबाबदारी पण माझीच व मला आवडतं प्रवासात आपण नेता होऊन पुढे राहणं. भाऊजी सोबतीला येतातच पण तिकिट, गाडी, ड्रायव्हर, लॉज, जेवण, ठिकाण हे सर्व मलाच ठरवून मलाच निर्णय घ्यावे लागतात. एक-दोनदा तिरुपतीला जाताना दादांची साथ लाभली. लांबचे प्रवास, व्यवसायाशी निगडीत प्रवास लहान भाऊ सांभाळतो. मी त्याला कागदोपत्री सर्व हातात देतो जाण्यासाठी व जिथे गरज आहे तिथे सोबतही जातो. रियल इस्टेट संदर्भातही सर्व प्रवास दादाचं आणि ते त्यातल्या त्यात या व्यवसायासाठी व तशा लोकांसाठी धाडसी पण, त्यांना कुणाची सोबत लागतच नाही ते खूप सक्षम व दृढ आहेत. कुठल्यापण गोष्टीला सामोरे जायला व कुणालाही न घाबरता.

३५) रियल इस्टेटमध्ये कोर्ट-कचेरी किंवा जुन्या गोष्टी चुक आपली नसतानाही अशा गोष्टी येतातच. त्याची मक्तेदारी लहान भाऊ व दादाच आम्ही क्वचितच. न्यायालयाच्या बाहेर बाँड विकत घ्यायला जातोत पीबीडीपीएल मध्ये एक केस झाली पण ग्राहकमंचापर्यंतच व लहान भावानेच सांभाळलं ते पण.

३६) सण सगळे आई-प्रतिमा बघून घेतात लक्ष्मीपुजन दिवाळीला आधी घरी व्हायचं मग मल्टीप्लेक्स व मंगल कार्यालयात दोनदा असं झालं व तेच व्यवसायाचं मोठं ठिकाण म्हणून तिकडच होईल यापुढे पण. पंपाला भाऊजी दसरा दिवाळीला जाऊन पुजा करून येतात. बाकी जागी स्टाफ, मशिनरी वगैरे पुजा करून घेतात. शुक्रवारी हार वगैरे वॉचमन माधव मामा बघतात. घरातच फुलझाडे असल्याने रोजच्या पुजेला तिथलीच फुलं असतात.

३७) मॉलला घरचा कुत्रा 'केली' आहे व घरी 'लारा' ती खूप रागीट आहे व माझ्या बेडरूममध्ये कासव आहे. १-२ वर्षे झालं. आधी एक आणला तो ४-६ महिन्यातच दगावला. त्याचं नाव चिंटू. मग काय याचं बाहू ठेवलं हा नुसतं वाढतच जातोय आता. त्याला पण खूप मोठा पॉट आणावा लागेल. माणूस दिसला की खायला मागतो तो. आम्हाला इतकं ज्ञान नाही पहिल्यांदा कासव पोसला (पाळला) पण छान वाटलं- कुठलं शास्त्र ते काही नाही असंच मनात वाटलं व घरी ठेवल्यापासून पॉझीटीव्ह वाटलं व मग मी कासवाला घरीच ठेवलं. मोठा पॉट आणून चांगली सोय करावी लागेल त्याची नाहीतर प्रतिमाचे जोडे खावे लागतील.

नांदेडच्या इथपर्यंत प्रवासानंतर मी सर्वांच्या मार्गदर्शनाने, आई-ताई, जीजु, मामा, पंकज, प्रतिमा, दादा जे काही मित्र आता संपर्कात आहेत ठरवलं की आता पळून नाही जायचं जी काही परिस्थिती ओढावेल तिला सामोरे जायचं. जे पण होईल ते पहायचं. डि.आर.सी. सोबत गुजरातला गेलो नाही कारण शहर बदलायचं नव्हतं म्हणजे पळवाटच नाहीतर वेगळं आयुष्य वेगळा अनुभव हक्काचे पैसे सर्व भेटलं असतं. लग्नात काय अडचणी आल्या असत्या व माझ्या आयुष्यात मला प्रतिमाच भेटली असती का ते नाही माहित पण आता मी म्हणू शकतो की माझ्या त्या पळवाटीचा

फायदाच झाला की प्रतिमासारखी छान बायको मला मिळाली– मला रूपाचं कधीच घेणं देणं नव्हतं. पण मन जुळणं महत्त्वाचं आणि आजच्या तारखेला तरी आमची मन १००% जुळलेली आहेत. माझं तिच्यावर जिवापाड प्रेम आहे व मुलींवरही. इतर काहीही होवो आम्ही आमच्या आयुष्यात आमच्या या वैवाहिक प्रवासात खूप खुष आहोत व असंच रहावं सदैव अशी आमची इच्छा आहे. परमेश्वराने इतर दु:ख देताना या सुखाचं संतुलन ठेवलं असावं. घरच्यांच्या दबावात येऊन मी नोकरी केली व दुसरा प्रयत्न– कॅट परीक्षा नोकरी करत दिली त्यांना दाखवण्यासाठी की मी कमवू शकतो. पळवाटच झाली न वरची दुसरी व ही पहिली. मी बोलायला हवं होतं दादांना. त्यांनी कदाचित एक वर्ष दिला असता व मी आयआयएम मध्ये एमबीए केलं असतं. इतर खूप कॉलेज मिळालीच होती. पण तिथं मी एमबीए करायला नकार दिला. त्यांनी तर ७–८ लाख भरायला तयारच होते. मॅनेजमेंट कोटासाठी पण मी नाही म्हटलो त्याला नाही म्हणत मी पळवाट. असो पुन्हा एकदा अमितवा–कविता मॅडम छान पगार देणारच होते पण त्यांच्या नवीन कंपनीपेक्षा आपली नवीन कंपनी ही पळवाटच होती. कदाचित तिथे माझा धोका कमी झाला असता व ताणही कमी आणि प्रतिमा माझी नोकरी व व्यवसाय कशातही मला सोबत देणारच होती तिला अमितवा सरांबद्दल माहिती होतंच. म्हणजे तिसऱ्यांदा पळालो. २०१२ रक्ताचे अश्रू गाळून पाण्यासारखा घाम गाळून–सुचिर ग्रुप तयार केला व दादांच्या आदेशाचं पालन करण्यासाठी आज्ञाधारक आहे हे दाखवण्यासाठी ते सोडून नांदेडला आलो परत. एकदा ठाम राहून तिथेच का नाही दाटून राहिलो त्यानंतर २–४ वर्षे सर्वच कंपनीची माझ्या क्षेत्रातल्या खूप प्रगती झाली. एखादया वर्षात परत केली असती दादांची मदत २३–२५ लाख आणि आता सर्वांपेक्षा जास्त काळ व जास्त जोमाने मॉल, रियल इस्टेट, पंप याला उभं केलं. खूप मोठं नाव केलं व जे आर्थिक घडलं त्यात माझी चुकही नाही. मार्केटचे पैसे घेणं, प्रकल्प लॅविश बनवणं व त्याच्याच व्याजाखाली (कर्जाखाली) दबून मरणं हे पुर्णपणे दादा–लहान भाऊ व काही प्रमाणात भाऊजींचे निर्णय आहेत. मग मी का वाईट वाटून घेऊ? मी का पळवाट शोधू. मला दिलेलं काम मी खूप छान पार पाडलं. ३०–३५% फायदा केला. छान नियमबद्ध व्यवसाय चालवले सर्वच (ज्यासाठी दादांनी मला आणलं होतं) व सर्वात महत्त्वाचं म्हणजे माझे दादा–माझा देव आमच्या पाठीशी आहेत. ते नाही घाबरले. १००–१२५ कोटींची मालमत्ता आहे व त्यांनी प्लॉटिंगचा व्यवसाय करतायत. मग २०–३० कोटी फेडणं काय अवघड आहे. त्यांच्यासारख्या असामान्य माणसासाठी तर नाहीच व त्यातून आम्हाला कुणी बाहेर काढू शकेल तर त्यांनीच मग मी माझं काम करणं, घर–व्यवसाय चालवणं गरजेचं आहे. मी काळजी करणं किंवा पळून जाणं म्हणजे इतर काही विचार करणं चुकच आहे. मध्ये मी बाहेर देशात जाऊन स्थिर व्हायचं ठरवलं होतं पण बस आता बस माझ्या जवळचे पण मला इथेच थांबून लढ म्हणत आहेत व माझ्यासाठी सर्वांचा पाठिंबा आहे– आपल्यांचा उलट मी कुठे गेलो तर त्यांना वाटेल मी त्यांना अडचणीत टाकून गेलो. मग पुढे काहीपण होवो मी दटून रहायलाच हवंय. माझ्या आईवडिलांसह, भाऊजी–ताईसह. (क्रमश:)

● ● ●